ஒளிவதற்கு வழியில்லை

முதற்பதிப்பு: 2023

First Edition: 2023

Olivatharkku Vazhiillai

ஒளிவதற்கு வழியில்லை

Indira Soundarajan

இந்திரா சௌந்தர்ராஜன்

ISBN: 978-93-5695-635-3

Pustaka
EBooks | Audiobooks | Paperback

Pustaka Digital Media Pvt. Ltd.
#7-002, Mantri Residency,
Bannerghatta Main Road, Bengaluru - 560 076
Karnataka, India
+91 7418555884

ஒளிவதற்கு வழியில்லை

இந்திரா செளந்தர்ராஜன்

Pustaka
EBooks | Audiobooks | Paperback

1

> இந்தப் பூமியின் பிரதானமான கேள்விகள் இரண்டு தான்! ஒன்று கடவுள் இருக்கிறாரா, இல்லையா? என்பது... அடுத்தது ஒருவன் இறந்தபின் அவனது உயிர் என்னாகிறது என்பது... உயிரின் பயணம் பற்றி எவ்வளவோ கருத்துக்கள். ஆனால் சிலரது அனுபவங்களோ ரத்தத்தையே உறைய வைக்கும்!

ஜூன் மாத சென்னை வானில் சாம்பல் நிறத்தில் மழை மேகங்கள் முகாமிட்டிருந்தன. அப்படியே அவைகள் கலையாமல் நீடிக்க வேண்டும் என்கிற ஆசையோடு தனது டி.வி.எஸ். விக்டரை உதைத்துக் கொண்டிருந்தான் ராஜேந்திரன். தோளின் குறுக்கில் ஜோல்பை, உள்ளடக்கமாய் அதனுள் அவன் அம்மா செய்து தந்திருந்த தக்காளி சாதம் ஒரு ஸ்ப்ரே வாசம்போல பையை மீறி அவன் மூக்கைத் தேடி வந்து உள்புகுந்து 'அம்மான்னா அம்மாதான்' என்று அவனைச் சொல்லச் செய்தது.

அதுதான் அவனது மதிய லஞ்ச்.

பைக்கும் முதல் உதையிலேயே கிளம்பிவிட்டது.

பரபரப்பான சென்னை நகர சாலைகளில் பயணிக்க இன்று கார்களைவிட பைக்குகள்தான் ஏற்றவை. சைக்கிள் கேப்பில் புகுந்து போய்க்கொண்டே இருக்கலாம்.

ராஜேந்திரனும் போய்க்கொண்டே இருந்தான்.

பத்துமணிக்கு ஆபீசில் சீட்டில் இருந்தாக வேண்டும். பொறுப்பான உதவி ஆசிரியர் பணி. டேபிள் மேல் மலைபோல கதைகளும், கட்டுரைகளும் குவிந்திருக்கும். அதில்

சுவாரசியமானதை கவனமாகப் படித்துத் தேர்வு செய்ய வேண்டும். நடுநடுவே பேட்டிக்காக பல பெரியவர்களின் வீடு தேடிப் போய் வர வேண்டியிருக்கும். அப்போதெல்லாம் பொறுமையைச் சோதிக்கும் சம்பவங்கள் நிறையவே நடக்கும். சகித்துக்கொண்டு காரியத்தில் குறியாக இருக்க வேண்டும். உணர்ச்சிவசப்பட்டால் உருண்டு விழுந்த முட்டை போல, விஷயமும் உடைந்து ஒன்றுமில்லாமல் போய்விடும்.

ராஜேந்திரனும் நிறையவே அனுபவப்பட்டு விட்டான். அன்றுகூட ஒரு முக்கியமான மீட்டிங் இருப்பதாக ஆசிரியர் கூறியிருந்தார். அப்படி அவர் மீட்டிங் போடுகிறார் என்றாலே பெரிதாக விலாங்கு மீன்போல ஒரு விஷயம் மாட்டி விட்டதாகதான் அர்த்தம்.

ராஜேந்திரனும் அது எதுவாக இருக்கும் என்கிற கேள்வியோடு பைக்கில் சீறிக் கொண்டிருந்தான். அவனது வாலிபம் பயமறியாதது. எனவே பைக்கிடம் நல்ல வேகம். வீட்டிலிருந்து புறப்பட்டால் பத்தாவது நிமிடம் சீட்டில் இருப்பான். இடையில் நான்கு கிலோமீட்டருக்குக் குறையாத தூரம். நான்கு இடங்களில் மடக்கி நிறுத்திவிடும் மெயின் ஸ்டாப் சிக்னல் வேறு...

அன்றும் அவைகளைக் கடந்து பத்தாவது நிமிடம் அவனது பைக் அவன் பணியாற்றும் தமிழகத்தின் பிரபல புலனாய்வு வார இதழான 'செல்வம்' என்னும் பெயர்ப்பலகையைக் கடந்து முன்சென்று நின்றது.

விக்டரை ஓரம் கட்டியவன், தோல் பையைச் சரிசெய்தபடியே அலுவலகத்துக்குள் நுழைந்தான். டேபிளின்மேல் ஒரு சிறு துண்டுச்சீட்டு. அதில் 'உடன் ஆசிரியரை சந்திக்கவும்' என்கிற குறிப்பு. கையெழுத்தே அது ஆசிரியரின் உதவியாளப் பெண்மணி பானுமதி என்பதை அவனுக்கு உணர்த்திவிட்டது.

தோல் பையை அவனது மேஜைக்குக் கீழே ஓர் ஓரமாக பாதுகாப்பாக வைத்துவிட்டு உடனேயே புறப்பட்டான்.

✦✦✦

பெரிய அலுவலகம்.

லட்சங்களில் பிரதிகள் விற்கும் பத்திரிகை அலுவலகம் அது. மூக்கை நிரடும் மை வாசத்துடனும், தோலை வருடும் சன்னமான ஏ.சி. குளிருடனும் ஆசிரியர் அறைமுன் சென்று நின்றான்.

உள்ளே ஆசிரியர் தீவிர சிந்தனையில்...

அறைக்கதவைத் திறந்து பார்த்தவன்...

"குட்மார்னிங் சார்..." என்றான். "வெரி குட்மார்னிங், வாப்பா..." என்றார் ஆசிரியர். அவன் உள் நுழையவும் உட்கார்ந்தவர், அவனையும் உட்காரச் சொன்னார்.

"யெஸ் சார்..."

"ஒரு முக்கியமான அசைன்மெண்ட் ராஜேந்திரன்."

"சந்தோஷம் சார்... சொல்லுங்க."

"உனக்கு இந்த பேய், பிசாசுங்க மேல நம்பிக்கை இருக்கா?" எடுத்த எடுப்பில் ஆசிரியரிடம் அப்படி ஒரு கேள்வி! அவனிடமும் ஆச்சரிய அதிர்வு.

"என்ன சார் விஷயம்...?" என்றான் நிமிர்ந்து அமர்ந்தபடி.

"நீ முதல்ல பதில் சொல்..."

"இல்லை சார்..."

"குட்... நானும் உன் கட்சிதான். ஆனா பாரு, ஆயக்குடிங்கற ஒரு கிராமத்தில் இருந்து ஒரு பெண் நமக்கு ஒரு கடிதம் போட்டிருக்கா. அதுல குறிப்பிட்ட ஒரு இடத்துல நடக்கற விஷயங்கள் நம்ப முடியாததா இருக்கறதாம். அது காத்து, கருப்பு வேலைன்னு ஊர்ல சொல்றதாகவும் எழுதியிருக்கா..."

ராஜேந்திரன் உடனேயே சற்று அமுக்கமாகச் சிரித்தான்.

"என்ன ரா... எதுக்கு சிரிக்கறே?"

"சிரிக்காம என்ன சார் பண்றது. கிராமங்கள்ல மூட நம்பிக்கைகள் நிலவறது சகஜம் தானே?"

“அது சரி... ஆனா அதை எத்தனை கிராமத்துப் பெண்கள் பத்திரிகைக்கு எழுதி அனுப்பி, இங்க வந்து பார்த்து உண்மையைக் கண்டுபிடிங்கன்னு எழுதறாங்க?”

“இன்ட்ரஸ்ட்டிங் சார். யார் சார் அப்படி ஒரு பொண்ணு?”

“பேர் சின்னப்பேச்சி. முத்து முத்தான கையெழுத்து. நிச்சயம் ஹைஸ்கூல் வரை படிச்ச பொண்ணாவோ, இல்ல படிச்சிகிட்டு இருக்கற பொண்ணாவோ இருக்கணும். பாரு...”

ஆசிரியர் சின்னப்பேச்சியின் கடிதத்தை எடுத்து ராஜேந்திரன் முன் நீட்டினார். ராஜேந்திரனும் வாங்கிப் படிக்கத் தொடங்கினான்.

‘ஆசிரியர் அவர்களுக்கு, வணக்கம். நான் தங்களின் செல்வம் இதழின் வாசகி. எங்கள் கிராமத்தில் தீனதயாளன் என்கிற பெயரில் ஒரு தமிழாசிரியர் இருக்கிறார். அவர் வீட்டில்தான் நான் செல்வம் இதழைப் பார்ப்பேன்.

செல்வம் உண்மையில் வாசகர்களுக்குக் கிடைத்த செல்வம் என்று நினைத்துக் கொள்வேன். அரசியல்வாதிகளின் முகமூடிகளைக் கிழிப்பதில் இருந்து போலி சாமியார்களின் லீலைகளை அம்பலப்படுத்துவது வரை செல்வம் சிறப்பாகச் செயல்பட்டு வருகிறது.

நான் விவசாயக் குடும்பத்தில் வந்தவள். என் அப்பா ராமசாமி, ஆடு மாடு மேய்ப்பவர். சமயத்தில் நானும் துணையாக அப்பாவோடு செல்வேன்.

எங்கள் ஊரில் காத்தான் கரடு என்று ஒரு காட்டுப்பகுதி உள்ளது. அங்கேதான் நாங்கள் ஆடு, மாடுகளை அதிகம் மேயவிடுவோம். சமீபகாலமாக அங்கே ஆடு, மாடுகள் செல்லவே பயப்படுகின்றன. என் அப்பா கூட அங்கே ஏதோ காணாததைக் கண்டுவிட்டவர் போல படுத்த படுக்கையாகி விட்டார். ஒருமுறை ஒரு ஆடு பட்டிக்கு வரவில்லை. நானே தேடிக்கொண்டு

போனேன். அப்போது நான் நின்ற இடத்துக்குக் கீழே நிலமே நடுங்கியது. அப்படி எல்லாம் இதற்குமுன் நடந்து நான் பார்த்ததில்லை. எனக்கு எல்லாமே புதிதாகவும், புதிராகவும் உள்ளது.

ஊரில் சிலரிடம் சொன்னபோது, காத்தான் கரட்டில் பேய்கள் திரியும். எல்லாம் அதன் சேட்டையாக இருக்கும் என்கிறார்கள். என் அப்பாவும் அப்படித்தான் நினைக்கிறார்.

எனக்கென்னவோ சந்தேகமாக உள்ளது. அங்கே ஏதோ தப்பு நடப்பதாகத் தோன்றுகிறது. ஒரு நாள் கரும்புக்காட்டில் ஜெயில் உடையில் ஒருவன் ஒளிந்திருப்பதைப் பார்த்தேன். அவன், நான் பார்க்கவும் கரட்டுப்பக்கம்தான் ஓடினான். அவன்தான் ஏதாவது வேலை காட்டுகிறானோ என்று எண்ணுகிறேன். இதை எல்லாம் போலீசில் சொல்ல பயமாக இருக்கிறது. என் ஊரில் கள்ளச்சாராயமும் விற்கப்படுகிறது. சாராயம் விற்பவர்களைப் பிடிப்பதுபோல் வரும் போலீஸ்காரர்கள், சாராயம் விற்பவர்களிடமே பணம் வாங்கிப் போவதை நான் பார்ப்பதால், அவர்களிடம் இந்த விஷயங்களைச் சொல்லத் தயக்கமாக உள்ளது. எனக்குத் தெரிந்து உங்கள் இதழைதான் நான் நீதிமன்றமாகக் கருதுகிறேன். இந்தக் கடிதத்தைப் பார்த்துவிட்டு என்ன செய்ய வேண்டுமோ செய்யுங்கள். நானும் என்னால் முடிந்த ஒத்துழைப்பைத் தரத் தயாராக இருக்கிறேன். நன்றி.'

இப்படிக்கு
சின்னப்பேச்சி.

கடிதத்தைப் படித்த ராஜேந்திரனின் புருவத்தில் ஒரு ஆச்சரிய வளைவு.

“என்ன ரா... இப்ப என்ன சொல்றே?”

"ரொம்ப ஆச்சரியமா இருக்கு. சந்தோஷமாகவும் இருக்கு சார். பத்திரிகைகளை நீதிமன்றமா ஒரு கிராமத்துப் பெண் நினைக்கறா... எவ்வளவு பெரிய விஷயம்?"

"கரெக்ட்... புறப்படு அந்த கிராமத்துக்கு. காட்டு உன் சி.ஐ.டி. வேலையை..."

"இப்பவே கிளம்பறேன் சார். இது அனேகமா தப்பி ஓடின கைதிகளோட வேலையாதான் இருக்கணும்."

"நானும் அப்படித்தான் நினைக்கறேன்... எதுக்கும் முன்னெச்சரிக்கையா ஆயுதங்கள் உன் கைல இருக்கட்டும். அந்தக் கிராமம் திருநெல்வேலி மாவட்டத்தில் வருது. அந்த டிஸ்ட்ரிக்ட் எஸ்.பி. ஒரு ஸ்ட்ரைட் ஃபார்வர்டு. நம்ம பத்திரிகைக்குப் பல நேரங்களில் பக்கபலமாகவே இருந்தவர். அவரையும் ஒரு பார்வை பார்த்துட்டுப் போ."

"ரைட் சார்... நான் பார்த்துக்கறேன்."

ராஜேந்திரன் எழுந்து நின்றான். ஆசிரியர் அவன் கரத்தைக் குலுக்குவதற்காகத் தயாரானார். அவனும் உற்சாகமாகக் குலுக்கினான்.

"எச்சரிக்கைப்பா... என் பர்சனல் செல் உனக்காகவே எப்பவும் ஆன்ல இருக்கும்..." என்றார்.

அவனும் சிரித்தபடி புறப்பட்டான்.

✦✦✦

அந்தப் பெயர்ப்பலகை பெயிண்ட்டெல்லாம் உதிர்ந்து, ஒரு புதர் கூட்டத்துக்கு நடுவில் கிடந்தது.

க்ளிக்!

ராஜேந்திரனும் முதலில் அதைத்தான் தன் கேமராவில் வாரிச்சுருட்டினான்.

பெயர்ப்பலகையை ஒட்டி நீண்ட மண்சாலை. அதில் அங்கங்கே மேடு பள்ளங்கள். பள்ளங்களில் முதல் நாள் பெய்த மழைநீர் செங்காவிக் குழம்பாகத் தேங்கிக்கிடந்தது. அதை தங்களுக்கான நீச்சல் குளமாக கருதி சில தவளைகள் மல்லாக்க நீந்திக் கொண்டிருந்தன.

சாலையின் இரு மருங்கிலும் எவருடைய தயவும் இன்றி தழைத்து வளர்ந்த வேலிக் கருவலைகள்! கருவலைக்கு இடையில் பார்த்தீனியங்கள்!

பார்த்துக்கொண்டே நடந்தான் ராஜேந்திரன்!

எதிரில் ஒரு வயதானவர். இரண்டு மாட்டைப் பிடித்தபடி வந்து கொண்டிருந்தார். ஜீன்ஸ் பேண்டும், டீ சர்ட்டுமாய் தெரியும் ராஜேந்திரனை ஒரு ஆச்சரிய பார்வை பார்த்தார்.

“யாரப்பேய்ய்...?” என்றார்.

ராஜேந்திரனும் சாதுர்யமாக, “மனுசன் தான்...” என்றான் சற்று நக்கலாக!

“பார்ரா..., ஆரது... ஊருக்குப் புதுசா இருக்குதேன்னு கேட்டேன்...” என்றார் அவரும்.

“நான் நம்ம ராமசாமி ஊட்டுக்கு தூரத்து உறவு.”

கடிதத்தில் சின்னப்பேச்சி குறிப்பிட்டிருந்த அவளது தந்தை பெயரை சாமர்த்தியமாகப் பயன்படுத்திக் கொண்டான்.

“எந்த ராமசாமி...” பெருசு தாடையைத் தேய்த்தபடி திருப்பிக் கேட்டது.

“அதான் சின்னப்பேச்சியோட அப்பன்...”

“ஆங்... அவனா! ஒரு வாரமா மேலுக்கு முடியாமல்ல கிடக்கான்... சொல்லச் சொல்ல கேக்காம காத்தான் கரட்டுப்பக்கம் மாடு மேய்க்கப் போனான். கருப்பு ஒரே அப்பு அப்பி படுக்க வெச்சிடுச்சு...”

அவரது சடைப்பில் சில தகவல்கள்.

“அதான் என்னான்னு பாக்க வந்தேன்...”

ராஜேந்திரனும் மெல்ல பிடிபோட்டான். “போ... போ... போய்ப் பாரு. கருப்பு தொட்ட ஒரு மனுசன்கூட பொழச்சதில்ல... இவனும் இன்னிக்குப் போறானோ, நாளைக்குப் போறானோ...”

பெருசும் சடைப்போடு மாட்டைப் பாத்து, “தா... போ... ம்...” என்றபடி நகர்ந்தார். அப்படியே மெல்ல நடந்து வழியில் தென்பட்டவர்களிடம் கேட்டுக்கொண்டே ராமசாமியின் குடிசையை அடைந்தபோது, அடுத்தகட்ட அதிர்ச்சி அவனுக்குக் காத்திருந்தது.

ராமசாமி அவனை பிணமாகத்தான் வரவேற்றார். அவரது கால்மாட்டில் கண்களைக் கசக்கிக்கொண்டு சின்னப்பேச்சி. இருந்தால் எட்டு ஒன்பது வயது இருக்கலாம். இந்தப் பெண்ணா அவ்வளவு தீர்க்கமாக பத்திரிகைக்குக் கடிதம் எழுதியது?

கேள்வியும் குழப்பமுமாகப் பார்த்த ராஜேந்திரனையும், ராமசாமியின் உறவினர்கள் பார்த்தனர்.

நெருங்கி வந்தனர். ஒருவர் கேட்டார்.

“யார் தம்பி நீங்க?”

“இங்க சின்னப்பேச்சி...”

“தா... அழுதுகிட்டிருக்குதே அந்தப் பொண்ணுதான்?”

“அதுவா?”

“அதே தான்... ஆமா அந்தப் பொண்ணை பத்தி எதுக்குக் கேக்கறீங்க...”

“இல்ல... ஆமாம் இவர் எப்படி செத்துப்போனார்?”

“நீங்க யாருங்க... எதுக்கு இதையெல்லாம் கேக்கறீங்க...”

“நான்... நான் இவருக்கு தூரத்துச் சொந்தம்னு வையுங்களேன். அப்பாவுக்கு உடம்பு சரியில்லைன்னு பேச்சிகூட லெட்டர் போட்டுருந்துச்சு...”

"யாரு... இந்தப் பொண்ணா...?"

"இதானே சின்னப்பேச்சி?"

"என்னங்க நீங்க... சொந்தம்கறீங்க. சின்னப்பேச்சியகூட சரியா தெரியலியே! இது மழைக்குக்கூட பள்ளிக்கூடம் பக்கம் ஒதுங்கினது கிடையாதுங்களே. இது எப்படி லெட்டரெல்லாம் போடும்...?"

அவர்களின் எதிர்கேள்வி ராஜேந்திரனை பொட்டில் அடித்தது. இனி அவர்களைச் சமாளிப்பதும் கடினம் என்று தோன்றியது. குழப்பத்துடன் பார்த்தான். எங்கோ தப்பு நடந்திருப்பதாகத் தோன்றியது. நடுவில் சின்னப்பேச்சியும் திரும்பிப் பார்த்தாள். முதலில் சாதாரணமாகப் பார்த்தவள், அழுதபடியே அருகில் வந்தாள். அவனைப் பார்த்து, "வந்துட்டீங்களா?" என்று அப்பட்டமான ஆண் குரலில் கேட்கவும், அவனிடம் அடுத்த கட்ட அதிர்வு!

2

"உடம்பை விட்டு உயிர் போன பிறகு அது என்னவாகிறது என்பது உலகின் மில்லியன் டாலர் கேள்விகளில் ஒன்று!

விஞ்ஞானம் இந்த விஷயத்தில் குட்டிக்கரணமடித்துப் பார்த்துவிட்டது. அதனால் உயிரின் ரகசியத்தையோ, அதன் பாதையையோ எட்டிக்கூட பார்க்க முடியவில்லை. எழுபது வயதில் ஒருவர் மரணிக்கிறார் என்றால் எழுபது வருடகாலம் அவர் உடலுக்குள் ஆட்சி செய்த உயிரை, அது காற்றோடு கலந்துவிட்டது என்று மட்டும் கூறி, அது திருட்டு முழி முழிக்கிறது.

ஆனால், ஒருவர் இறந்த பிறகு அவரது உயிராகிய ஆன்மா என்னாகிறது என்பதை படிப்படியாக எடுத்துரைக்கிறது நமது மதம். இதற்காகவென்றே ஒரு புராணம் உள்ளது!

அதன்படி உடம்பை விட்டு பிரிந்த உயிரானது சூட்சும வடிவில் திரிகிறது என்கிறது அது.

சூட்சும வடிவம் என்றால் அது எப்படி இருக்கும்?"

தன் காதில் ஒலித்த ஆண் குரலைக் கேட்ட அதிர்ச்சியோடு ராஜேந்திரன் சின்னப்பேச்சியைப் பார்த்தான்.

மளுக்கென்று அவளிடம் திரும்பவும் அழுகை... அப்பா அப்பா என்கிற மழலை மாறாத கேவல். அப்படி அழைத்த சில நொடிக்குள் அவள் மாறிப்போனதை ராஜேந்திரனால் புரிந்துகொள்ள முடிந்தது.

இடையில் ஒருவர் சின்னப்பேச்சியைத் தனியே அழைத்தார். ராஜேந்திரனைக் காட்டி இவனைத் தெரியுதா என்று கேட்டார். சின்னப்பேச்சி பதிலுக்கு ஒரு அறிமுகம் இல்லாதவரைப் பார்க்கின்ற மாதிரியே பார்த்தாள். ராஜேந்திரனுக்கும் பாலை, எறும்பு மொய்க்கிற மாதிரி இருந்தது.

சின்னப்பேச்சியை விசாரித்தவர், ராஜேந்திரன் அருகே வந்தார். "தம்பி யாரு... அந்தப் பொண்ணுக்கும் உங்களைத் தெரியல... நீங்க ராமசாமிக்கு எந்த வகைல உறவு?" என்று கேட்டார்.

"அய்யா... நான் உறவெல்லாம் இல்லை. ராமசாமியை எங்கப்பாவுக்கு பழக்கம். எப்படிப் பழக்கம், எந்த மாதிரிப் பழக்கம் என்பதெல்லாம் தெரியாது. அவரை திடீர்ன்னு காத்து கருப்பு தாக்கிடிச்சுன்னு கேள்விப்பட்ட உடனே அதை நம்ப முடியலை... அதான் பாத்துட்டுப் போக வந்தேன்."

ராஜேந்திரன் அழகாகச் சமாளித்தான்.

"அதான பார்த்தேன்... இந்த ஊர்லையே பொறந்து, இங்கனயே வளர்ந்தவன் நான். ராமசாமிக்கும், எனக்கும் ஒரே வயசு. காலைல கம்மாக்கரைக்குக் கால் கழுவப்போறதுல இருந்து இராவுல கவுந்தபடி படுக்கற வரை இரண்டு பேரும் ஒட்டிதான் திரிவோம். எனக்குத் தெரியாதபடி அவனுக்கு பட்டணத்துல ஒரு சொந்தம் எப்படி வரமுடியும்னு யோசிச்சேன்..."

"ஆமா நீங்க நம்ம திருநெல்வேலி ரத்னசாமி மவனா?"

"ரத்னசாமியா...?"

"ஆமா... அப்பப்ப திருநெல்வேலி போனால் ரத்னசாமிங்கறவரை பார்த்துட்டு வரதாதான் ராமசாமி சொல்வான்."

"சரியா சொன்னீங்க... எங்கப்பா பேர் உங்களுக்கு எப்படித் தெரியும்னு பார்த்தேன்."

ராஜேந்திரன் அடுத்த கட்ட வளைப்பிலும் தேறினான். அதேசமயம் ஊர்ப் பெண்கள் தலைவிரி கோலமாக வந்து,

'மாமோய்... போய்ட்டியா?' என்று அழுகின்ற அந்த தீனக்குரல் அவன் காதை நிரப்பியது.

நடுநடுவே பேச்சி அவனைப் பார்க்கும் விதத்தில் மட்டும் ஒரு அசாத்ய கூர்மை.

"ஆமா... நெசமாகவே காத்து கருப்புதான் அண்ணனை அடிச்சிடிச்சா?"

"அட என்னப்பு... நம்ப முடியலியாக்கும்? பட்டணத்து படிப்பு எதையும் முதல்ல சந்தேகப்படத்தானே சொல்லிக்கொடுக்கும். கண் எதுக்க பார்த்தாகூட நம்பாம அதை வேற மாதிரி சித்திரிக்கப் பார்க்கறவங்கதானே நீங்க...?"

"கோவிச்சுக்காதீங்க! நான் விளங்கிக்கத்தான் அப்படிக் கேட்டேன்."

"எதுக்கு என்கிட்ட பயந்துகிட்டு. அப்படியே காட்டு அடிவாரம் பக்கமாவும், கம்மாக்கரை பக்கமாகவும் காலாற போய் வாங்க! அப்ப நான் சொல்லாமலே தெரிஞ்சிட்டுப் போவுது..."

அவர் அப்படி ஒரு பதிலோடு தன் அழுக்குத் துண்டால் முகத்தைத் துடைத்தபடியே நடந்து சென்றார். ராஜேந்திரன் சற்று குழப்பத்துடன் ராமசாமி சடலத்தை ஒரு பார்வை பார்த்தான். பின்னர் பார்வை சின்னப்பேச்சி பக்கம் திரும்பியது. அவள் திருவிழாவில் தாய், தந்தையரைத் தொலைத்துவிட்ட ஒரு குழந்தையைப் போல கேவிக்கேவி அழுது கொண்டிருந்தாள்.

அதேசமயம் குடிசைக்குள் இருந்து கைத்தாங்கலாக ஒரு பெண்ணைச் சிலர் அழைத்து வந்தபடி இருந்தனர். அந்த பெண்ணிடம் அப்படி ஒரு களைப்பு. அவளைப் பார்க்கவும் 'அம்மா' என்று சின்னப்பேச்சி போய் இடுப்போடு கட்டிக்கொண்டு அழத் தொடங்கினாள்.

ராஜேந்திரன் அந்த நொடியில் அவள்தான் இறந்துபோன ராமசாமியின் மனைவி என்பதைப் புரிந்துகொண்டான்.

பார்க்கவே பாவமாக இருந்தது. அப்படியே அங்கிருந்து விலகி தூரத்தில் நின்றுகொண்டான். இடுப்பு பெல்ட்பேக்கில் அடங்கிக்கிடந்த செல்போன் வேறு சிணுங்கியது.

அதை எடுத்து காதோரமாய் பிடித்துக்கொண்டான். மறுமுனையில் அவனது எடிட்டர் பேசினார்.

"ராஜேந்திரன்."

"சொல்லுங்க சார்!"

"ஆயக்குடிக்குப் போயாச்சா?"

"இப்ப அங்கதான் சார் இருக்கேன்!"

"என்ன ஒரே அழுகை சப்தம்?"

"அது ஒரு கூத்து சார்! நமக்குக் கடிதம் எழுதின பெண்ணோட அப்பா இறந்துட்டாரு. அவரை காத்து கருப்பு, ஐ மீன் ஆவி அடிச்சிட்டதா சொல்றாங்க."

"மைகாட்... அந்தப் பெண்ணைப் பார்த்தியா?"

"அது அதைவிட கொடுமை சார்! அந்தப் பெண்ணுக்கு ஏழெட்டு வயசுதான் இருக்கும். அதுக்கு எழுதப் படிக்கவே தெரியாதாம்."

"அப்ப கடிதத்தை எழுதினது?"

"கண்டுபிடிக்கணும் சார்! ஆனா ஒரு விஷயம் சார், கடிதத்தில் உள்ள விஷயம் உண்மை. இங்க இருக்கிற ஒருத்தர்கிட்ட லேசா வாயைக் கிளறினேன். கம்மாக்கரை பக்கமாவும், காட்டு பக்கமாவும் போனா தானா உண்மை தெரிஞ்சிடும்ங்கறாரு!"

"என்ன செய்யப்போறே?"

"நிறைய வேலை இருக்கு சார்! இப்போதைக்கு எந்தத் திசையில் போறதுன்னு ஒரு சின்னக் குழப்பம்!"

"அந்தக் கடிதத்தில் இருக்கற தகவல்படி நம்ம பத்திரிகை வாசகரா ஒரு தமிழாசிரியர் அங்க இருக்கணுமில்லியா?"

“ஓ... நீங்க அப்படி வர்றீங்களா! அவரைப் பார்த்தா ஏதாவது வழி கிடைக்கும்னு சொல்றீங்களா?”

“பாத்துய்யா... நாம ஒண்ணும் போலீஸ் டிபார்ட்மெண்ட் கிடையாது. உனக்கு ஏதாவது ஆனா உன் குடும்பத்துக்குப் பதில் சொல்ல என்னால முடியாது!”

“நீங்க பயப்படறீங்களா... இல்ல எச்சரிக்கறீங்களா?”

“இரண்டும் தான்!”

“அப்ப திரும்பி வந்துடட்டுமா?”

“என்னய்யா... என்னையே ஆழம் பார்க்கறியா?”

“பின்ன என்ன சார்! அல்வா மாதிரி ஒரு விஷயம் இது. ஆதியோடு அந்தமா ஒரு பிடி பிடின்னு சொல்லாம...”

“கிரிமினல் விஷயம்னா சொல்லலாம். இது அப்படி கிடையாதே?”

“அதைவிட மோசம் சார் இது. ஆவி நம்பிக்கைல ஒரு உயிரே போயிருக்கு. யாருக்கும் துளி சந்தேகம் இல்லை. கண்ணுக்கெட்டுன தூரம் போலீஸே காணோம். பெரிய கொடுமை சார் இது.”

“உன் கோபம் எனக்குப் புரியுது. கவனமா நடந்துக்கிட்டு அப்பப்ப தகவல் தா. எந்த உதவின்னாலும் தயங்காம கேள்.”

“கேக்கமாட்டேன் சார்!”

“பிறகு?”

“எடுத்துக்குவேன்... ஏன்னா அது என் உரிமை!”

ராஜேந்திரன் அந்தப் பதிலோடு செல்போனை முடக்கினான். நிமிர்ந்தான். எதிரில் ஒரு பெரிய கூட்டம்! ஒரு ஆளுயர ரோஜாமாலையை இரண்டு பேர் ஒரு மரச்சட்டத்தில் மாட்டி அதை ஏந்திப் பிடித்தபடி வந்தனர். நடு நாயகமாக காலில் டயர் செருப்பும், மஸ்லின் துணி ஜிப்பாவுமாக கொம்பு மீசையோடு கோவிந்த நாயக்கர் வந்தபடி இருந்தார். அவரை ஒட்டி அவருக்கு மாப்பிள்ளையாக வரப்போகிற ராஜமாணிக்கம்!

ராஜமாணிக்கம்! முகத்தில் கன்னத்தில் பூரான் படுத்திருப்பதுபோல ஒரு தழும்பு. ஒருமுறை அவன் முகத்தைப் பார்த்தாலே கூட போதும், பச்சக்கென்று ஒட்டிக்கொண்டு விடும். அவன் கண்களிலும் அப்படி ஒரு கூர்மை!

ராஜமாணிக்கம் ஓரமாக நின்றபடி இருக்கும் ராஜேந்திரனையும் பார்த்துக் கொண்டேதான் இருந்தான். 'யார் இது புதிதாக?' என்று அந்தப் பார்வைக்குள் ஒரு கேள்வி. அதை உடன்வரும் யாரிடமோ கேட்க, அவரும் ராஜேந்திரனை அளப்பதுபோல பார்த்துவிட்டு ராஜமாணிக்கத்தைப் பார்த்து உதட்டைப் பிதுக்கினார்.

ராஜேந்திரனுக்கும் புரிந்தது. நல்லவேளையாக அவனுக்கும் ஒருவர் சிக்கினார்.

"ஏங்க யாருங்க இது... தோரணையா?"

"நீ யாரப்பா..., ஊருக்குப் புதுசா?"

"ஆமாம்..."

"அதான் நாயக்கரை உனக்குத் தெரியலை... நாயக்கர்தான் இந்த ஊருக்கே நாட்டாமை..."

"இந்தக் காலத்துலயும் இந்த மிட்டாமிராசு, நாட்டாமை எல்லாம் இருக்காங்களா?"

"கிராமம்னு ஒண்ணு இருக்குற வரை இவங்களும் இருப்பாங்க. ஊர்ல பாதி இடம் இவரதுதான். ரொம்ப நல்ல மனுஷன். செத்துப்போன ராமசாமி கொஞ்சநாள் அவர்கிட்ட வேலை பார்த்தான். அந்தப் பழக்கம்தான் அய்யா துக்கம் கேக்க வந்துருக்காரு!"

"அது யாரு கூட... கழுகு மாதிரி பார்த்துகிட்டு..."

"நல்லா கேட்டே போ. அவன் காதுல விழுந்துச்சு, உன்னை வெள்ளாட்டை உரிக்கிற மாதிரி உரிச்சிப்பிடுவான். அவன்தான் ராஜமாணிக்கம். நாயக்கரோட மச்சினன். அவர் மகன் தேன்மொழியைக் கட்டிக்கிட்டு அவருக்கே மருமவனாகப் போறவன்."

ஒரு கேள்விக்கு ஒன்பது பதில்கள்! ராஜேந்திரன் மனதுக்குள் அவ்வளவையும் குறித்துக்கொண்டான்.

சட்டென்று கோரஸாக அழுபவர்களிடையே ஒரு உச்சபட்சம். ராமசாமியின் மனைவி கோவிந்த நாயக்கர் மார்பில் புதைந்து விசும்பி விசும்பி அழத் தொடங்கியிருந்தாள். ராஜமாணிக்கம் ராமசாமியின் சடலத்தின் மேல் கிடந்த வெள்ளை வேட்டியைத் தூக்கிவிட்டு மார்பு பக்கம் பார்த்தான். அடிபட்டு ரத்தம் கட்டிக்கொண்டது போல கறுத்துக் காணப்பட்டது.

“நேருக்கு நேர் காத்தைப் பார்த்துட்டான் போல இருக்கு. மார்புலேயே ஒரு அப்பு. அப்படியே நொறுங்கிப்போய் விழுந்துட்டான். சாவறதுக்கு முந்தி வாயில் ஒரே நுரை...”

அருகிலிருந்தபடி ஒருவர் அவனுக்கு விளக்கிக் கொண்டிருந்தார். அவனும் கூர்மையாகக் கேட்டுக்கொண்டு தாடையைத் தடவிக்கொண்டு நின்றான். அந்த நொடிகளில் ஒரு நேர்குத்துப் பார்வையை சின்னப்பேச்சி பார்த்தபடி நின்றதுதான் ஆச்சரியம்.

“தா பாருங்க... இந்த புள்ளையையும் காத்து தொட்டுடுச்சி. அப்பப்ப அது பேய் மாதிரி பார்க்கறத பாருங்க...” - அதே நபர் சின்னப்பேச்சியைச் சுட்டிக்காட்டி சொல்லவும், ராஜமாணிக்கம் பார்வை சின்னப்பேச்சி மேல் சென்றது. அந்த நொடி சின்னப்பேச்சியும் அவன்மேல் ஒரே பாய்ச்சலாகப் பாய்ந்தாள். உடும்புப்பிடியாக பிடித்துக்கொண்டு அவன் கழுத்தை அப்படியே டிராகுலா போல கடிப்பதற்கு முயன்றாள். எல்லோருமாகச் சேர்ந்து அவளை இழுத்துப்பிடித்து அவளிடம் இருந்து ராஜமாணிக்கத்தை விடுவித்தனர்.

ராஜமாணிக்கம் மட்டுமல்ல, நாயக்கரும் வெலவெலத்துப் போய்விட்டார்.

“ஏ ஆத்தா... கோடாங்கிய வரச்சொல்லி இந்த புள்ளையைப் பாரு ஆத்தா. இப்படியே விட்டா எப்படி?” - என்று கூட்டத்திலும் ஒரு குரல்.

ராஜேந்திரனுக்கு எல்லாமே வியப்பாக இருந்தது.

அப்போது அவன் அருகில் ஒருவர், பார்க்க ஒடிசலான உருவில்...

"வணக்கம் தம்பி!" - என்ற அவரிடம் ஒரு இணக்கமான தயக்கம்.

"வணக்கம். நீங்க...?"

"நான்தான் இப்ப நீங்க சந்திக்க ஆசைப்பட்டுக்கிட்டு இருக்கிற தமிழாசிரியர் தீனதயாளன்."

"ஓ... நீங்கதானா! ரொம்ப சந்தோஷம். என்னை எப்படி உங்களுக்கு?"

"இந்தக் கூட்டத்துல ஒரே வெளியாள் நீங்க மட்டும்தான். வேற யாரும் இங்க வரவாய்ப்பும் இல்ல. அதான் ஒரு நம்பிக்கையில் கேட்டேன்."

"ரொம்ப சந்தோஷம். எங்களுக்கு வந்த கடிதத்தில் உங்களைப் பத்தியும் ஒரு வரி இருந்துச்சு..."

"அதை எழுதுனதே நான்தானே?"

"அப்படியா?" – வியப்பும், அதிர்ச்சியும் ராஜேந்திரனை அப்படியே கவ்விப்பிடித்தது.

"நான்தான் சின்னப்பேச்சி பேர்ல எழுதினேன். நான் என் பெயர்லையே எழுதியிருக்கலாம். ஆனா, ஒரு சின்னப்பொண்ணு எழுதின மாதிரி இருந்தா உங்க பத்திரிகைல நிச்சயம் முக்கியத்துவம் கிடைக்கும். இல்லேன்னா வழக்கமா உங்க பத்திரிகைக்கு வர்ற ஒரு புகார் கடிதமாகவோ, இல்லை ஒரு வாசகர் கடிதமாகவோதான் நீங்க நினைப்பீங்கங்கறது என் அபிப்பிராயம். நான் நினைச்ச மாதிரியே பேச்சி பேர்ல எழுதினது நல்லா வேலை செய்திருக்கு... நீங்களும் வந்துட்டீங்க..."

"என்னங்க நீங்க... கடிதத்துலையே ஒரு ட்விஸ்ட் வெச்சுட்டீங்களே... போகட்டும். இந்த சாவைப் பத்தி நீங்க என்ன நினைக்கறீங்க?"

“இதுக்குப் பதிலை கரட்டுப்பக்கமா போய் நீங்கதான் கண்டுபிடிக்கணும். நான் வேணும்னா உதவி செய்யறேன்.”

“இல்ல... இவர் ஒருவேளை கொல்லப்பட்டிருந்தா, அதுக்கு காரணம் எதுவா இருக்க முடியும்?”

“என்னோட அபிப்ராயம் இது. அனேகமா அந்தக் கைதி வேலையாதான் இருக்கும். எங்க கரட்டுல நிறைய குகைங்க இருக்கு. உள்ள போய்ட்டு வெளிய வர்றதே கஷ்டம். சமயத்துல நரிங்க அடஞ்சுகிடக்கும். ஒரு சமயம் எங்கிருந்தோ வந்த சிறுத்தைகூட அதுக்குள்ள பூந்துக்கிட்டிருந்துச்சுன்னா பார்த்துக்குங்களேன்.”

“அப்ப உங்க வரைல இதெல்லாம் ஜெயிலை விட்டு தப்பி வந்துருக்கற ஒரு கைதியோட வேலை... அப்படிதானே?”

“வேற எப்படி நினைக்கறது... அதே சமயம் பேச்சி நடந்துக்கறத பார்த்தா, எனக்கு கொஞ்சம் யோசனையாவும் இருக்கு...”

“யோசனையான்னா...?”

“இங்க நின்னு பேச வேண்டாம். நாம அந்தப்பக்கமா போவோமா?”

“தாராளமா... அந்தக் கரட்டுப்பக்கம் போய்ட்டு வருவோம். எனக்கு ஆட்சேபணை இல்லை.”

மெல்ல நடந்தபடியே கேட்டான்.

“நாம மட்டுமா?”

“ஏங்க... பயமா இருக்கா?”

“விவகாரமான விஷயங்கள்ல விவேகம் ரொம்ப முக்கியம் தம்பி...”

“அப்ப ஒரு கூட்டமா போனா உங்களுக்கு ஆட்சேபணை இல்லையே...”

“கூட்டமாவா... நானும் கரடியா கத்திப் பார்த்துட்டேன். ஒரு பய வரமாட்டேங்கறான்.”

"நான்தான் வரேங்கறேன்ல...?"

ராஜேந்திரன் மடக்கிப் பிடித்துப் பார்த்தான்.

தமிழ் ஆசிரியர் ஏனோ தயங்கி நின்றார். அதற்குள் துக்கம் கேட்க வந்த கோவிந்த நாயக்கரும், அவரது மருமகன் ராஜமாணிக்கமும் தங்களோடு வந்திருந்த கூட்டத்தோடு திரும்பத் தொடங்கியிருந்தனர்.

போகும்போதும் ராஜமாணிக்கம், ராஜேந்திரனை ஒரு பார்வை பார்த்துக்கொண்டே போனான்.

"ராஜமாணிக்கம் தம்பி உங்கள பாத்துகிட்டே போகுது. அது இந்த ஊரோட அடுத்த நாட்டாமை..."

"பார்வையே சரி இல்லையே...?"

"ஆளும்தான்... அதவிடுங்க தம்பி, இப்ப என்ன பண்ணலாம்."

"என்ன பண்ணலாம்னா... வாங்க கரட்டுப்பக்கம் போய் பார்ப்போம்."

தமிழாசிரியர் சுற்றுமுற்றும் பார்த்துவிட்டுத் தயங்கித் தயங்கி நடக்கத் தொடங்கினார்.

அந்தக் கிராமத்தின் மண் சந்துகளில் புகுந்து புகுந்து நடந்த அவர்களை அங்கங்கே சிலர் வியப்பாக பார்த்தனர்.

"இது ஒரு வித்யாசமான ஊரு... படிச்சவங்கள விரல் விட்டு எண்ணிப்புடலாம். எவ்வளவுதான் எடுத்துச் சொன்னாலும் அவங்க புடிச்சதுதான் பிடிம்பாங்க. தெரியாத்தனமா இவங்களுக்கு நடுவில் நான் படிச்சிட்டு தமிழ் ஆசிரியரா வேற வந்துட்டேன்..."

ஆசிரியர் பேச்சு கொடுத்துக்கொண்டே நடந்தார்.

"கரட்டுப்பக்கம் போறோம்னாலே ஒரு மாதிரி பாப்பாங்க. இதுல ஊர்பூரா யாரும் அந்தப்பக்கம் தனியா போக வேண்டாம்னு தமுக்கு வேற... கேக்கவே வேடிக்கையா இல்ல..."

ஆசிரியருக்கு வருத்தம் பொங்கிக்கொண்டு வந்தது.

"ஆமா கரட்டுக்கு எவ்வளவு தூரம்?"

"தா பக்கம்தான்... அதோ தெரியுது பாருங்க..."

அவர் கைகாட்டிய திசையில் ராஜேந்திரனும் பார்த்தான். ஒன்றிரண்டு பனைமர உயரத்தில் துளியும் பசுமையின்றி, முள்ளுமுரடான பாறைகளுடன் கரடும் கண்ணில் பட்டது. கரட்டை ஒட்டி நீண்ட புல்வெளியோடு கண்மாய்க்கரை. கண்மாயில் தளும்பத் தளும்ப தண்ணீர்!

"இந்தக் கரைமேல கிட்டிப்புள்ளு, திருடன் போலீஸ் விளையாட்டுன்னு அப்படி விளையாடுவோம்... இப்ப பாருங்க எப்படி வெறிச்சு கிடக்குது..."

ஆசிரியர் வருத்தம்கொள்ள கச்சிதமாக புல்வெளியின் ஆரம்ப கட்டத்தில் நின்றிருந்தான் ராஜேந்திரன். மெதுமெதுப்பான அதன்மேல் சிறிது தூரம் நடந்தவன், ஒரு இடத்தில் அப்படியே நின்றான். காலடியில் அந்த நிலப்பரப்பில் ஒரு மெல்லிய நடுக்கம்!

3

> “ஒரு உயிர் உடலைவிட்டுப் பிரிந்தபின் என்னவாகிறது என்பதைப்பற்றி கருடபுராணம் தெள்ளத் தெளிவாகக் கூறுகிறது. அதன்படி உடம்பை விட்டுப் பிரிந்த உயிர் பிரேத ஜென்மம் எடுக்கிறது. பிரேத ஜென்மம் எடுத்துவிட்ட பின் அது காற்றாய் அலையும். எந்த வம்சத்தின் வழியில் அந்த உயிர் மண்ணில் பிறந்ததோ, அந்த வம்சத்தவர்களை, பிரேத ஜென்மம் எடுத்த ஆத்மா சுற்றிச்சுற்றி வரும். குறிப்பாக தான் வாழ்ந்த வீட்டின் முன் அது தவம் கிடக்கும். வாழ்ந்த நாளில் மட்டுமல்ல, இறப்புக்குப் பிறகும் ஆசை என்னும் பற்று அதை விடாது. இப்படி பற்றுதல் அகலாமல் சுற்றிவரும் பிரேத ஜென்மத்திற்குச் சாந்தி கிடைக்கச் செய்யும் வழிமுறைகள்தான் கர்மகாரியங்கள் எனப்படுகின்றன!”

காலடியில் ஏற்பட்ட நடுக்கத்தை ராஜேந்திரனும் உச்சந்தலை வரை உணர்ந்தான். சட்டென்று நகர்ந்து நின்றவனாக குனிந்து கீழே பார்த்தான். சாதாரண கண்மாய்க்கரை புல்தரை! தமிழ் ஆசிரியரும் அவன் செய்கையைக் கவனித்தார்.

“என்ன தம்பி... என்ன கீழ பாக்கறீங்க?”

“காலடி தரைப்பரப்புல ஒரு நடுக்கம். நீங்க ஃபீல் பண்ணலியா?”

“இல்லியே...”

“ஆச்சர்யமா இருக்கே...” - பதிலோடு திரும்ப முன் நின்ற இடத்தில் சென்று நின்றான். இந்தமுறை அவனால் எதையும் உணர முடியவில்லை.

“என்ன தம்பி... இப்பதான் இந்தப்பக்கம் வந்து கால எடுத்து வெச்சிருக்கீங்க... அதுக்குள்ள பூமி நடுங்குதுங்கறீங்க. நடுங்கறது பூமியா, இல்லை உங்க மனசா?”

தமிழ் ஆசிரியர் கேள்வியில் கொஞ்சம் கிண்டலும் ஒளிந்திருந்தது. அது ராஜேந்திரனைக் கொஞ்சம் நிரடியது. அவரை சற்று கசங்கலோடு பார்த்தான்.

“அது என்னவோ தெரியல... இந்தப்பக்கம் யார் வந்தாலும் சரி இப்படித்தான் என்னத்தையாவது சொல்றாங்க. ஆடு மாடுங்களும் அலறிகிட்டு ஓடுதுங்க, வேட்டியில் தீப்பிடிக்கிறதுங்கறாங்க.”

தமிழ் ஆசிரியர் ஆதங்கத்துடன் பேசியபடியே அந்தச் சூழ்நிலையை ஆழமாக ஒரு பார்வை பார்த்தார். ரம்யமான சூழல். கண்மாய் நீர் மேல் காற்று கட்டித்தழுவிக் கொண்டிருந்தது. அதனால் கவிதை வரிகள்போல தண்ணீர்ப் பரப்பின் மேல் மேடும் பள்ளமுமான அலைவரிகள்!

கரை முழுக்க பார்த்து விரித்த பச்சைக் கம்பளம், பனிக்காக பொசிந்த புற்கள். எதிரில் தெரிந்த காத்தான் கரடும் ஒரு அசுரனின் தலைபோல முண்டுமுண்டான பாறைகளுடன், அலைகளின் மேல் பரவிக்கிடக்கும் பிரண்டைக் கொடிகளுடன் காட்சியளித்தது. ஒரு பாறைமேல் ஓட்டப்பந்தயக்காரனைப் போல் ஒரு ஓணான் முன் இரண்டு கால்களை மட்டும் உயர்த்தி தனக்குக் கீழே கண்மாய்க்கரை மேல் தெரியும் தமிழ் ஆசிரியரையும், ராஜேந்திரனையும் பார்த்தபடி இருந்தது.

“பாருங்க தம்பி... எவ்வளவு அழகான சூழ்நிலை... இங்க ஒரு பயங்கரம் இருக்குதுன்னா நம்ப முடியுமா?”

தமிழ் ஆசிரியரின் கேள்வியில் உள்ள நியாயத்தோடு அவரைப் பார்த்தவன் “சரி வாங்க கரட்டுக்குள் போய் பார்ப்போம்” என்றான். அந்தக் கேள்வி முன்னால் மட்டும் அவர் சற்றுத் தயங்குவதும், தடுமாறுவதும் நன்கு தெரிந்தது.

“என்ன...?”

"இல்ல... நாம ரெண்டு பேர் மட்டும் மேற்கொண்டு போவது எனக்கு அம்புட்டு விவேகமா படலை!"

"அதுக்கென்ன பண்றது... ஊர்ல கூப்ட்டா யாரும் வரமாட்டாங்கன்னும் சொல்றீங்க... அதேசமயம் விவேகமில்லைன்னும் சொல்றீங்க... அதேசமயம் தப்பா பயப்பட இங்கே எதுவுமில்லைங்கற மாதிரியும் பேசறீங்களே... உங்கள புரிஞ்சிக்கவே முடியலியே..."

"தம்பி... நான் தெளிவாதான் இருக்கேன். இப்பவும் சொல்றேன். இந்தக் காத்துகருப்பு பயமெல்லாம் எனக்கு இல்லை. நான் கடிதத்துல எழுதியிருந்த மாதிரி இங்க அந்தக் கைதிதான் எதாவது பூச்சாண்டி காட்டிகிட்டு இருக்கணும். அப்படிப்பட்ட ஒருத்தனால ராமசாமி ஒருத்தன் செத்தது போதும்கறதுதான் என் அபிப்ராயம். நாம போனா நம்பளையும் எதையாவது பண்ணி பயமுறுத்தி சதாய்க்கப் பார்ப்பான்..."

"சரிங்க... நாம பயந்தா தானே?"

"சரி தம்பி... பயப்படலைன்னே வெச்சுப்போம். ஒளிஞ்சிருந்து கத்திய கித்திய வீசிட்டான்னா...'?"

ஆசிரியர் கேள்வியில் ஒரு நியாயமிருப்பதாகத்தான் தோன்றியது.

ராஜேந்திரனும் தாடையைத் தடவினான்.

"ஏன் சொல்றேன்னு உங்களுக்கு இப்ப புரியும். நான் என்ன சொல்றேன்னா, கரட்டை சுத்தி வளைச்சு ஒரு கூட்டமா நுழையணும். அப்பதான் அவனும் மாட்டுவான். நமக்கும் எதுவும் ஆகாது."

"சரி ஒரு கூட்டத்தை கூட்டுவோம்..."

"அங்கதான் இப்ப சிக்கலே. நான் இப்ப சொல்றத நல்லா கேட்டுக்குங்க. இதான் சாத்தான் கரடு. நல்லா பார்த்துக்குங்க. இப்ப எதுவும் செய்யாம என்கூட திரும்பிடுங்க..."

"திரும்பிட்டு...?"

"நாளைக்குக் காலையில் நாம ரெண்டுபேரும் போய் பக்கத்து ஊர் ஸ்டேஷன்ல கம்ப்ளைண்டு கொடுப்போம். நான் தனியாளாப் போய் பேசறதுக்கும், ஒரு பத்திரிகை சக்தியான உங்களைக் கூட்டிகிட்டு போய் பேசறதுக்கும் நிறைய வித்யாசம் இருக்கு. போலீஸ்ல உங்க வார்த்தையைத் தட்டமாட்டாங்க. ஒரு பத்து பதினைஞ்சு போலீஸ்காரங்களோட வருவோம். அப்படி வந்தாத்தான் பொறவு எல்லாம் நேராயிடுமே...?"

ஆசிரியர் தீனதயாளனின் கருத்திலும் ஒரு நேர்த்தி தெரிந்தது. நாளை காலை வரை இந்தக் கிராமத்தில் எங்கே பொழுதைக் கழிப்பது என்ற கேள்விக்கும் வாத்யாரே பதில் கூறினார்.

"தம்பி... என்ன யோசனை? நீங்க நம்பவீட்ல தங்கிக்கலாம். நான் ஒரு ஒண்டிக்கட்டை! என் பொண்டாட்டி பரலோகம் போய் பல வருஷம் ஆச்சு. ஒரே மகள். அவளையும் சேரன்மாதேவில் ஒரு வாத்யாருக்குத்தான் கட்டிக்கொடுத்துருக்கேன். அப்பப்ப பேரன் பேத்திகளோட என் மக மட்டும் வந்துட்டு போகும். மத்த நாள்ள எல்லாம் கிடைக்கற புத்தகங்களை எல்லாம் படிச்சிட்டு மோட்டுவளைய பாத்துகிட்டே உக்காந்திருப்பேன். பல கிராமத்து ஆசிரியர்களோட இன்றைய நிலை இதுதான். ஏதோ பென்ஷன்னு ஒண்ணு வருது. இல்லாட்டி ரொம்பவே நாறிடும் பொழப்பு..."

ஆசிரியர் பேசிக்கொண்டே திரும்பி நடந்தார். ராஜேந்திரனுக்கும் சற்று ஏமாற்றமாக இருந்தாலும் ஆசிரியரின் கருத்துகளில் உள்ள நியாயம் அவனைக் கட்டிப்போட்டு விட்டது. அவரோடு மௌனமாக நடந்தான்! ஒரு கட்டத்தில் திரும்பி, ஒரு குறிப்பிட்ட இடத்தில் நின்றுகொண்டு தனக்கு நேர் எதிரே தெரியும் கண்மாயுடன் கூடிய காத்தான் கரட்டை தன் கேமராவுக்குள் சிறை பிடித்தான்.

க்ளிக்!

✦✦✦

ஊரின் மண்பாதை மேல் ஜல் ஜல் என்று கோவிந்த நாயக்கரின் வில் வண்டி! உள்ளே ஜோசியர் மார்த்தாண்டம் பிள்ளை அமர்ந்திருந்தார். நெற்றி கொள்ளாத விபூதிப்பட்டை. நடுவில் பைசா அகல குங்குமப் பொட்டு, விரல் கொள்ளாதபடிக்கு நவரத்ன மோதிரங்கள், கழுத்திலும் ருத்ராட்ச மாலை என்று ஒரு சிவப்பழமாக ஜொலித்தார். சட்டென்று அவர் வந்த வண்டியிடம் ஒரு தேக்கம். எதிரில் ராமசாமியின் சடலம் ஒரு அலங்கரிக்கப்பட்ட பூப்பல்லக்கில் ஆட்டம்பாட்டத்துடன் வந்து கொண்டிருந்தது.

வப்பாளத்தான் ஒருவன் சடலத்துக்கு முன்னாலே வெடி போட்டுக்கொண்டே வந்தான். பாணம் போல சீறிக்கொண்டு வானில் ஏறிய தீக்கோடுகள் அந்தரத்தில் வெடித்துச் சிதறி சுற்றுவட்டாரத்தையே அதிரவிட்டுக் கொண்டிருந்தன.

வண்டிக்காரன் வண்டியை ஓரம்கட்டி நிறுத்திவிட்டு, பின்னால் திரும்பி ஜோசியரைப் பார்த்தான்.

"என்னய்யா... பொணம் வருதா?"

"ஆமாங்க... எங்க ஊர் ராமசாமியைதான் கருப்பு அடிச்சிபுடுச்சிங்களே..."

"ஓ... அந்த கேஸா! போகட்டும் விடு. போகற நேரம் வந்தா எமன் எப்படி வேணாலும் வருவான். இவன் வரைல காத்துகருப்பு வந்து கொண்டுக்கிட்டு போய்ட்டான் போல... என்ற வரைல இது நல்ல சகுனம். நான் எதுக்கு வந்துருக்கேனோ, அந்த காரியம் நல்லபடி முடியும். எப்பவுமே நம்ம மிராசு காட்டுலதான் மழை பெய்யுது!"

ஜோசியரின் ஸ்லாகிப்புக்கு நடுவே ராமசாமியின் பிணம் பக்கவாட்டில் பலமான தப்பட்டை சப்தத்துடன் கடந்து போயிற்று. பின்னால் உறவுக்கூட்டம். அதில் பேச்சியும் இருந்தாள். அவளை சில உறவுக்காரப் பெண்கள் கைத்தாங்கலாக பிடித்தபடி இருந்தனர். அந்தப் பாதை சில அடியிலேயே வளைந்து திரும்பியது.

பேச்சியும், அந்தப் பெண்களும் அத்தோடு நின்றுவிட, பிணத்தை மற்றவர்கள் சுடுகாட்டுப் பக்கமாகத் தூக்கிக்கொண்டு போனார்கள்.

ஜோசியர் வண்டிக்குள் இருந்தபடியே அந்தக் காட்சியைப் பார்த்துக்கொண்டிருக்க, வண்டிக்காரனும் மாட்டின் வாலை மடக்கி வண்டியை நடுச்சாலைக்குக் கொண்டு சென்றபடி இருந்தான். அந்த இடைவேளையில்தான் தன்னை மறந்து அழுதபடி இருந்த பேச்சி, சட்டென்று ஒரு ஆவேசத்துக்கு மாறி விருட்டென்று திரும்பி வண்டிக்குள் இருக்கும் ஜோசியரைப் பார்த்தாள்.

அவளது கண்ணிரண்டும் ரத்தக்கங்கு போல அகண்டுபோய் அனலடித்தது. அந்தப் பார்வை ஜோசியரையே வெலவெலக்கச் செய்தது. வண்டியும் வேகமெடுக்க ஆரம்பித்து விட்டது.

ஆயக்குடியிலேயே பெரிய பூச்சுவீடு கோவிந்த நாயக்கர் வீடுதான். வீட்டு முகப்பில் இரண்டு வாலிபால் விளையாட்டுத்தளம் அமைக்கலாம். அவ்வளவு இடம்! அதில் ஒரு ஓரமாக அறுவடையான நெற்கதிர்கள் கட்டுக்கட்டாகக் கட்டப்பட்டு அடுக்கப்பட்டிருந்தன. வீட்டு முகப்பில் பெரிய இரும்பு கிராதி கேட். அதன் வழியாக டிராக்டரும், நாயக்கரின் காரும் வந்திருந்தன. பின்னாலேயே ஜோசியர் வந்த வில்வண்டி.

மாட்டின் கழுத்து மணிச் சப்தம் ஜோசியர் வந்துவிட்டதை உள்ளிருக்கும் கோவிந்த நாயக்கருக்கு உணர்த்தும் போது, மொட்டைமாடியில் நாவிதன் அவரது பக்கத்தில் முடியை மழித்துக் கொண்டிருந்தான். கூச்சமான பாகம் அது. கொஞ்சம் சிணுங்கினாலும் ரத்தக்கோடு உருவாகிவிடும். எனவே நாயக்கரும் சுயக்காப்போடு, “தா யாருடா அங்கே...?” என்று குரல் கொடுக்க, சில வேலைக்காரர்கள் அவரை நோக்கி ஓடத் தயாராயினர்.

“ஜோசியர் வந்துருக்கார் பார்... முன்னால சுரைக்கொடிக்குக் கீழ மூங்கில் நாற்காலிய போட்டு உக்காத்தி வைங்க. குளிச்சுட்டு வந்துடறேன்னும் சொல்லுங்க...” என்றார்.

அவர்களும் ஓடினர். வண்டியை விட்டு இறங்கிய ஜோசியரை வீட்டு முகப்பில் பொசுபொசுவென்று தழைத்திருக்கும்

சுரைக்கொடிக்குக் கீழ் மூங்கில் நாற்காலியைத் தூக்கிப்போட்டு அதில் அமரவைத்தனர்.

"ஐயா இப்பதான் முடிவெட்டிகிட்டார், குளிச்சிட்டு வந்துடறாராம். சொல்லச் சொன்னாரு..." என்றும் சொல்லிவிட்டுச் சென்றனர். ஜோசியர் எப்போதும் வெற்றிலை போடுபவர். தூக்கத்தில் கூட அவரது வாயில் அசைவு இருக்கும். கூடவே சட்டைப் பாக்கெட்டில் ஒரு வெள்ளிக் கம்பி... அதுதான் பல்லிடுக்கிலிருக்கும் பாக்குத்தூளை அப்புறப்படுத்தும், அது ஒரு சுகமான அனுபவம். அந்த அனுபவத்துக்கு அவரும் தயாராகி பல்லைக் குடையும் சமயம், "வாங்க ஜோசியரே" என்றபடி முன்னால் வந்தான் ராஜமாணிக்கம்.

"வாலே... மயிலக்காளை..." என்றார் ஜோசியரும்.

"என்ன ஜோசியரே... நாள் பாத்துட்டீங்களா?"

"பொறவு... அதைச் சொல்லத்தானே வந்துருக்கேன்!"

"ரொம்ப சந்தோசம்... என்ன சாப்பிடுதீய...?"

"உன் வீட்ல நான் அடுத்து சாப்பிடறது கல்யாணச் சாப்பாடாதான் இருக்கணும்லே..."

அவன் அதைக்கேட்டு வெட்கப்பட்டான். அப்போது அவனது அக்காவும், நாயக்கரின் மனைவியுமான வஞ்சியம்மாளும் ஜோசியரைப் பார்த்துவிட்டு நீண்ட தன் சேலை முந்தியால் முகத்தை ஒத்தியபடியே வந்து நின்றாள்.

"வாங்க ஜோசியரே..."

"அதான் வந்துட்டேன்ல... ஆமா எங்க பாப்பா?"

"யாரு தேன்மொழிய கேக்குறீங்களா?"

"பொறவு...?"

"அது உள்ள டி.வி. பார்த்துகிட்டு இருக்குது... எப்பவும் டி.வி. தான். அது மட்டும் இல்லாட்டி, என் பொண்ணை நான் எப்படிப் பார்ப்பேன்னே சொல்ல முடியாது. சதா அது மூஞ்சில் ஒரு வருத்தம்!"

“கவலைப்படாதீங்க... எல்லாம் கல்யாணத்துக்குப் பொறவு தானா சரியாயிடும். நம்ம மாப்ளை ராஜமாணிக்கம் எதுக்கு இருக்காரு...?”

“இவன் கிடக்கிறான். இப்ப அடக்க ஒடுக்கமா இருக்கறவன், ஆரம்பத்துலேயே இருந்துருந்தா எப்பவோ இவனுக்கும், என் மகளுக்கும் கல்யாணம் ஆகி, இப்ப இந்த வீட்ல ஒண்ணுக்கு ரெண்டு பேரம் பேத்தில்ல திரிஞ்சிட்டிருக்கும்...?”

“அக்கா... இப்ப எதுக்காக பழைய குப்பையை கௌர்றே. அதான் நான் பழசை எல்லாம் மறந்துட்டு இப்ப நல்லபடி இருக்கேன்ல...? இப்ப கூட பாரு... மாமாவோட வியாபார விசயமா திருநெல்வேலிக்குத்தான் கிளம்பிகிட்டிருக்கேன். எவனோ ஒரு நாய்ப்பய கை நீட்டி அம்பதாயிரத்தை வாங்கிட்டு வட்டி கூட தராம இருக்கானாம். அவனையும் பார்த்து பணத்தை வாங்கிட்டு வரத்தான் கிளம்பிகிட்டிருக்கேன்...”

“அப்ப நீ கிளம்பு. ஜோசியர்கிட்ட நாங்க பேசிக்கிறோம்” - வஞ்சியம்மா அவனைக் கிளப்பிவிட்டு ஜோசியருக்கு எதிரில் அமர்ந்தாள். ஒரு பெருமூச்சும் விட்டாள். நாயக்கரும் குளித்துவிட்டு துவட்டிய தலையுடன் வந்து, “வாங்க ஜோசியரே...” என்றபடி எதிரில் அமர்ந்தார்.

“நாள் பார்த்துட்டேன்யா... வர்ற ஆவணில இரண்டு முகூர்த்தம் மாட்டுது. எதுல வேணா கல்யாணத்த வெச்சுக்கலாம். உங்க சௌகர்யம்தான்” என்று நாயக்கர் கேட்கும் முன் சொல்லி முடித்தார்.

“சந்தோசம்... பொண்ணு ஜாதகத்தைப் புடம் போட்டு பார்க்கணும்னீங்களே... பாத்திகளா?”

“தாராளமா... ஒரு பிரச்சினையுமல்ல. உங்க மகளுக்கு இனிமேல்தான் காலமே... இவ்வளவு நாளும் ஏழரை சனில்ல ஆட்டிப் படைச்சிட்டிருந்திருக்கான்...?”

“அப்ப இந்தக் கல்யாணம் நல்லபடி நடக்கும். என் மகள் எதிர்காலமும் நல்லா இருக்கும்கறீங்க...”

"கற்பூரம் கொண்டுகிட்டு வாங்க, சத்தியமே பண்ணிச் சொல்வேன். இந்த மார்த்தாண்டம் பிள்ளை சொன்னா, அந்த ஆதிசிவனே சொன்ன மாதிரி. அம்புட்டும் கணக்கு, பிசகில்லாத கணக்குங்க நாயக்கரே..."

"என்ன கணக்கோ... காசு பணத்துக்கோ, பேரு புகழுக்கோ குறையில்லை. பொண்ணும் ராஜாத்தி மாதிரி இருக்கா. ஆனா கல்யாணம்னு இறங்கினப்பல்லாம் அசிங்கப்பட்டுட்டேன். ஒரு மாப்ளையா, ரெண்டு மாப்ளையா... ஹூம்!"

"ஐய்ய... இப்ப எதுக்கு அந்தப் பேச்சு. அதான் எல்லாம் முடிஞ்சு உங்க மச்சினப் பிள்ளையே மாப்பிள்ளையாகப் போறாருல்ல. இங்க இவங்களுக்குன்னு போட்டுருக்கும்போது வெளிய இருந்து ஒருத்தன் வந்துர முடியுமா? கல்யாணம்கறது நாம நடத்தற விஷயம் இல்ல நாயக்கரே. அது எப்பவோ முடிவான ஒண்ணு. நேரம் காலம் வரும்போது எல்லாம் தானா நடக்கும்!"

"ரொம்ப சந்தோசம். இந்தத் தடவை என் மக கல்யாணம் ஒரு சின்ன தடையுமில்லாம நடந்தே தீரணும். தப்பித்தவறி முன்ன மாதிரி இடக்குமடக்கா எதாச்சும் நடந்தா நானும் சரி, என் மவளும் சரி நாண்டுகிட்டு செத்துப் போயிடுவோம்..."

நாயக்கர் மளுக்கென்று உடைந்துபோயும் பேசினார்.

"அப்படி எல்லாம் ஆவாது... நான் குறிச்சிருக்கிற முகூர்த்தத்துல உங்க பொண்ணு கழுத்துல தாலி ஏறியே தீரும். இது சத்தியம்..." என்றார் ஜோசியர்.

அப்போது அவர் தலைமேல் ஒரு பழுத்த சுரைக்காய் பொத்தென்று விழுந்து, அவரைத் திடுக்கிட வைத்தது. அது ஒரு அபசகுனமாகவும் நாயக்கர் வரையில் தோன்றவே அவரும் கலங்கிவிட்டார்.

சுரைக்காய் காம்பு கிண்ணென்றிருந்தது. அது எப்படி வெட்டியதுபோல விழுந்தது என்று ஆச்சரியப்படும்போதே

கிராதி கேட்டுக்கு வெளியே கேட் கம்பிகளைப் பற்றிக்கொண்டு வெறித்த விழிகளோடு வந்து நின்றிருந்தாள் சின்னபேச்சி!

அவள் கண்களில் ஒரு வெறிப்பு, அதில் அனலடித்துக் கொண்டிருந்தது!

4

> "கருடபுராணக் கூற்றுப்படி எவராயிருப்பினும் அவர் இறந்துவிட்டால் அவரது உடல் யமபுரிக்குத்தான் செல்லும். பூமிக்கும் யமபுரிக்கும் இடையே எண்பத்தாறாயிர காத தூரம் உள்ளது என்கிறது அது. யமகிங்கரர்கள் உயிரைக் கைப்பற்றி யமபுரிக்கு அழைத்துச் செல்வார்கள். அங்கு யமதர்மனும் அந்த ஜீவனைப் பார்த்து முடித்து, திரும்பவும் பூ உலகில் அவன் வாழ்ந்த இடத்தில் விட்டுவரப் பணிப்பான். திரும்பவும் அந்த உயிர் பூ உலகை அடைந்து தனது பிணத்தைச் சுற்றி நடைபெறும் கர்மகாரியங்களைக் கண்டிடத் தயாராகும். காற்று வடிவில் பிணத்துக்கு பத்து முழ உயரத்தில் சஞ்சரித்தபடியே அது பன்னிரண்டு நாட்கள் கர்மகாரியங்களைக் கண்டபடியே இருக்க வேண்டும். இந்த பன்னிரண்டு தினங்களில்தான் அந்தக் காற்றுச் சரீரத்துக்கு பிண்டத்தாலான சரீரம் உருவாகும். இந்த சரீரமும் ஒவ்வொரு நாளும் செய்யப்படும் கர்மகாரியத்திற்கு ஏற்ப 'சிரசு, கழுத்து, மார்பு, வயிறு, இடுப்பு, தொடை, முட்டி, கீழக்கால், தொண்டை, பாதம்' என்று வளர்ந்து பதினோறாம் நாள் முழுபிண்ட சரீரமாகத் திகழும்... இந்த பிண்ட சரீரம்தான் கர்மகாரியங்களுக்குப் பிறகு அவனது பாவ புண்ணியங்களுக்கு ஏற்ப அடுத்த கட்டத்தை அடையப்போகும் ஒன்றாகும்!"

கிராதிக் கதவுக்கு அப்பால் இருந்து பார்த்த பேச்சியின் பார்வை, ஜோதிடர் மார்த்தாண்டம் பிள்ளையைப் பிராண்டியது. சின்னப்பேச்சி அப்படிப் பார்ப்பதை கோவிந்த நாயக்கரும் பார்த்தார்.

“அது யாரு... செத்துப்போன ராமசாமி மவ மாதிரி இல்ல?” என்றும் கேட்டார். கேட்டபடியே கையை அசைத்து சின்னப்பேச்சியை உள்ளே வரச் சொன்னார். அவளோ குத்துவதுபோல பார்த்தபடியே நின்றாள்.

“அந்த புள்ளைக்கு என்ன... ஏன் அது அப்படியே நிக்குது?” என்று கேட்ட கோவிந்த நாயக்கருக்கு, மாட்டுக்கு பில்லுக்கட்டு ஒன்றைத் தூக்கிச் சென்றபடி இருந்த வேலைக்காரன்தான் பதில் சொல்லத் தொடங்கினான்:

“ஐயா... அது அப்பா செத்ததுல இருந்தே சரியில்லீங்க. ராமசாமியைத் தாக்குன காத்துகருப்பு, அந்தப் புள்ளையையும் தாக்கியிருக்கு. கோடாங்கி வந்து விரட்ற வரை அது இப்படித்தான் இருக்கும்னு சொல்றாங்க...”

“எல்லாம் சரிடா... கோடாங்கி எங்கடா? அவன் என்ன... கடல் கடந்து தேசாந்தரமா போய்ட்டான். இந்தப் புள்ளையை இப்படியே விட்டா எப்படி... பாரு... அது பாக்கற பார்வையை...”

“நெசந்தாங்க... நம்ம சாமக்கோடாங்கி திருப்பதிக்கு சாமி கும்புடப் போயிருக்கானாம்...”

அவர்களின் பேச்சுக்கு இடையே சட்டென்று சின்னப்பேச்சியிடம் ஒரு மாற்றம். அவள் சாதாரணமாக மாறி உள்ளே நடந்து வந்தாள். அழுக்கான பாவாடை, கிழிந்த மேல்சட்டை, சற்றே சடைபிடித்த தலைமுடி, கண்களில் மட்டும் கட்டியாக உறைந்து தெரியும் சோகம். வறுமையின் கோரப்பிடியில் சிக்கிவிட்ட ஒரு அப்பட்டமான கிராமத்துப் பெண்ணாகத் தெரிந்தாள். பார்க்கவே மிகவும் பரிதாபமாக இருந்தது. முன்பு பார்த்த அந்தப் பார்வை. மூர்க்கம் துளியும் இல்லை. கண்களிலும் லேசாக கண்ணீர் திரள ஆரம்பித்திருந்தது. நாயக்கரும் நயமாக வாய் திறந்தார்.

“ஏ பாப்பா... எங்க வந்தே... யாரைப் பார்க்கணும்?”

“எங்கப்பா செத்துப்போச்சு...”

“ஆமான்டா கண்ணு... அதான் நான்கூட உங்க வீட்டுக்கு வந்தேனே... நீ கவலைப்படாதே. நான் இருக்கேன் உனக்கு...”

"அப்பா பாவம்... அப்பா கழுத்தை நெறிச்சு..." சின்னப்பேச்சி நாயக்கரிடம் ஏதோ சொல்ல வந்தாள். ஆனால் சட்டென்று குரல் உடைந்து, "கழுத்தை நெறிச்சு... கழுத்தை நெறிச்சு..." என்பதில் சிக்கிக்கொண்டாள். 'புஸ் புஸ்' என்று பெருமூச்சும் வாங்கத் தொடங்கியது. கன்னமிரண்டும் வீங்கி, முகத்திலும் திரும்பவும் ஒருவித கோரமான மாற்றம். நாயக்கருக்கே அவளது மாற்றம் பயத்தைத் தந்தது. நல்லவேளை வேலைக்காரன் ஒருவன் வந்து அவளை இழுத்துச் செல்லத் தொடங்கினான்.

நாயக்கர் ஜோசியர் பக்கம் திரும்பினார்.

முகம் முழுக்க ஒரே கலக்கம்.

ஜோசியரும் கலங்கித்தான் போயிருந்தார்.

"பாத்தீங்களா ஜோசியரே... ஒரு பிஞ்சு மனசு எம்புட்டு துடிக்குது பாத்தீங்களா... கழுத்தை நெறிச்சுன்னு ஏதோ சொல்ல வந்துச்சு. ஆனா அதால சொல்ல முடியல... ராமசாமியை ஒருவேளை எவனாவது கழுத்தை நெறிச்சுதான் கொன்னுபிட்டானோ?"

நாயக்கர் அப்படி ஒரு புள்ளியில் வந்து நிற்பார் என்று ஜோசியர் எதிர்பார்க்கவில்லை.

"ஜாதகத்துல இப்படித்தான் சாகணும்னு எழுதி இருக்கும், செத்தும் போயிட்டான். இனி இதைப்போய் எதுக்கு ஆராய்ச்சியெல்லாம் பண்ணிகிட்டு. நீங்க நம்ம ராஜமாணிக்கம் கல்யாண விஷயத்துக்கு வாங்க..." என்றார்.

"என்னத்த வர்றது... முகூர்த்த தேதி சொல்லவந்த உங்க தலைமேல சுரைக்கா விழுவுது. சகுனமே சரியா தெரியலியே..."

"ஐய்யய்யோ... அதெல்லாம் ஒண்ணுமில்ல. இந்தவட்டம் உங்க மக கழுத்துல தாலி ஏறியே தீரும். அதுல எனக்கு ஒரு சந்தேகமும் இல்லை. இன்னும் பத்து நாள்ள உங்க மகளுக்கு ராகு திசை முடிஞ்சு, குரு திசை ஆரம்பமாகுது. ராகுவாலதான் இம்புட்டு நாளும் சிக்கல். குரு உங்க பொண்ணுக்கு சுபக்கிரகம். நல்ல இடத்துல வேற உட்கார்ந்துருக்கான். மங்களகாரகன் செவ்வாயும் உச்சமா இருக்கான். ஆகையால் உங்க மவ வரைல

இனி கல்யாணம் நடக்காம போவதில்லை. அதனால ஒரு பிரச்சினை வரவோ வாய்ப்பே கிடையாது. இதை நான் அடிச்சு சொல்றேன்" என்றார் ஜோசியர். அவர் பேச்சை ஜன்னல் அருகே நின்றபடி தேன்மொழியும் கேட்டுக் கொண்டிருந்தாள்.

"உங்க மகளை விடாம புத்துக்கு பால்விடச் சொல்லுங்க, பிள்ளையாருக்கு அருகம்புல் மாலையும் கட்டி போடச்சொல்லுங்க. புத்து ராகு அம்சம். அதுல பால் விடும்போது அது ராகுவால வரப்போற தோஷத் தாக்கத்தைத் தவிர்க்கும். பிள்ளையார் கேது அம்சம். அருகம்புல் பெருக்கிட்டு போற ஒண்ணு. அதனால பிள்ளையாருக்கு மாலை போடும்போது கேது கிரகத்தோட பலம் பெருகிக்கிட்டே போகும். அது எதிர்ப்புகளை அழிக்கும்..." என்று பரிகார முறையையும் சொன்னார்.

அப்போது தேன்மொழியை நோக்கி வந்த வஞ்சியம்மாள் காதிலும் அது விழுந்தது.

"ஏ புள்ள... கேட்டீல்ல? ஜோசியர் சொன்ன மாதிரி நடந்துக்கோ, இந்தவட்டம் உனக்குக் கல்யாணம் நடந்தே தீரணும்" என்றாள்.

"ஏம்மா... நான் இதை எல்லாம் செய்யாட்டி அப்ப இந்தக் கல்யாணம் நடக்காதா?" அவளும் திருப்பி எதிர்கேள்வி கேட்டாள்.

"என்னடி இது கேள்வி... நல்லது நடக்கணும்னு இருந்தாதான் இப்படி எல்லாம் காதுல விழுவும். நாமளும் அதை கப்புன்னு புடிச்சிக்கணும்..."

"என்னத்த புடிச்சிக்க... இந்த ராஜமாணிக்கத்துக்கு கழுத்தை நீட்றதுக்கு..." ஏதோ சொல்ல வந்தவள் அடக்கிக்கொண்டாள்.

"அடியே... நீ என்ன சொல்லப் போறேன்னு எனக்கு நல்லா தெரியும். இப்ப நாம இருக்கற இருப்புக்கு இவனை விட்டா உனக்கு ஒரு பையன் கிடைக்கறதுங்கறது அம்புட்டு கஷ்டம். பதினெட்டு பட்டிக்கும் உன் ஜாதக லட்சணம் தெரிஞ்சிருக்கு. உன்னை பொண் பார்க்க வந்தாலே ஏதாவது ஆயிடுதுங்கறதுதான் பேச்சே. பழசை மறந்துடாதே. நல்ல நேரத்துல முதல்ல போய்

சாமிய கும்பிட்டுபுட்டு வா. இங்க என் மனசு அடிச்சிக்கறது எனக்குதான் தெரியும்...” என்று வஞ்சியம்மாள் ஒரு பிடி பிடித்துவிட்டாள்.

தேன்மொழி முகத்தில் சுரத்தே இல்லை. ஜன்னல் வழியே வெளியே பார்த்தாள். ஜோசியர் கிளம்பிக்கொண்டு இருந்தார். நாயக்கர் தாடையைத் தடவியபடியே தீவிரமான சிந்தனையில் இருந்தார்!

✦✦✦

தமிழாசிரியர் தீனதயாளன் வீட்டில் ஏராளமான புத்தகங்கள். நல்ல விதமாய் அட்டை போட்டு, அட்டையில் பெயர் எல்லாம் எழுதி வைத்திருந்தார். சின்ன ஓட்டு வீடு. ஆனால், மனிதன் மனது வைத்தால் ஒரு குப்பை மேட்டில் கூட ஒரு சின்னமலையை உருவாக்கிக் கவர்ந்திழுக்க முடியும் என்கிற மாதிரி இருந்தது அவர் வீடு. அவருக்கென்று ஒரு கயிற்றுக்கட்டில். அதில் ஜமுக்காளம் விரிக்கப்பட்டு தலையணை ஒன்றும் இருந்தது, பார்த்த உடனேயே படுக்கத் தூண்டும் விதத்தில்...

ராஜேந்திரன் அவரது வீட்டையே ரசித்துக்கொண்டிருந்தான். புத்தக அறையில் இருந்து அட்டை போட்ட புத்தகங்களை எடுத்து பிரித்துப் பார்த்தான். பாரதிதாசனின் குடும்ப விளக்கு, கண்ணதாசனின் அர்த்தமுள்ள இந்துமதம், சாண்டில்யனின் ஜலதீபம், நா. பார்த்தசாரதியின் குறிஞ்சி மலர், கல்கியின் அலை ஓசை என்று ஜாம்பவான்களின் புத்தகங்களாகவே இருந்தது.

“பரவால்லே... நிறையவே படிச்சிருக்கீங்க...” என்று தமிழாசிரியரை, புக்கை புரட்டியபடியே பாராட்டவும் செய்தான்.

சட்டென்று ஒரு புத்தகத்தைப் பார்த்துவிட்டு முகம் மாறினான். ‘ஆவிகளுடன் பேசலாம்’ என்கிற அந்தப் புத்தகம், அவன் இதழ்கடையில் ஒரு சிரிப்பையும் பறித்தது.

“இப்படி கூட புத்தகமெல்லாம் இருக்குதுங்களே...” என்றான்.

“ஏன் தம்பி... இந்த ஆவி சமாச்சாரத்துல எல்லாம் உங்களுக்கு நம்பிக்கை இல்லையா?”

“உங்களுக்கு இருக்கா?”

“நான்னு கிடையாது... எல்லோருமே அந்த விஷயத்துல ஒரு இரண்டுங்கெட்டான்தான் தம்பி...”

“நான் இரண்டுங்கெட்டான்லாம் இல்லீங்க. ஆவிங்கறது என் வரைல இட்லி குக்கர்ல வருதுங்களே... அதுதான்!”

ஆசிரியர் அதைக்கேட்டு சிரித்தார். அதற்குமேல் எதுவும் பேசவில்லை.

“என்னங்க... நீங்க எதுவும் சொல்லலையே?”

“என்னத்த சொல்ல... அதான் சொல்லிட்டேனே, நான் ஒரு இரண்டுங்கெட்டான்னு...”

“அப்புறம் எப்படி உங்க ஊர் விஷயத்துல மட்டும் இந்த ஆவி விஷயத்தை நம்பாம எங்களுக்கு லெட்டர் போட்டீங்க?”

“என்ன தம்பி நீங்க... என் கண்ணுல அந்தக் கைதி பட்டுட்டான். இல்லேன்னா நான் உங்க பத்திரிகைக்கு லெட்டர் போட்டுருப்பேனாங்கறது சந்தேகம்தான்!”

“அப்படி வர்றீங்களா நீங்க... அப்ப உங்களை இந்தப் புத்தகம் பாதிச்சிருக்குன்னுதான் நினைக்கறேன்!”

“அது எனக்குத் தெரியாது. ஆனா ஒண்ணு... உசுர்னு ஒண்ணு நிச்சயமா இருக்கு. அது இல்லாம போகும்போதுதான் இவ்வளவு நாளா இருந்த அது எங்க போச்சுங்கற கேள்வி வருது...”

“உங்க கணக்குப்படி பார்த்தா, உயிர் உடம்பைவிட்டு பிரிஞ்சு எங்கையோ போகுது... அப்படிதானே?”

“இல்லையா பின்னே. பல வருஷமா உடம்போட இருந்து கட்டி வைச்ச அது வெளியேறிட்டதாலதானே பிணமாகுது உடம்பு. கண்ட துண்டமா வெட்டினாலும் உயிர்போன உடம்பு

சின்னத் துடிப்பைக்கூட காட்றதில்லையே... ஆனா அது உடம்புக்குள்ள இருக்கும்போது ஒரு சின்ன முள் குத்தினாலும் 'ஆ'ன்னு வாய்விட்டுல்ல கத்தறோம்...?"

"வாஸ்தவம்தான். உயிர்னு ஒண்ணு இருந்து அது பிரிஞ்சுபோன பின்னால பகுத்தறிவு பேசறவங்ககூட ஆத்மசாந்தி பத்தி பேசறாங்க. விலகிட்ட ஆத்மாவை நினைச்சு நினைவு நாள் கொண்டாடறாங்க. சிலை வைக்கறாங்க. ஆனா, அந்த ஆத்மா பேயா, பிசாசா உலவறதா சொல்றதுதான் இடிக்குது."

"அது எப்படிங்க... நீங்க சொல்றபடி பார்த்தா எவ்வளவோ கோடி பேர் செத்துருக்காங்க... அவ்வளவு கோடி பேய் பிசாசுல்ல இப்ப இருக்கணும்?"

"எல்லோரும் பேய் பிசாசு ஆக முடியாதபடி ஏதாவது ஒரு காரணம் இருக்கலாம் இல்லையா?"

"சரி... பத்து பேர் செத்தா, ஒருத்தர் பேயா பிசாசா ஆகறார்னு வெச்சுப்போமா?"

"அப்படி எல்லாம் சொல்ல முடியாது. அடுத்து பேய் பிசாசு எப்படி இருக்கும்னும் அனுபவப்படாம தெரிஞ்சுக்க முடியாது. ஓரளவு இந்த விஷயத்துல புராணங்களை வழிகாட்டியா எடுத்துக்கலாம். ஆனா அவைகளை பொய்னு சொல்லிட்டா, அதுவும் அடிபட்டுப் போயிடுது..."

"சரி... இந்தப் புத்தகம் என்ன சொல்லுது?"

"செத்தவங்களோட பேசலாம்னு சொல்லுது. அதுக்குப் பல வழிமுறைகள் இருக்குன்னும் சொல்லுது!"

"நீங்க அப்ப யார் கூடவாவது பேசிப் பார்த்தீங்களா?"

"இல்ல... அப்படி பேசணும்னா மனசு ஒரு புள்ளில குவியணும். வேற எந்த நினைவும் இருக்கக் கூடாது. இறந்தவங்களைத் தவிர யாரையும் மனசால நினைக்கக் கூடாது. இப்படி பல விஷயங்கள் சொல்லப்பட்டிருக்கு. எனக்கு அது சாத்தியமில்ல. அடுத்து பேசணும்னும் தோணலே..."

"இப்பகூட எதுவும் கெட்டுப்போகல... உங்க ஊர்ல மர்மமான முறைல ராமசாமிங்கறவர் செத்துருக்கார். ஆவி அடிச்சிட்டதா ஊர் நம்புது. ஆனா கைதிதான் காரணமா இருக்க முடியும்கறது உங்க எண்ணம். என் எண்ணமும் அதுதான். இப்படிக் கொல்லப்பட்ட ஓர் உயிர் நிச்சயமா அமைதியா ஆத்மசாந்தி அடைஞ்சிருக்க வழி கிடையாது..."

"அதனால...?"

"இந்தப் புத்தகத்துல சொல்லியிருக்கிறபடி ராமசாமியோட பேசிப் பார்க்கலாமா?"

ராஜேந்திரன் மிகச்சரியாக மையத்துக்கு வந்தான். தமிழாசிரியருக்கும் அவன் கேட்கவும், 'பேசிப் பார்த்தால் என்ன?' என்றுதான் தோன்றியது. "காசா பணமா, பேசிப் பார்ப்போம். ஆவின்னு ஒண்ணு இருந்தா வரட்டும். இல்லேன்னா நான் சொல்லலை... இட்லி குக்கர் ஆவி, அதுதான் நிஜம்னு எடுத்துக்குவோம்..."

"அதுசரி தம்பி... உங்களால மனசை ஒரு புள்ளில குவிக்க முடியுமா தம்பி... செத்துட்ட ராமசாமிய தவிர வேற யாரையும் நினைக்காம இருக்க முடியுமா?"

"முயற்சி செய்யறேன். ஒருவேளை அந்த ஆத்மா நாம நினைக்கற மாதிரி அமைதி இல்லாம சுத்திக்கிட்டிருந்தா நம்ம முயற்சி அரைகுறையா இருந்தாலும் அது கவலைப்படாது. ஏன்னா அதுக்கும் குற்றவாளி தண்டிக்கப்படணும்ங்கற துடிப்பு இருக்கும் தானே?"

"நீங்க சொல்றதும் சரிதான்... முயற்சி பண்ணிப் பாருங்களேன். என்னதான் நடக்குதுன்னு பார்த்துடுவோம்..."

"அப்படி சொல்லுங்க. அனுபவம்தான் சத்யமான உண்மை. இப்ப இங்கையே நமக்கு உண்மை தெரிஞ்சுட்டா நாளைக்கு போலீசுக்குப் போகும்போது நமக்கும் ஒரு தெளிவு இருக்கும். தைரியமா ஸ்டெப் எடுக்கலாம் இல்லையா...?"

“சரி தம்பி. அப்ப நீங்க போய் முதல்ல குளிச்சிட்டு வாங்க.”

“ஓ... ஆவிக்கு சுத்தம் முக்கியமா?”

“ஆமா... உடல், உள்ளம் இரண்டும் தூய்மையா இருக்கணும்னு இதோட ஆசிரியர் சொல்றார். ஏன்னா உடம்புதான் மீடியம். அது தூய்மையா இருக்கறது முக்கியமாம்!”

“அதுக்கென்ன குளிச்சிட்டு வரேன்... எங்க இருக்கு பாத்ரூம்?”

“நீங்க வேற... இது கிராமம், பாத்ரூமாவது, கீத்ருமாவது, நான் கிணத்துல அப்படியே தண்ணிய இழுத்துக்கொட்டி குளிப்பேன். இல்லாட்டி சிவன் கோயில் குளத்துல ஒரு முழுக்கு போட்டுட்டு வருவேன்.”

“அப்ப நானும் குளத்துல ஒரு முழுக்கு போட்டுட்டு வந்துடறேன். எனக்கும் உடம்பு கசகசன்னு இருக்கு...”

“அப்ப போய்ட்டு வாங்க. இந்தத் தெருவுல இடப்பக்கம் திரும்பி நேராப்போனா குளத்தங்கரைலதான் போய் முடியும்...”

“அப்ப வெயிட் பண்ணுங்க, போயிட்டு வந்துடறேன்.”

“கவனம். குளம் ஆழமான குளம். சேறும் சகதியும் அதிகம். கரையோரமா முங்கிட்டுத் திரும்பிடுங்க. யாராவது கேட்டா என்னோட உறவுன்னு சொல்லுங்க... நான் பார்த்துக்கறேன்!”

“சரிங்க...” ராஜேந்திரன் உற்சாகமாக ஒரு டவலை எடுத்துக்கொண்டு உடுப்பிலும் லுங்கிக்கு மாறினான். புறப்பட்டு விட்டான்.

“நீங்க வர்றதுக்குள்ள ரவ உப்புமா கிண்டி வைக்கறேன்” என்று தீனதயாளனும் அடுப்படி நோக்கிச் செல்ல ஆரம்பித்தார்.

சிவன்கோவில் குளம் கொஞ்சம் பச்சை பூத்துக்கிடந்தது. நாலு புறமும் படித்துறை. அதில் கருங்கல் படிகள், சிலர் ஆங்காங்கே துணி துவைத்துக் கொண்டிருந்தனர். குளத்தின்

நடுவில் ஒரு நீராழி மண்டபம். அதில் ஒரு கோஷ்டி சீட்டாடிக் கொண்டிருந்தது.

ராஜேந்திரனும் அவர்களைப் பார்த்தபடி, கல்படிகளில் இறங்கி நீரில் கால் நனைய நின்றான். மாலைப் பொழுதுக்கே உரிய மயக்கங்கள் வானில்... இருட்டும் முன் குளித்து முடிக்கும் எண்ணமுடன் மேலும் மேலும் நீருக்குள் இறங்கினான்.

ஜிலுஜிலு என்று ஒரு பரபரப்பு! சட்டென்று ஒரு முங்கு போட்டான். குளிர் பட்டென்று விட்டுப்போயிற்று. அதன்பிறகு அமுங்கிக் குளித்துவிட்டு கரை ஏறினான். அவனை யாரும் எதுவும் கேட்கவில்லை.

கரைக்கு மேல் ஓர் அரசமரம். அதனடியில் ஒரு பிள்ளையார்! அந்த பிள்ளையாருக்கு தேன்மொழி அருகம்புல் மாலை போட்டுக் கொண்டிருந்தாள். ராஜேந்திரனும் பிள்ளையார் பக்தன். மரத்தை வலம் வருவதற்காகத் திரும்பினான். அப்போது தேன்மொழி அவன் இருப்பது தெரியாமல், "பிள்ளையாரப்பா... என் எல்லா கல்யாண முயற்சிகளும் நின்னுபோனது. அப்பல்லாம் ரொம்ப வருத்தப்பட்டேன். இப்ப நடந்துட்டா என்ன பண்றதுன்னு நினைச்சு வருத்தப்படறேன். இந்தக் கல்யாணம் நடக்கக்கூடாது...!" என்று சொல்ல, அது ராஜேந்திரன் காதில் விழ... அவனிடம் ஒரு ஆச்சரியக் கீற்று!

அந்த வேளையில், "நடக்காது... இந்தக் கல்யாணம் நடக்காது..." என்று ஒரு காற்றுக் குரலும் ராஜேந்திரன் காதில் ஒலித்து அடங்கியது.

அவனிடம் இப்பொழுது பயங்கர திகைப்பு!

5

> “இறந்துவிட்ட ஒருவருக்கு செய்யப்பட வேண்டிய கர்மகாரியங்கள் மிக முக்கியமானவை... இறந்தவர் பூமியில் எப்படி வாழ்ந்து மறைந்தார் என்பதற்கு அதுவே சான்று. இறந்துவிட்ட நாளில் இருந்து 12 தினங்கள் வரையில் இறந்துவிட்டவரின் உறவினர்களால் செய்யப்படும் கர்மகாரியங்களும், தான, தர்மங்களும் - குறிப்பாக பசுவை தானமாகக் கொடுப்பதும்தான் இறந்தவரின் ஆத்மா யமனுலகு செல்கிறதா, இல்லை திரும்ப இந்த மண்ணில் பிறக்கிறதா, பிரேத ஜென்மம் எடுத்து காற்று சொரூபமாக, தான் வாழ்ந்த மண்ணையே சுற்றிச்சுற்றி வருகிறதா என்பதைத் தீர்மானிக்கும். துரதிர்ஷ்டவசமாக சிலரது மரணம் வெளியுலகுக்குத் தெரியாமலே போய்விடும். அதனால் அவருக்கான கர்மங்கள் நடைபெறாமல் போய் அவரது ஆன்மா காற்றுச் சொரூபமாய், தான் வாழ்ந்த இடத்தையே சுற்றிச்சுற்றி வரும்.”

தன் காதில் ஒலித்த அந்தக் காற்றுக்குரல் ராஜேந்திரனைச் சரேலென்று நிமிர்த்தி நாலாபுறமும் பார்க்க வைத்தது.

ஒருவரும் இல்லை!

தேன்மொழியோ தன் பிரார்த்தனையை முடித்திருந்தாள். படபடவென்று கன்னத்தில் போட்டுக்கொண்டு சாமியைச் சுற்றிவரப்பார்த்த அவள், எதிரில் ராஜேந்திரனைப் பார்த்து சற்று அதிர்ந்தாள்.

புதிய முகம்...

ஆயக்குடியிலேயே பிறந்து வளர்ந்த அவளுக்கு அவன் அதிகபட்ச ஆச்சர்யமளித்தான். அவனும் அவளைப் பார்த்து மலங்க மலங்க விழித்தான். காதில் விழுந்த காற்றுக்குரல் ஒரு புறம் என்றால், தேன்மொழியின் வினோதமான பிரார்த்தனை மறுபுறம். இருவருமே ஒருவருக்கொருவர் புதிது... எனவே பார்வை மோதலில் இருவருமே முட்டிக்கொண்டு நின்றனர்.

ஒரு கட்டத்திற்கு மேல் தாளாதவளாக தேன்மொழியே அங்கிருந்து வேகமாகத் திரும்பிச் செல்லத் தொடங்கினாள்.

நல்ல அழகு... அவயவங்கள் ஒவ்வொன்றுமே படுதிருத்தம். ரசனை உள்ளவர்களால் அவளை ரசிக்காமல் இருக்க முடியாது. வாலிபர்களாக இருக்கும் பட்சத்தில் காதல் மனு போட விரும்பினால் அதிலும் மனம் செல்லும்.

ராஜேந்திரனுக்குள்ளும் அந்த வாலிபத் துள்ளல் வேலை செய்தது. அப்போது ஒருவர் குளத்தங்கரை பக்கம் வரவும் அவரிடமே கேட்டான்.

"ஐயா நீங்கள் இந்த ஊர்தானே?"

"பொறவு?"

"அதோ அங்க போவுதே பொண்ணு... அது யாருங்க?"

"நீ யாரப்பு...? என் ஊர் பொண்ணைப்பத்தி, அதுலையும் எங்க ஊர் நாட்டாமை பொண்ணைப்பத்தி என்கிட்டயே கேக்கறே...?"

"இல்ல... பார்க்க லட்சணமா இருந்துச்சு. அதோட சாமி கும்பிடும்போது தனக்கு நடக்கப்போற கல்யாணம் நடக்கக் கூடாதுன்னும் வேண்டிக்கிச்சுங்களா... அதான் எனக்குள்ள ஒரே ஆச்சரியம்!"

"என்னப்பு உளர்றே... படாத பாடுபட்டு அதுக்கு அதோட மாமனே மாப்பிள்ளையா வரப்போறான். தடபுடலா ஒருபக்கம் கல்யாண ஏற்பாடு நடந்துக்கிட்டு வருது. அதுவோ கல்யாணம் நடக்கக் கூடாதுன்னு சாமி கும்பிட்டுகிட்டதா நீ சொல்றே... நம்பற மாதிரி இல்லையே... ஆமா நீ யார்?"

"நான் நம்ம தமிழாசிரியர் தீனதயாளன் அய்யாவுக்கு அவங்க பொண்ணு கொடுத்த வகைல சொந்தம்..."

"அப்படியா... சரிதான்! இங்க இப்ப என்கிட்ட சொன்ன விசயத்தை நீ வேற யார்கிட்டேயும் சொல்லி வைக்காதே. தப்பித்தவறி இந்த விஷயம் அந்த பய ராஜமாணிக்கம் காதுக்குப்போனா அப்புறம் உன் பாடுதான் திண்டாட்டமாயிடும்!"

"இதுல நான் திண்டாட என்ன இருக்குங்க. அது அப்படி வேண்டிக்கிட்டு சாமி கும்பிட்டுச்சு. அது என் காதுல விழுந்துச்சு. அதான் கேட்டேன்..."

"காதுல விழுந்தது விழுந்ததாவே இருக்கட்டும். ஏன்னா பாவம் அந்தப் பொண்ணு... அதுக்குக் கல்யாண ராசியே இல்ல. இப்பதான் அது கூடிவரப் போவுது. அது பழைய நினைப்புல இந்தக் கல்யாணமும் நின்னுட்டா என்ன பண்றதுங்கற பயத்துல சாமிகிட்ட எனக்குக் கல்யாணமே வேண்டாம் சாமின்னு கும்பிட்டிருக்கும்."

"அப்ப பல கல்யாணம் அந்தப் பொண்ணு வரைல நின்னுபோயிருக்கா...?"

"ஊருக்குப் புதுசுல்ல... அதான் அதப்பத்தி சரியா தெரியலை. போய் உங்க தமிழாசிரியர்கிட்டேயே கேளு. கதை கதையா சொல்லுவார். எங்க நாட்டாமைக்கு தங்கமான மனசு. ஆனா, அவர் எப்ப பண்ணுன பாவமோ என்னவோ, பாவம் இந்தப்புள்ள தேன்மொழிய போட்டு ஆட்டு ஆட்டுன்னு ஆட்டி வைக்குது..."

அந்த நபர் சளைத்துக்கொண்டே அகன்றுபோனார். ராஜேந்திரன் வரையில் ஓர் இனம்புரியாத மர்மம் ஒன்று அவள் வரையில் நிலவுவதுபோல கூடத் தோன்றியது.

✦✦✦

வீட்டுக்குள் நுழைந்த ராஜேந்திரனை தமிழாசிரியர் செய்த உப்புமா வாசம் கும்மென்று வரவேற்றது.

மணக்க மணக்க சமைப்பது ஒரு கலை. அப்படி ஆவிபறக்க சமைப்பதை வாசம் பிடித்தபடியே கண்ணால் பார்ப்பது ஓர் அலாதி சந்தோஷம் தரும். அப்போது உள்ளூறுப்புகளில் பல சுரப்பிகள் தாறுமாறாக வேலை செய்து நாவில் எச்சில் ஊறும்.

ராஜேந்திரனுக்கும் அப்படித்தான் இருந்தது.

இருந்தும் அடக்கிக்கொண்டு உடைமாற்றிக் கொண்டவனாக தமிழாசிரியரிடம் வந்து, தேன்மொழி விஷயமாக குளத்தங்கரையில் காதில் விழுந்ததை அப்படியே சொன்னான்.

தமிழாசிரியரே சற்று மிரண்டுபோனார். “ஏ தம்பி... குளிக்கபோன இடத்துலையும் ஒரு சங்கதியைப் பிடிச்சிட்டீங்களே. பத்திரிகைக்காரவுகன்னா லேசுப்பட்டவங்க இல்லைன்னு இப்பதான் புரியுது!”

“ஐயா... எனக்குப் பதில் சொல்லுங்க. அந்தப் பொண்ணுக்கு ஏன் கல்யாணம் தட்டித்தட்டி போச்சு...?”

“என்னத்த சொல்ல... தலை எழுத்துன்னு ஒரு வார்த்தைல சொல்லிப்பிடலாம். அம்புட்டுதான்!”

“அதெல்லாம் தற்குறிங்க பேசற பேச்சு. ஒரு தமிழாசிரியர் நீங்க அப்படிப் பேசக்கூடாது.”

“வேற எப்படிப் பேச... நம்ம நாட்டுலதான் கல்யாணம்னாலே அதுக்கு பின்னால ஜாதகம், வரதட்சணை, சீர் செனத்தின்னு பல சமாச்சாரங்கள் இருக்குதே...?”

“தேன்மொழிக்கு வரதட்சணையோ, சீர் செனத்தியோ பிரச்சினையா இருக்க வாய்ப்பே இல்லை. ஏன்னா அது பெரிய நாட்டாமையோட பொண்ணு. அதுவும் ஒரே பொண்ணு...”

“ஜனகராஜாவுக்குக் கூடதான் சீதை ஒரே பொண்ணு. அது ராமனோட காட்டுக்குப் போய் லோல்பட்டு ராவணனால தூக்கப்பட்டதை ஜனகராஜாவால தடுக்க முடிஞ்சிச்சா என்ன?”

“பொருந்தாத புராண உதாரணமெல்லாம் எதுக்குங்க... தேன்மொழி ஏன் கல்யாணம்னாலே வெறுக்கறா?”

“அது ஜாதகம் அப்படி... ஒரு பயலா, இரண்டு பயலா... வருவாங்க... பாப்பாங்க... போய் நல்ல பதில் சொல்றதா சொல்லிட்டுப் போவாங்க. ஒரு பதிலும் பொறவு அவுங்ககிட்ட இருந்து வராது. இல்லாட்டி தேன்மொழிய பார்த்துட்டுப்போன மாப்பிள்ளை எதாவது ஆக்சிடென்ட்டுல உசுரை விட்ருப்பான்!”

“நிஜமாவா...?”

“ஆமாம் தம்பி. அதோட ஜாதகம் அப்படி. இதனால் தன் காடுகரை அம்புட்டையும் எழுதி வைக்கறேன்னு எங்க நாட்டாமை கோவிந்த நாயக்கர் சொல்லியும் ஒரு பய அவ கழுத்துல தாலிகட்ட வரலையே.”

“ரொம்ப ரொம்ப ஆச்சரியமா இருக்கே. இப்படி ஒரு பயமா?”

“பயமாவா... கடைசி கடைசியா கணேசன்னு ஒரு பய. எனக்குத் தெரிஞ்ச தங்கமான பய அவன். எதையும் ரொம்ப முற்போக்கா பாக்கறவன்...”

“சரி... அந்த கணேசனுக்கென்ன?”

“தேன்மொழிய அந்தப் பய குளத்தங்கரைல பார்த்துருக்கான். அப்படியே சொக்கிட்டான். கணேசனுக்கு திருச்செந்தூர் தாண்டி ஆத்தூர் சொந்த ஊர். நேரா என்கிட்டதான் வந்து தேன்மொழி பத்தி கேட்டான். நானும் விவரம் சொன்னேன். கணேசன் ஒரு வகைல எனக்கு தூரத்து சொந்தமும்கூட...”

“மாமா மாமா... நான் தேன்மொழியை கட்டிக்கிறேன். இந்த ஜாதகம், ராசி, நட்சத்திரமெல்லாம் பயங்கர பித்தலாட்டம் மாமா. நான் அதை கால் காசுக்கு மதிக்கத் தயாரா இல்லை. அதுக்காக தேன்மொழியை கட்டிகிட்டா அவங்க அப்பா என்பேர்ல காடுகரை எல்லாம் எழுதி வைப்பாருங்கற எந்த ஆசையும் கிடையாது. என் உள் மனசுக்கு தேன்மொழிய ரொம்ப பிடிச்சுப்போச்சு. கட்டுனா நான் தேன்மொழியத்தான் கட்டுவேன். அவ கட்டுன சேலையோட என்னை நம்பி வந்தா போதும்”னு சொன்னான். முதல்ல நானும் ஏதோ உளர்றான். வயசுக் கோளாறுன்னுதான் நினைச்சேன்.

“பொறவு பார்த்தா பய குளத்தங்கரைலயே தவம் கிடந்திருக்கான். அந்தப் புள்ள வரும்போதும், போகும்போதும் எதுப்பால போய் நின்று சிரிச்சிருக்கான். அது பயந்துபோய் அப்பாகிட்ட சொல்ல, அவரும் கணேசனைக் கட்டி தூக்கிட்டுப்போய் என்னப்பு உடம்பு எப்படி இருக்குன்னு விசாரிச்சாரு. கணேசன் அசரலை. ‘ஐயா நான் உங்க மகளை உசுருக்குசுரா காதலிக்கறேங்க. உங்க பொண்ணு கிடைக்காட்டி நிச்சயமா நாண்டுகிட்டு செத்துடுவேன்’னு சொல்ல, அவருக்கு ஒரே திகைப்பு. சட்டுன்னு என் மவ வேணும்னா, தா அங்க இருக்கற பாம்பு புத்துக்குள்ள கைய உடு பாப்பம்னு ஒரு போடு போட்டாரு. பய மாட்டிக்கிட்டான்னுதான் நினைச்சாரு. ஆனா அந்தப் பய பாம்பு புத்துக்குள்ள புசுக்குன்னு கைய விட்டுட்டான்...!”

தமிழாசிரியர் தன் பேச்சின் இடையே சற்று ஆசுவாசப்படுத்திக் கொண்டு, உப்புமா வாணலியை அடுப்பை விட்டு இறக்கி வைத்தார். பாதாம் இலையைத் தைத்து உருவாக்கின டிபன் இலைக்கட்டு அடுப்படியில் மூலையில் கிடந்தது. அதில் இரண்டை எடுத்து வந்து அப்படியே தரையில் ராஜேந்திரன் எதிரே போட்டவர், மளுக்மளுக்கென்று பித்தளை லோட்டாவில் தண்ணீர் எடுத்து தெளித்து இலையைத் சுத்தம் செய்தார்.

“ஐயா அப்புறம், கணேசனுக்கு என்னங்க ஆச்சு?”

ஆவல் தாளாமல் ராஜேந்திரனும் கேட்டான்.

“என்ன ஆகும்... உள்ள நல்லா பத்தடி நீளத்துல ஒரு கருநாகம். அது இருந்து ஒரு போடு போட்டுச்சு. நாயக்கர் ஆடிப்போயிட்டார். அப்பால மருத்துவர்கிட்ட தூக்கிட்டு ஓடுனாங்க. நானும் போனேன். எப்படியோ கடைசி நிமிசத்துல போற உசுரைத் தடுத்து நிறுத்தி இழுத்துப் பிடிச்சோம்.

கணேசனும் உயிர்பொழைச்சான். நாயக்கரும் அவனுக்கே தேன்மொழியைக் கட்டி வைக்க முன்வந்தாரு. இது அந்தப் புள்ளைக்கும் மனப்பூர்வமான ஒப்புதல், ஆனா இந்தப்பயலுக்கு பெருசா தொழில் இல்ல. ஆத்தூர்ல வாழைத்தாரை வாங்கி

விக்கற ஏஜெண்ட் வேலை. நாயக்கர், 'அந்த வேலையை விட்டுடு. நான் திருநெல்வேலி டவுன்ல பெரிய காம்ப்ளெக்ஸ் கட்டிடம் கட்டி பலசரக்கு கடை வெச்சுதரேன்'னு சொன்னாரு. முதல்ல பய ஒத்துக்கலை. இந்த பலசரக்கு கடைக்காகத்தான் தேன்மொழிய கட்டுனேன்னு பின்னால யாராவது பேசுவாங்கன்னு ரொம்ப மானத்தோட பேசுனான். எனக்கும் அவன் தன்மானம் ரொம்ப பிடிச்சிருந்துச்சு. இருந்தும் நாயக்கர், 'என் மக நல்லா இருக்கறதுக்காகத்தான் செய்யறேன். ஊர்ப்பேச்ச பத்தி எல்லாம் கவலைப்படாதேன்'னு சொல்லி, பொறவு பாத்துக்கலாம், முதல்ல கட்டிடத்தைக் கட்டி கடைய வைக்கற வழிய பாருங்க மாப்பிள்ளைன்னு அதுக்கு ஏற்பாடு பண்ணார்.

ஜோசியர் மார்த்தாண்டம் பிள்ளையைக் கூப்பிட்டு நாளும் குறிக்கச் சொன்னாரு. ஜோசியரும் குறிச்சுக் கொடுத்தாரு.

சரிதான்; தேன்மொழிக்கு விடிவுகாலம் பொறந்துடுச்சின்னுதான் நினைச்சோம். ஆனா இடைல இந்த கணேசன் பய அம்புட்டு பேர் தலையிலயும் மண்ணை அள்ளி போட்டுட்டு நாயக்கர் தன் வீட்டு பீரோவுல காம்ப்ளெக்ஸ் கட்டிடம் கட்ட வைச்சிருந்த பத்து லட்ச ரூபா பணத்தையும் எடுத்துக்கிட்டு கம்பிய நீட்டிட்டான்!"

தமிழாசிரியர் உப்புமாவை வாயருகே கொண்டு சென்றவர், அத்தோடு நிறுத்திக்கொண்டார். ராஜேந்திரனிடம் ஆச்சரியமும், அதிர்ச்சியும் பிரண்டு பிரண்டு கிடந்தது.

அவனுக்குள் ஓர் அழுத்தமான மௌனம்.

"என்ன தம்பி யோசிக்கிறீங்க?"

"என்னால இதை நம்ப முடியலீங்க..."

"நானும் கூட முதல்ல நம்பலை. ஆனா அவன் போய் இன்னியோட நாப்பது நாளாச்சு. பம்பாய்ல ஒரு க்ளப்புல அவன் குடிச்சுப்புட்டு சீட்டாடிக்கிட்டிருந்ததா ஒருத்தர் வந்து சொன்னப்போ எனக்கே சேன்னு ஆயிடிச்சு..."

"நாயக்கர் போலீஸ் கம்பளைண்ட் கொடுக்கலையா?"

“அது எப்படி... அவருக்குத்தான் ஒரு அடாவடி மருமவன்... அதான் ராஜமாணிக்கம்னு ஒருத்தனும் இருக்கான்ல!”

“ஓ... அவர் கம்ப்ளைண்ட் கொடுத்துட்டாராக்கும்?”

“ஆமாம், ஆனா கணேசன் இதுவரை சிக்கலை. நாயக்கரும் இந்த நம்பிக்கைத் துரோகத்தைத் தாங்காம அப்படியே நொடிஞ்சுட்டார். பொறவுதான் அந்த ராஜமாணிக்கம் தான் கட்டிக்கறேன்னு முன்னால வந்தான். இப்ப அவனுக்கும், அந்தப் பொண்ணுக்கும்தான் கல்யாணம் நடக்கப்போகுது. ஆனா, நீங்க இப்ப வந்து என்கிட்ட சொன்னதைப் பார்த்தா, இந்தக் கல்யாணமும் நடக்காதுங்கற மாதிரில்ல தெரியுது...”

“அது சரி... இந்த ராஜமாணிக்கம் ஏன் இதுக்கு முந்தியே முன்வரலை?”

“அவன் ஒரு ரவுடிப்பய தம்பி. வெளியே இருக்கற நாளைவிட உள்ற ஜெயில்ல இருக்கற நாள்தான் அதிகம். இப்படி ஒரு பயலுக்கு பொண்ணைக் கொடுக்க யாருக்கு மனசு வரும்...?”

“ஓ... அந்தப் பொண்ணு சாமிகிட்ட ஏன் அப்படி வேண்டிக்கிச்சுன்னு இப்ப புரியுது. ஒரு ரவுடிப்பயல கட்டிக்க அதுக்கு விருப்பமில்ல...”

“நாயக்கருக்கே இஷ்டமில்லதான். ஆனா இந்தப் பயலையும் விட்டா அவ காலம்பூரா கன்னியாகத்தானே இருக்கணும்?”

தமிழாசிரியர் உப்புமாவைக் கிளறிவிட்டார். அது ஆறிவிட்டிருந்தது.

“நீங்க சாப்பிடுங்க. நாம நம்ம விஷயத்தைக் கவனிப்போம்.”

“எனக்கென்னமோ தேன்மொழிய பார்த்ததுல இருந்தே ஓர் இனம் புரியாத பரிதாபம்...”

“வேணாம் தம்பி... நீங்களும் காதல் கீதல்னு ஆரம்பிச்சிடாதீங்க. எதுக்கு வந்தீங்களோ அந்த சோலிய பாருங்க. நாம காத்தான் கரட்டு மர்மத்தைக் கண்டுபிடிப்போம். அந்தக் கைதி பய தப்பி ஓடிடாம இருக்கணும்...”

தமிழாசிரியர் பேச்சோடு பேச்சாக உப்புமாவைச் சாப்பிடத் தொடங்கினார். முதல் நாள் செய்த புளி மிளகாய் சாறை தொட்டுக்கொள்ள ஊற்றிக் கொண்டார்.

ராஜேந்திரனுக்கும் அன்று முழுக்க கிடந்த பட்டினிக்கு, அந்த உப்புமா அமிர்தமாக இருந்தது. மளமளவென்று சாப்பிட்டு முடித்தான். ஆனால் மனசுக்குள் என்னென்னவோ கணக்குகள்!

ஒருவழியாக சாப்பிட்டு முடித்து வாசல் பக்கமாக வந்து திண்ணையில் அமர்ந்தான். ரெட் ஆக்ஸைட் பூசிய வழவழப்பான சிமெண்ட்டுத் திண்ணையில் அமர்ந்தபோது பின்பாகத்துக்கு பரமசுகமாக இருந்தது.

தமிழாசிரியரும் 'ஆவிகளுடன் பேசலாம்' என்கிற அந்தப் புத்தகத்துடன் வந்து எதிரில் அமர்ந்தார். கூடவே ஒரு அலுமினிய தம்ளர்! ஒரு குயர் நோட் ஒன்று! பேனா ஒன்று!

"என்னய்யா... இது எதுக்கு?"

"ஆவிகூட பேச வேணாமா? நீங்கதான் இப்ப மீடியம். இந்த நோட்டைத் திறந்துக்கிட்டு பேனாவையும் திறந்து பிடிச்சிக்குங்க. மனசுக்குள்ள நான் முந்தியே சொன்னமாதிரி, எந்த எண்ணமும் இல்லாம மனசை ஒரு புள்ளியில் குவிச்சு செத்துட்ட ராமசாமியை நினைச்சுக்குங்க, எவ்வளவு தீவிரமா எவ்வளவு ஆழமா நினைக்கறீங்களோ, அதுக்குத் தகுந்த மாதிரி ராமசாமி ஆத்மா உங்க உடம்புல இறங்கும். அது உங்க கை வழியாதான் சொல்ல நினைக்கிறத எழுதிக் காட்டும்..."

"காட்டுமா?"

"சோதனைதானே... காட்டுமான்னு என்னைக் கேட்டா?"

"சரிங்க... நான் மனப்பூர்வமா முயற்சி செய்யறேன். இந்த விஷயமெல்லாம் ஒரு பொய்யா இருந்தாலும் இதை மெய்யின்னு மனப்பூர்வமா நம்பறேன். ராமசாமி வாழ்ந்தது நிஜம். அவர் உடம்புல இருந்து உயிர்னு ஒண்ணு நீங்கினதும் நிஜம். அப்படி நீங்கின ஒண்ணு நிச்சயம் இப்ப நம்ம குழப்பம் நீக்க வரட்டும்"

என்று ஒரு தவசியைப்போல சப்பளக்கால் போட்டு நிமிர்ந்து அமர்ந்தான்.

வாத்யாரும் இரு ஊதுவத்தியை பற்றவைத்து அந்தச் சூழலை ஒரு பூஜைக்குரிய தூய்மைக்கு மாற்றினார். ஊதுபத்தி புகை வளைந்து குழைந்து பாம்புபோல நெளிந்து அந்தரத்தில் பரவி கரைந்து போனபடி இருக்க, ராஜேந்திரனும் கண்களை மூடி படுதீர்க்கமாக தான் சொன்னபடி நடந்து கொண்டான்.

மெல்ல நொடிகள் நிமிடத்தை எட்டி, அதுவும் கரைந்து ஒன்று இரண்டு மூன்று என்று கூடிக்கொண்டே போனது. சூழலிலும் ஒரு நிசப்தம். எங்கோ, யார் வீட்டிலோ ஒரு மாடு மட்டும் கத்தியபடி இருந்தது. அதுகூட அடங்கிவிட்டது.

தமிழாசிரியர், ராஜேந்திரன் தீவிரமாக முயற்சிப்பதை உன்னிப்பாகப் பார்த்து பிரமித்தும் போகத் தொடங்கினார்.

அந்தக் கட்டத்தில் அவர் உடம்பில் ராமசாமியின் ஆவி இறங்கிவிட்டது போல ஒரு சிலிர்ப்பு. கையும் எழுத ஆரம்பித்தது.

"வணக்கம் ராஜேந்திரன் தம்பி! நான் ராமசாமி பேசறேன். உங்க யூகம் சரி... நான் கொலை செய்யப்பட்டவன் தான். நான் மட்டுமில்லை... பாவம் அந்தக் கணேசன்! அவனையும் கொன்னுட்டாங்க!"

என்று வார்த்தைகள் எழுத்தாய் வந்து விழவும், அதை வாசித்த தமிழாசிரியர் அப்படியே திகைத்துப்போய் வாயைப் பிளந்தார்!

6

> “ஒரு உடலை விட்டு உயிர் பிரிந்தபிறகு, அந்த உடம்பின் நிமித்தம் - அதில் வாழ்ந்த உயிரின் நிமித்தம் முதலில் செய்யப்படும் பத்து நாள் காரியங்களோடு அந்த உயிருக்கான காரியங்கள் முடிந்து விடுவதில்லை. உயிர் பிரிந்த நேரத்தில் எந்தத் திதி நடந்து கொண்டிருந்ததோ, அந்தத் திதி மாதம்தோறும் வரும். அப்போதெல்லாமும் காரியம் புரிதல் அவசியம். இப்படிச் செய்வதற்கு மாஸ்யம் என்று பெயர். மாஸ்யத்தில் ஒரு உயிருக்குப் போடப்படும் பிண்டம் மாசிகப் பிண்டமாகும். இந்தப் பிண்டங்கள் போடப்படாத நிலையில் உடலை நீத்த ஆத்மாக்கள் சூட்சும உடம்போடு துன்புறுவது மாத்திரம் அல்ல, தங்களுக்குப் பிண்டம்போடத் தவறிய தம் குடும்பத் தலைவர்களை எண்ணிச் சபிப்பார்கள். இந்தச் சாபம் கொடியது. அது ஒரு குடும்பத்தையே கொஞ்சம் கொஞ்சமாகக் குன்ற வைத்துவிடும் என்கிறது கருடபுராணம்!”

வாத்தியார் தீனதயாளன் ஒரு மீடியமாக ராஜேந்திரன் தொடர்ந்து எழுதிச் செல்வதைப் பார்த்து அப்படியே பிளந்த வாயை மூடவில்லை.

“பாவம் கணேசன்! கண்மாய்க்கரைப் பக்கம் குளிக்க வந்த அவனை ராஜமாணிக்கத்தின் ஆட்களும், ராஜமாணிக்கமும்தான் கொலை செய்தார்கள்.

இதைத் தற்செயலாகப் பார்த்துவிட்ட என்னையும் கழுத்தை நெறித்து ராஜமாணிக்கம் கொலை செய்தான். நான் கொலை செய்யப்படுவதை என் மகளும் பார்த்துவிட்டாள். நல்லவேளை அவள் ஒளிந்திருந்து பார்த்ததால் அவளை ராஜமாணிக்கம் ஆட்களோ, ராஜமாணிக்கமோ கவனிக்கவில்லை. இல்லாவிட்டால் என் மகளும் பிணமாகியிருப்பாள். இப்பொழுது என் மகளுக்குள் அவ்வப்போது இறங்குவது கணேசனின் ஆவிதான். அது ராஜமாணிக்கத்தைக் கொல்லாமல் விடாது. அப்படிக் கொலை செய்தால் என் மகளும் குற்றவாளியாகி விடுவாள். இதனால் நானும் துடித்துப்போவேன். கடவுள்தான் உங்கள் வடிவில் எனக்கு உதவிக் கொண்டிருக்கிறார். உண்மையில் இப்படி ஒரு முயற்சியை நீங்கள் செய்யாவிட்டால் என்னால் எதுவும் செய்திருக்க முடியாது.

தம்பி... எப்படியாவது என் மகளைக் காப்பாற்றுங்கள். ராஜமாணிக்கத்தையும் குற்றவாளியாக்குங்கள். அடிக்கடி என்னோடும் தொடர்புகொள்ளுங்கள். நான் அவ்வப்போது கணேசனின் ஆத்ம துடிப்பையும், ராஜமாணிக்கத்தின் சூழ்ச்சிகளையும் சொல்ல முடிந்தவன். அப்படியே நான் உயிரைவிட்ட சஷ்டி திதியில் ஆற்றங்கரையில் என்னை நினைத்து என் மகள் கையால் பிண்டம் இடுங்கள். உங்களுக்கு என் கோடான கோடி நன்றிகள்!"

ராஜேந்திரன் எழுதி வந்த கடிதம் அத்தோடு நின்றுபோனது. ராஜேந்திரன் உடம்பிலும் ஒரு சிலிர்ப்பு. ஈரக்காக்கை போல உடம்பைச் சிலிர்ப்பிக் கொண்டவன், தான் பழையபடி ராஜேந்திரன் ஆகிவிட்டதையும் அந்த நொடியே உணர்ந்துகொண்டான். அவன் மீடியமாக இருந்து எழுதியதையும் படித்தான். வியப்பும்,

அதிர்ச்சியும் புருவத்தில் வளையம் போட்டன. தமிழாசிரியர் கிட்டத்தட்ட ஸ்தம்பித்துப்போய் கிடந்தார்.

"ஐயா..."

"உம்..."

"என்னங்க இது... நானா இதை எழுதினேன்...?"

"ஏன் தம்பி... சந்தேகமா இருக்குதா...?"

"இது என் கையெழுத்தே இல்லீங்க..."

"அப்ப செத்துப்போன ராமசாமி கையெழுத்தாதான் இருக்கணும். அவன்தானே இப்ப உங்க உடம்புக்குள்ள வந்தது?"

"அப்படின்னா என் முயற்சிக்கு முதல் தடவையிலேயே வெற்றி கிடைச்சிடிச்சா...?"

"அப்படித்தான் நானும் நினைக்கறேன்..."

"என்னங்க இது, இதை யார்கிட்டயாவது சொன்னா நம்புவாங்களா?"

"அடுத்தவங்க நம்பறதா தம்பி இப்ப முக்கியம்? ராமசாமி சொன்னதைப் பாருங்க... இது எவ்வளவு பெரிய கொடுமை...?"

"கொடுமைதான், உண்மையா இருந்தா!"

"அப்ப இன்னும் உங்களுக்குச் சந்தேகம் 'போகலையா'?"

"அது எப்படிங்க... எனக்குள்ள இப்ப எவ்வளவோ கேள்விங்க..."

"என்ன கேள்விங்க?"

"எனக்குள்ள வந்து இவ்வளவு விஷயம் சொன்ன ராமசாமி, இதை எல்லாம் அந்த நாயக்கர்கிட்டையே போய் அவர் உடம்புக்குள்ள இறங்கிச் சொல்லலாம் இல்லையா?"

"அது எப்படி... நீங்க ஒரு முயற்சி பண்ணிக் கூப்பிட்டீங்க. ராமசாமியும் வந்தான். அந்த மாதிரி நாயக்கரும் கூப்பிடணும் இல்ல..."

“இல்ல... கூப்ட்டாதான் வரமுடியும்ங்கறது கொஞ்சம் இடிக்குது. எப்படியாவது தன்னை வெளிக்காட்டி விஷயத்தைச் சொன்னாத்தானே தான் கொலை செய்யப்பட்ட துடிப்புக்கு ஒரு அர்த்தம் இருக்க முடியும்? ஒருத்தர் கூப்ட்டாதான் வந்து சொல்லுவேன்னா அது சரியா படலையே...”

“நீங்க சொல்ற மாதிரிதானே இப்ப அந்தப் பொண்ணு பேச்சி இருக்குது... அது பாக்கற பார்வை, துடிக்கிற துடிப்பு எல்லாமே பயங்கரமாதானே இருக்கு?”

“ஆமால்ல...?”

“என்ன ஆமால்ல... அது இப்ப ஆத்திரத்தோட அந்த ராஜமாணிக்கத்தை எதாவது செய்திடுதுன்னே வெச்சுப்போம். ராமசாமி இந்தக் கடிதத்துல சொன்ன மாதிரி அவளை கொலைகாரியாத்தானே இந்தச் சமூகம் பார்க்கும்? ஆவி பிடிச்சு கொலை செய்தாங்கறத கோர்ட் ஏத்துக்குமா?”

“அப்ப அதனாலதான் ராமசாமி யாருக்குள்ளேயும் ஆவேசமா இறங்கலை?”

“அவன் எழுதின கடிதப்படி பார்த்தா, அப்படித்தானே நினைக்க முடியுது...”

“அப்ப இந்தக் கடிதம்... இதுல இருக்கிறதை எல்லாம் ராமசாமி சொன்னதா நீங்க முழுசா நம்பறீங்க, அப்படித்தானே?”

“இவ்வளவு தூரம் பேசினதுக்குப் பிறகு திரும்பவும் சந்தேகமா?”

“ஆமா... சந்கேப்படாம என்னால இருக்க முடியலை. நாட்டுல இறப்பும், பிறப்பும் சகஜமா நடக்கற விஷயங்கள். இப்படி ஒரு வழி இருந்தா இன்னேரம் இறந்துட்டவங்க வீட்ல எல்லாம் இப்படி யாராவது ஒருத்தர் மீடியமா மாறி செத்துட்டவங்களோட பேசற விஷயம் நடந்துக்கிட்டு இருக்கணுமே?”

ராஜேந்திரன் கேட்ட கேள்வி ஆசிரியரைக் கொஞ்சம்போல சிரிக்கச் செய்தது.

“நான் கேட்டதுல என்ன தப்பு... எதுக்காக சிரிச்சீங்க?”

“சிரிச்சது உங்க கேள்விய நினைச்சு இல்ல. அதை எழுப்பின புத்திய நினைச்சு. இந்தப் புத்திக்கு எதையும் நம்பறதுதான் கஷ்டமா இருக்கு. சந்தேகப்படறதுங்கறது ரொம்ப சுலபமாவே இருக்குது...”

“நீங்க விஷயத்துக்கு வாங்க... இந்தக் கடிதத்தை எதை வெச்சு நம்பறது...?”

“தம்பி... அந்த ராஜமாணிக்கம் கொலைக்கெல்லாம் அஞ்சாதவன்தான். ஆகையால இந்தக் கடிதத்தில் ராமசாமி சொன்னபடி நடந்துருக்க வாய்ப்பு அதிகம் இருக்கு...”

“சரிங்க... இந்தக் கடிதத்தை போய் நாயக்கர்கிட்ட காமிச்சா அவர் ஏத்துக்குவாரா... என் மக கல்யாணத்தைத் தடுக்க இப்ப இப்படி ஒரு வழியான்னு கேட்கமாட்டாரா?”

“எல்லாம் சரிதான் தம்பி... நான் ஒண்ணு கேக்கறேன், இதை உங்களை மறந்து எழுதினது நீங்கதானே?”

“ஆமாம்...”

“மத்தவங்கள விடுங்க. உங்களுக்கே அப்ப ஏன் இதுமேல் சந்தேகம்?”

“அதுக்குதான் நான் பதில் சொன்னேன்... இப்படி செத்தவங்க வந்து மனம் விட்டுப் பேச முடியும்னா இறப்பு நிகழ்ந்த வீடுகள்ள எல்லாம் அடுத்தடுத்து இப்படி பேசற வேலைதானே நடக்கும்? அவ்வளவு எதுக்கு, இந்த முறைல நான் என், செத்துட்ட தாத்தா பாட்டி கூட பேச முடியுமா?”

“தம்பி... உங்க கேள்வியெல்லாம் சரி. அதான் ராமசாமியே ‘அப்பப்ப தொடர்பு கொள்ளுங்க. நான் என்னாலானதைச் செய்யறேன்’னு சொல்லியிருக்கானே?”

“அப்படின்னா?”

“இப்ப நீங்க கேட்ட கேள்விக்கெல்லாம் பதிலை ராமசாமிகிட்டையே கேளுங்க. அவன் என்ன சொல்றான்னு பார்ப்போம்!”

“எந்த ஒரு விஷயத்தைச் சந்தேகப்படறேனோ, அது பற்றி அதுகிட்டையே விடை கேக்கறது பைத்தியக்காரத்தனம்?”

“சரி... நமக்கு இப்ப இன்னொரு வழியும் இருக்கு!”

“என்ன?”

“அந்த பேச்சி பொண்ணுக்குள்ள இப்ப கணேசன் ஆவி இறங்கியிருக்கறதாதானே ராமசாமி சொன்னான்...”

“ஆமாம்...”

“அது உண்மையான்னு சோதிச்சு பார்த்துடுவோம்...”

“அதுவும் சரிதான்... ஆமா நாம காத்தான் கரட்டுக்குப் போய் அந்தக் கைதி விஷயத்தை எப்ப பார்க்கப்போறோம்?”

“அட ஆமால்ல... ஆவிகூட பேசப்போய் அது ஒரு மூலைக்குப் போயிடிச்சுல்ல?”

“என் வரைல அதுதான் ரொம்ப முக்கியம். ஒரு தப்பி வந்த கைதி ஒளிஞ்சுக்கிட்டு தண்ணி காட்றது தேசத் துரோகம். அது தெரிஞ்சு நாம சும்மா இருக்கறது பொறுப்பில்லாத்தனம்...”

“நீங்க சொல்றதும் சரிதான். ஆனா பாருங்க... பொழுது இருட்டிடுச்சு. இனி போலீசுக்குப் போனாலும் பிரயோஜனமில்லை. நாளைக்குக் காலையில்தான் போக முடியும்.”

“அப்ப, இப்ப அந்தப் பொண்ணைப் போய் நோண்டிப் பார்க்கலாம்ங்கறீங்களா?”

“ஆமாம் தம்பி, கிளம்புங்க.”

ஆசிரியர் எழுந்து மரக்கதவு மேல் கிடந்த தன் துண்டை எடுத்துத் தோளில் போட்டுக்கொண்டார். ராஜேந்திரனும் ரசம்போன கண்ணாடி முன் சென்று வளைந்து குனிந்து தலை சீவிக்கொண்டு அவரோடு கிளம்பினான்.

வெளியே வீட்டு மாடத்தில் ஒரு தகரடப்பா!

அதில் நிறையவே திருநீறு. போகிறபோக்கில் அதை ஒரு கை அள்ளி நெற்றியில் பரபரவென்று தேய்த்துக்கொண்டார்

ஆசிரியர். திரும்பவும் கொஞ்சம் அள்ளி, “ஒரு நிமிஷம்” என்று ராஜேந்திரன் நெற்றியிலும் ஒரு இழுப்பு இழுத்தார்.

“என்னங்க, எதுக்கு இப்படி பட்டையா அப்பிகிட்டு?”

“இது அய்யனார் கோவில் விபூதி. காத்துகருப்பை தக்கவிடாம செய்யும்!”

“ஓ... ஒரு எச்சரிக்கையா இது?”

“பின்ன... நாம நோண்டப்போறது ஒரு ஆவி பிடிச்ச பொண்ணை... அது பாட்டும் பதிலுக்கு நம்ம உடம்புல பூந்தா அப்புறமா யார் கோடாங்கிகிட்ட வேப்பிலைக் கொப்பால அடிவாங்கறது?”

“அப்ப பேச்சிக்குள்ள கணேசன் ஆவி இருக்குன்னு நீங்க நம்பவே நம்பிட்டீங்களா?”

“நான் ஆசிரியராக இருந்தாலும் கிராமத்தான். எதையும் நம்பி ஒத்துக்கறவங்க இப்பவும் கிராமத்துலதானே அதிகம்...?”

“வாஸ்தவம் தான்...”

“அப்பால உங்க காதுலகூட ஏதோ ஒரு குரல் விழுந்துச்சு... ‘அது நடக்காது... இந்தக் கல்யாணம் நடக்காது’ன்னு சொன்னதா சொன்னீங்கல்ல?”

“ஆமாம்... அது ரொம்ப முக்கியம். இப்ப நினைச்சாகூட எனக்கு அப்படியே உடம்பே சிலிர்க்குது!”

“இதெல்லாம் செத்துட்ட கணேசன் குரலாகூட இருக்கலாம். எதுவா இருந்தாலும் இப்ப போய் நாம பேசினா தெரிஞ்சிட்டுப் போகுது...”

நடந்தபடியே தீனதயாளன் பேசினார்.

அதிலும் சில உண்மைகள் இருக்கத்தான் செய்தன. அப்போது ராஜேந்திரன் செல்போன் வழியாக அவனது ஆசிரியர் அவனை அழைத்தார்.

ஆயக்குடி கிராமத்துத் தெருவுக்குள் நடந்தபடியே ராஜேந்திரனும் அவருடன் பேசலானான்.

“ஹலோ சார்... சொல்லுங்க!”

“நான் என்னத்த சொல்றது... நீதான் சொல்லணும்... உன் முயற்சி எல்லாம் எந்த அளவில் இருக்குது?”

“இப்போதைக்கு ஆசிரியர் வீட்டிலயே தங்கி இருக்கேன். நாளைக்குக் காலைல போலீசுக்குப் போய் அவங்க படையோட அந்தக் கைதி விஷயத்தைக் கவனிக்கறதா இருக்கோம்!”

“அப்போ நாளைக்குத்தான் நமக்கு இண்ட்ரஸ்ட்டா மேட்டர் கிடைக்கும்னு சொல்லு!”

“இன்னிக்கே கூட சொல்வேன்... ஆனா நீங்களே அதை நம்பமாட்டீங்க...”

“என்னய்யா அது?”

“செத்துப்போய்ட்ட ராமசாமி ஆவியோடவே நான் இப்ப பேசினேன்!”

அடுத்தநொடியே அந்தப்பக்கத்தில் ஆசிரியர் அட்டகாசமாக வாய்விட்டே சிரித்துவிட்டார்.

“தெரியும் சார்... இப்படி நீங்க சிரிப்பீங்கன்னு நல்லா தெரியும். இருந்தாலும் பரவால்ல, நீங்க சிரிக்கறதுதான் ஒரு வகைல எனக்கும் நல்லது...”

“என்னய்யா சொல்றே?”

“ஆமாம் சார். ஆவியோட பேசினதைவிட முக்கியம், அதை எவ்வளவு தூரம் நம்புறதுங்கறதுதான். அதுக்காகத்தான் ஆவி சொன்னபடி ஒரு விஷயத்தை டெஸ்ட் பண்ண போய்கிட்டிருக்கோம்!”

“ராஜேந்திரா... நீ புத்தியுள்ள ஒரு பத்திரிகைக்காரன். முட்டாள்தனமா ஸ்லிப் ஆகிடாம என்ன வேணும்னாலும் பண்ணு. அவ்வளவுதான் சொல்வேன்!”

“நிச்சயமா சார்... அந்தக் கவனம் என்கிட்ட எப்பவுமே இருக்கு. அதேசமயம் எனக்கு ஏற்படற எல்லா அனுபவங்களையும் உங்களுக்குப் புரிய வைக்கறது கஷ்டம் சார்.”

"ஏன் அப்படி நினைக்கறே?"

"ஆமாம்... என்னோட சில அனுபவங்களை நீங்க நம்பினா மட்டும்தான் ஏத்துக்க முடியும். அதை நான் நிரூபிக்க முடியாது. இன்னிக்குக்கூட என் காதுல ஒரு குரல் கேட்டது. ஒரு கல்யாணத்தை அது நடக்காது, நடக்காதுன்னு சொன்னிச்சு. நான் அதை என் காதால கேட்டது சத்தியம். ஆனா அதை உங்களுக்கு கேக்க வெச்சு நிரூபிக்க முடியாது!"

"சரி... நீ மேற்கொண்டு ஆகவேண்டியதை பார். நல்லதோ கெட்டதோ... உன் அனுபவங்கள் வாசக உலகத்துக்கு ரொம்ப முக்கியம். நம்பற விஷயங்களை மட்டும்தான் சொல்வேங்கறது ஒருவித அணுகுமுறை. நம்பமுடியாத விஷயங்களையும் சொல்லி வாசகர்களுக்கு நடுவுல ஒரு விவாதத்தை உருவாக்கறது இன்னொரு அணுகுமுறை. நம்ம பத்திரிகை இரண்டாவது ரகம்ங்கறது உனக்குத் தெரியும். ஆகையால் துணிச்சலா செயல்படு. இந்த விஷயத்துல இரண்டு பக்கங்களைப் பற்றியும் அனுபவிச்சு சொல். உன்னால ஒரு புதுச்செய்தி இந்த சமுதாயத்துக்குக் கிடைக்கட்டும்!"

ஆசிரியர் ராஜேந்திரனை நன்றாகவே உற்சாகப்படுத்தி முடித்துக்கொண்டார். தீனதயாளன் கேட்டுக்கொண்டேதான் நடந்தார்.

"உங்க பத்திரிகை ஆசிரியர் பேசினாராக்கும்?"

"ஆமாங்கய்யா. ஆவிகூட பேசினேன்ன உடனேயே சிரிச்சிட்டாரு..."

"நீங்க பதிலுக்குக் கேட்டதிலேயே அதுவும் தெரிஞ்சிச்சு. இப்ப நம்ம நிலையும் அப்படித்தானே இருக்கு...?"

"என்னய்யா நீங்களும் சலிச்சிக்கிறீங்க?"

"சலிச்சுக்கலை... பாருங்க ஊரே அது அது வேலைய பாக்குது. நாம் மட்டும்தானே நமக்கு சம்மந்தமில்லாத ஒரு விஷயத்துல இறங்கி, நம்பியும் நம்பாம அல்லாடிக்கிட்டிருக்கோம்?"

“நீங்க அப்படி வர்ரீங்களாக்கும்... அதுவும் சரிதான்...”

ராஜேந்திரனும் ஒப்புக்கொண்டே நடந்தான்.

ராமசாமி வீடும் எதிரில் தெரிந்தது. வெளியே சிலர் தலை தெரிந்தது.

தீனதயாளனும், ராஜேந்திரனும் வரவும் அவர்கள் திரும்பினர்.

“வாங்க வாத்யாரே... உக்காருங்க...”

“இருக்கட்டும்... ராமசாமியை காட்லவெச்சு காரியம்லாம் முடிஞ்சிச்சா?”

“இந்நேரம் உடம்பு எரிஞ்சு அடங்கியிருக்கும். நாளைக்குக் காலைலதான் பால் தெளிக்கப் போகணும்!”

“ஆமா, எங்க அந்தப் பொண்ணு சின்னப்பேச்சி?”

“அத ஏன் கேக்கறிங்க... அது இங்கேயும் அங்கேயும் அலைஞ்சிக்கிட்டே இருக்குது. கோடாங்கி வேற இப்ப பார்த்து திருப்பதி போய்ட்டாரு. எங்களுக்கு என்ன பண்றதுன்னே தெரியல...”

“இப்ப அந்த புள்ளை எங்க?”

“அது எங்கன்னு தேடணும். ஒரு இடத்துல இருந்தாதான் சொல்லிடுவோமே...”

அந்தப் பதிலோடு தீனதயாளனும், ராஜேந்திரனும் சின்னப்பேச்சியைத் தேடியபடியே திரும்பத் தொடங்கினர்.

“எங்கய்யா அந்தப் பொண்ணு போயிருக்கும்?”

“வாங்க தேடிப்பார்ப்போம்... இது என்ன உங்க பட்டணமா... சின்ன கிராமம் அஞ்சாறு சந்துங்க... ஒரு கோவில், குளத்தங்கரை, கண்மாய், கரட்டு அடிவாரம்... இவ்வளவு தானே?”

அவர்கள் இருவரின் கால்களும் அந்த ஊருக்குள் விறுவிறுப்பாக நடந்து தேடியது.

நல்ல இருட்டு!

ஊர் பஞ்சாயத்தில் தெருவுக்குத் தெரு விளக்கு போட்டிருந்ததால் அந்தந்த இடங்கள் மட்டும் கண்ணில் ஒளிவிட்டன. அந்த இடங்களில் கிராமத்து பிள்ளைகளின் பாண்டி விளையாட்டு நடந்தபடி இருந்தது. அவர்களில் சின்னப்பேச்சி கண்ணில் படவில்லை.

ஊருக்குள் எல்லா இடங்களையும் வலம் வந்தவர்கள், இறுதியாக குளத்தங்கரை பக்கமும் வந்து பார்த்தனர்.

இருட்டு கட்டி குளத்தங்கரை பகுதியே உறைந்துபோனது போல கிடந்தது. கரையோரத்து மரங்களிடம் காற்றோடுகூடிய குசுகுசுப்பு, மற்றபடி சரியான நிசப்தம்!

சிவன் கோவிலின் சின்ன கோபுரத்தில் ஒரு சிறு பல்ப் வெளிச்சம். அவ்வளவுதான்!

"தமிழ் வாத்தியாரே... உங்க ஊர் மொத்தத்தையும் பார்த்து முடிச்சாச்சு. அந்தப் பொண்ணை காணலை. ஒருவேளை கண்மாய்க்கரை பக்கம் போயிருக்குமா?"

"ஆமா... நாம போகாத ஒரே இடம் அதுதான். ஆனா இந்த நேரத்துல அந்தப் பக்கமா..."

"ஒரு விஷயத்துல இறங்கிட்டா முழுசா இறங்கி ரெண்டுல ஒண்ணு பார்த்துடணும். இப்படி பயப்படக்கூடாது..."

"சரி வாங்க... என்னதான் ஆகுதுன்னு பார்த்துடுவோம். எதுக்கும் கைல ஒரு தடிய எடுத்துக்குவோம்..." என்று பக்கத்து மரக்கிளையை ஒடித்து கைத்தடி ஒன்றையும் உருவாக்கிக்கொண்டார் தமிழ் வாத்தியார்.

அப்படியே ஊன்றி ஊன்றி நடந்தார்.

கண்மாய் பக்கம் செல்ல மெயின் சாலை வழியாகத்தான் போக வேண்டும். அதற்காக சாலையைத் தொட்டபோது தடதடவென்று மோட்டார் பைக்கில் ராஜமாணிக்கம் வந்து கொண்டிருந்தான்.

தமிழ் வாத்தியாரையும், ராஜேந்திரனையும் பார்த்துக்கொண்டே கடந்துபோனான்.

“தம்பி... நம்ம வில்லன் பார்த்துக்கிட்டே போறாரு...”

“பாக்கட்டும் பாக்கட்டும்... நீங்க அந்தப் பொண்ணைத் தேடுங்க...”

“வாங்க... கொஞ்ச தூரம்தான்...” என்று எட்டி நடையும் போட்டார் வாத்தியார். கண்மாய்க்கரைப் பக்கம் வந்தது. நெருங்கி கால் வைத்தபோது கரை ஓரத்து மரத்தடியில் பொம்மை போல ஓர் உருவம் தெரிந்தது. அது எழுந்து நிற்கவும் பேச்சிதான் என்பதும் தெரிந்துவிட்டது.

“யாரது... இங்க எதுக்கு வர்றே?” என்று அதனிடமும் கேள்வி. - ஆனால் அப்பட்டமான ஆண் குரலில்...

7

'உயிர்களில் மனிதப் பிறப்பே மனம்' என்னும் அறிவை உடையது. எனவே இதற்கே பாவமும் புண்ணியமும் சாத்தியம். தவளையை விழுங்கி வாழும் பாம்புக்கோ, பாம்பை விழுங்கி வாழும் கழுகுக்கோ, கழுகை வேட்டையாடும் மற்ற விலங்குகளுக்கோ பாவ புண்ணியங்கள் என்று தனியே ஒரு கணக்கில்லை. அவைகள் உணர்ச்சிகளால் மட்டுமே வாழ்பவை. அறிவால் வாழும் மனிதனாலேயே உணர்ச்சியைப் பற்றிச் சிந்தித்து அறிந்து அதை வெற்றிகொள்ள இயலும். ஆனால் அவனோ உணர்ச்சிகளுக்கு அடிமையாகி விடுவதால் பாவ புண்ணியங்களில் சிக்க நேர்கிறது.

இந்தப் பாவ புண்ணிய கணக்கைத் தீர்க்காமல் எப்பிறவியுமில்லாதபடி ஒரு முக்தி நிலையை மனிதர்களால் அடையவே முடியாது. இந்தப் பாவ புண்ணிய கணக்கைப் போடுவதற்கென்றே பிரம்மன் பன்னிரு சிரவணர்களைப் படைத்துள்ளதாக கருடபுராணம் கூறுகிறது. இவர்கள் ஒருவரைப் பார்த்த மாத்திரத்தில் அவர்களுக்குள் இருப்பதை அறிந்து கூற முடிந்தவர்கள் ஆவர். இவர்களே மனித உயிர்களின் ஊசலாட்டத்துக்கும், முக்திக்கும் நடுவில் நிற்பவர்கள்!

இந்த பன்னிரு சிரவணர்களை பன்னிரண்டு ராசிகள் என்றும் சிலர் கூறுவர்!

சின்னப்பேச்சியின் அந்த ஆண்குரலும், அவள் கேட்ட விதமும் ராஜேந்திரனையும், வாத்தியாரையும் சற்று உலுக்கவே

செய்தது. இருவரும் ஒருவரை ஒருவர் பார்த்துக்கொண்டனர். நல்ல இருட்டுவேளை... இருப்பினும் அதில் சின்னப்பேச்சியின் கண்களில் ஒரு குரூரம் ஒளியாக மின்னியது.

“ஏய்... கேக்கறேன்ல... இந்த நேரத்துல இங்க என்ன வேலை உங்களுக்கு?”

தொடர்ந்து சின்னப்பேச்சி மிரட்டினாள்.

“அட என்ன பேச்சி... எதுக்கு இப்படி குரலை மாத்திப் பேசி பயமுறுத்தறே? அங்க உன்னைக் காணோம்னு உங்க ஆத்தா தேடிக்கிட்டிருக்குது... நீ என்னடான்னா இங்க இருக்கியே...”

வாத்தியார் அவள்முன் நன்றாகவே சுதாரித்தார். ராஜேந்திரனும் அவரை சற்று வியப்புடன் பார்த்தான்.

“வாத்யாரே... வேண்டாம்... என்னைத் தேடறதா பொய்யெல்லாம் சொல்லாதீங்க. தயவுசெய்து போயிடுங்க. இன்னிக்கு இங்க ஒரு கொலை நடக்கப்போகுது. நீங்க இருந்தா உங்களையும் கொன்னுடுவாங்க...”

பேச்சியின் பதில் இருவரையும் திகைக்க வைத்தது.

“கொலையா... என்ன ஆத்தா சொல்றே?”

“நான் ஆத்தா இல்ல வாத்யாரே... நான் ஆத்தா இல்ல...”

“பொறவு...”

“என் குரலைக் கேட்டுமா உங்களுக்கு என்னைத் தெரியல...”

“தெரியலியே...” - வாத்யார் வேண்டுமென்றே நடித்தார்.

“வாத்யாரே... நான் கணேசன். ஆத்தூர் கணேசன்!”

“கணேசனா... பம்பாய் பக்கம் ஓடிப்போயிட்டதாக ஊர் பேசிக்கற கணேசனா?”

“நான் ஓடிப்போகலை வாத்யாரே... இந்த உலகத்தை விட்டே போயிட்டேன்...”

“என்னய்யா உளர்றே...?”

"உளறலை... உண்மைய சொல்லிக்கிட்டு இருக்கேன். சத்தியத்த சொல்லிக்கிட்டு இருக்கேன்."

"அப்ப நீ...?"

"கணேசன்... செத்தும் நிம்மதியில்லாம அலையற கணேசன். அந்த ராஜமாணிக்கத்தைக் கொன்னு ரத்தம் குடிக்கற வரை என் ஆவி அடங்காது வாத்யாரே..."

"என்னய்யா சொல்றே?"

"நான் இன்னும் எதையுமே சொல்லலையே..."

பேச்சியின் ஒவ்வொரு சொல்லும் ராஜேந்திரனைப் பிரட்டிப் பிரட்டி போட்டுவிட்டது.

"ஐயா... இவர் கொஞ்சம் முந்தி இங்க ஒரு கொலை நடக்கப் போகுதுன்னாங்களே... அது என்னன்னு கேளுங்க..." - என்று வாத்யாரை ஒரு தினுசாக ராஜேந்திரன் தூண்டிவிட்டான்.

"ஆமாம் கொலைதான்... பாவம் சாகறதுக்குன்னே அந்தக் கைதி இங்க வந்து ஒளிஞ்சிக்கிட்டிருக்கான். என்னைக் கொன்னதையும், புதைச்சதையும் அவனும் பாத்துட்டான். அவ்வளவு ஏன் என்னைப் புதைக்க உதவி செய்தவங்கள்ல அவனும் ஒருத்தன்..."

"அப்படின்னா இந்தப் பேச்சிக்குள்ள உங்க ஆத்மா புகுந்துகிட்டிருக்கா?"

ராஜேந்திரன் தன் சந்தேகத்தை ஒரு வேகமான கேள்வியாக்கினான்.

"அதுல என்ன சந்தேகம். நான் பேசறத வெச்சுமா தெரியல..."

"இல்ல... நீங்க பூந்துக்க இந்தப் பொண்ணுதானா கிடைச்சா?"

"அது எனக்குத் தெரியாது. ஆனா என்னால இந்தப் பொண்ணுக்குள்ளதான் புக முடிஞ்சிச்சு! சிலரை என்னால, அதாவது என் உயிரால நெருங்கக்கூட முடியல."

"ஓ... அப்படிக்கூட ஒரு விஷயம் இருக்கா...?"

"இப்பகூட எல்லா நேரமும் என்னால இந்த பேச்சி உடம்புல இருக்க முடியலை. இதோ... இப்பகூட நான் விலகப்போறேன். என்னால அமுங்கி இருக்க முடியல. குறிப்பா இந்த பேச்சி உடம்புல சனி ஹோரைல மட்டும்தான் என்னால அமுங்க முடியுது. மத்த நேரங்கள்ல இந்த உடம்புலையும் என்னால புக முடியலை."

சொல்லிக் கொண்டிருக்கும் போதே பேச்சி சுணங்கிப்போய் கீழே உட்கார்ந்தாள். சட்டென்று நிமிர்ந்தவள், சூழ்நிலை இருளைப் பார்த்து மிரட்சியுடன் அழ ஆரம்பித்தாள். அருகில் நிற்கும் ராஜேந்திரனும், வாத்யாரும் அவள் வரையில் இரு கருப்பு உருவங்களாகத்தான் தெரிந்தனர்.

"ஐய்ய யாரு இங்க... என்னை விட்றுங்க. நான் எங்க ஆத்தாகிட்ட போயிடறேன். என்னை விட்றுங்க..." - என்று கையை உதறிக்கொண்டு அழ ஆரம்பித்தாள்.

வாத்யார் அடுத்த நொடியே புரிந்துகொண்டார்.

"தம்பி... பார்த்தீங்களா நாம கற்பனைல கூட நினைச்சு பார்க்க முடியாத விஷயங்களா நடக்கறத...?"

"ஆமாம் ஐயா. ஆனா எனக்குதான் இதை எப்படி எடுத்துக்கறதுன்னே தெரியல..."

"அந்த ஆராய்ச்சியை நாம அப்புறம் பண்ணுவோம். நல்ல நேரத்துல இந்தப் புள்ளையைக் கொண்டுபோய் இவ வீட்ல விட்டுட்டு வந்துடுவோம்... கிளம்புங்க."

"ஐயா... இங்க ஒரு கொலைன்னு இந்தப் பொண்ணு சொன்னதைக் கேட்டீங்கல்ல..."

"ஆமாம்... அந்தக் கைதிய கொலை செய்யப்போறதா கணேசன் சொன்னான்ல...?"

"ஐயா அது கணேசன் ஆத்மான்னு நீங்க நம்பிட்டீங்களா?"

"அந்தக் குரலை நான்தானே கேட்டவன். எப்படி தம்பி நம்பாம இருக்க முடியும்?"

"அப்ப எனக்குள்ள ராமசாமி வந்து சொன்னது உண்மைன்னு ஆயிடிச்சா...?"

"ஆமாம்... அப்படித்தான் இருக்கணும். நாம எல்லாத்தையும் இந்தப் புள்ளையை விட்டுபுட்டு வந்து பேசுவோமே..."

"அவசியம் நாம இப்ப இங்க இருந்து போகணுமா?"

"இந்தப் பொண்ணோட இங்க இருக்க முடியாது. இருக்கவும் கூடாது. புறப்படுங்க தம்பி..."

"ஐயா... நான் இங்க இருக்கேன் நீங்க போய் விட்டுட்டு வாங்க."

"ஐயோ வேண்டாம். உங்கள தனியா விட்டுட்டு நான் போகமாட்டேன்... பேசாம வாங்க..."

"பயப்படாதீங்கய்யா... அங்க ஒரு ஆத்மா சொன்னது உண்மையாயிடுச்சு. இப்ப இந்த கணேசன் ஆத்மா சொன்னதும் உண்மையாகுமோன்னு பாக்கறேன். எந்தக் காரணம் கொண்டும் இன்னொரு கொலை மட்டும் நடக்கவே கூடாது..."

"தம்பி சொன்னா கேளுங்க. தனியா இங்க நீங்க இருக்கறது கொஞ்சமும் உங்களுக்கு நல்லதில்ல. வாங்க போய்ட்டு வேகமா திரும்பி வருவோம். ஒருத்தருக்கு ஒருத்தர் ஆதரவா இருந்து செயல்பட வேண்டிய விஷயம் இது..."

வாத்யார் பேச்சியின் கையைப் பிடித்து இழுத்துக்கொண்டு நடக்க ஆரம்பித்தார். கண்மாய்க்கரை இருட்டில் அவர்கள் அடர்ந்த அசையும் கருப்புக்கோடுகளாகத்தான் தெரிந்தனர். சிறிது தூரம் நடந்த நிலையில் ராஜேந்திரனின் காலில் முள் ஒன்று ஏறவும் தேங்கி நின்று அதைப் பிடுங்கி எறிந்தான். அப்படி நின்ற நொடியில் அந்த இடத்தில் ஒருவித நடுக்கத்தை உணர்ந்தான்.

"வாங்க தம்பி... என்ன நின்னுட்டீங்க?"

"ஐயா கொஞ்சம் இங்க வந்து நின்னு பாருங்க?"

உடனே வாத்யாரும் அங்குப்போய் நின்றார். சின்னப்பேச்சி வெறித்துக் கொண்டேயிருந்தாள். வாத்யாரும் நிலநடுக்கத்தை நன்றாகவே உணர்ந்தார்.

"ஆமாம் தம்பி... பூமி நடுங்குனா உலகத்துக்கு அழிவும்பாங்க. ஆனா இங்க இந்த இடம் மட்டும்தான் நடுங்குது. இங்கே கீழே ஏதோ இருக்கணும்."

அவர் சொல்ல ராஜேந்திரன் சட்டென்று ஒரு காரியம் செய்தான். தன் சட்டைப் பேனாவை எடுத்து அந்த இடத்தில் அது நட்டுக்கொண்டு நிற்பதுபோல புதைத்து வைத்தான்.

"என்ன செய்யறீங்க?"

"பேனாவை ஓர் அடையாளத்துக்கு நட்டு வெச்சிருக்கேன். பகல்ல இந்த இடத்துக்கு வந்து என்ன ஏதுன்னு பார்ப்போம். இப்ப கிளம்புங்க..." என்று நல்ல எக்ஸ்பிரஸ் வேகம் எடுத்தான். வானில் ஒரு தர்ப்பூசணி துண்டுக்கணக்காய் விழுந்துகிடந்தது நிலாக்கீற்று. அது அமாவாசை நாளை நோக்கி நகர்ந்து கொண்டிருந்தது!

சோர்வாக அமர்ந்திருந்தாள் தேன்மொழி. அருகே மருதாணி அரைத்து எடுத்துக்கொண்டு வந்து அமர்ந்தாள் அவளது தாயான வஞ்சியம்மாள். அந்த அறைக்குள் குண்டு கோலி பல்பின் சுமாரான மஞ்சள் வெளிச்சம்.

"கைய நீட்டு புள்ள... மருதாணி வெச்சு உட்றேன்."

வஞ்சியம்மாளின் இணக்கமான பாச நெருக்கத்தை எரிச்சலுடன் பார்த்தாள் தேன்மொழி.

"என்னடி இது பார்வை... நீ இப்ப கல்யாணப் பொண்ணுடி. வெறும் கையோட இருந்தா நல்லாவா இருக்கும். நீட்டு கையை..."

"அட போம்மா... கல்யாணமாம் கல்யாணம். மண்ணாங்கட்டி."

"கல்யாணம் மண்ணாங்கட்டி இல்லடி, இப்ப நீதான் மண்ணாங்கட்டி. கைய நீட்டு..."

"அம்மா எனக்கு இஷ்டம் இல்லம்மா... என்னை விட்டுறும்மா..."

"இதோ பார்... நீ இப்படி நடந்துக்கறது மட்டும் உன் அப்பாவுக்குத் தெரிஞ்சா அப்புறம் அவ்வளவு தான்."

"வாழப்போறவ நானும்மா... அவர் இல்ல!"

"தேனு... வாயாடாத! ராஜமாணிக்கம் சரியில்லாத பயதான். ஆனா இப்ப உன்னைக் கட்டிக்கப்போறதால ரொம்பவே மாறிட்டான்டி. நாங்களும் பாக்கறோம்ல? ஆயிரம் மேதைங்க சாதிக்க முடியாததை ஒரு பொண்ணு பொறுமையா போய் விட்டுக்கொடுத்தே சாதிச்சிடுவாங்கறது பெரியவங்க வாக்குடி... உன்னாலையும் அவனை இன்னும் நல்ல விதமா மாத்தமுடியும்."

"இல்லம்மா... யாரையும் திருத்த நான் ஒண்ணும் சமூக சேவகி இல்ல. சாதாரண பொண்ணு."

"இதோபார்... நீ மட்டும் இப்ப இந்தக் கல்யாண விஷயத்துல ஒத்துவராம எதையாவது பண்ணுனே, உன் அப்பாவை அப்புறமா நீயும் சரி, நானும் சரி நல்லவிதமா பாக்கவே முடியாது."

"இப்படி பயமுறுத்தியே என்னை பல விஷயத்துல பணிய வெச்சிட்டியேம்மா..."

"அதோட இந்த ஒரு விஷயத்தையும் சேர்த்துக்க..." - வஞ்சியம்மாள் அவளது வலது கையை எட்டிப் பிடித்து மளமளவென்று மருதாணியை வைத்துவிட ஆரம்பித்தாள். நுனி விரலில் நகத்துக்குக் கீழ் ஒரு ஐஸ்ஃபேக்டரி செயல்படுகிற மாதிரி இருந்தது அவளுக்கும்...

அப்போது கெடிகாரத்தில் இரவு மணி பதினொன்றுக்கான பெண்டுல சப்தம்!

சின்னப்பேச்சியை அவளது வீட்டில் விட்டு ராஜேந்திரனும், வாத்யாரும் வேகமாகத் திரும்பும்போது ஒரு அதிசயம்போல எதிரில் இன்ஸ்பெக்டர் ருத்ரா என்பவர் மோட்டார் சைக்கிளில் வந்தபடி இருந்தார். அவரது ஹெட்லைட் வெளிச்சம் ராஜேந்திரன் கண்களைச் சுறுக்க வைத்தது.

ருத்ராவும் பைக்கை தேக்கி நிறுத்தினார். ராஜேந்திரனோடு வந்த வாத்யாரைப் பார்த்து பவ்யமாக "வணக்கம் சார்..." என்றார்.

"யாரது?"

"நான்தாய்யா ருத்ராபதி... உங்க பழைய ஸ்டூடண்ட்."

"ஓ... ருத்ராபதியா. ஆமா நீ இப்ப போலீஸா?"

"ஆமாய்யா... உடுப்பைப் பார்த்தா தெரியல?"

"ஆமா நீ எங்க இவ்வளவு தூரம்?"

"அதுவா... அது வந்து..." - ருத்ராபதி என்கிற ருத்ரா உண்மையான பதிலைச் சொல்ல வந்து, பிளேட்டை மாற்றத் தொடங்கினார்.

"சும்மா இந்த ஆயக்குடி பக்கம் வந்தேன். ஆமா உங்க ஊருக்கு யாராவது பத்திரிகை நிருபர் வந்துருக்காரா?"

"எதுக்கு சார் கேக்கறீங்க?" - இது ராஜேந்திரன்.

"அவரை நல்லபடியா கண்டுபிடிச்சு அவர்கிட்ட கொஞ்சம் பேசணும்."

"கொஞ்சம்னா...?"

"கொஞ்சம்னா கொஞ்சம்தான். அது பர்சனல்."

"ஆமா அவர் இந்த ஊருக்கு வந்துருக்கறது உங்களுக்கு எப்படித் தெரியும்?"

"இதைக் கேட்கற நீ யார் தம்பி?"

"நான்தான் அந்த பத்திரிகை நிருபர்..."

"ஓ... வெரி கிளாட்டு மீட் யூ, மிஸ்டர் ராஜேந்திரன். உங்க எடிட்டர்தான் போன் பண்ணி உங்க அசைன்மெண்ட் பத்தி சொன்னார்... ஆமா இந்த ஊர்ல ஏதாவது பிரச்சினையா?"

அவர் அப்படிக் கேட்கவும் ராஜேந்திரன் அவர் கைகளைத் தாவிப் பிடித்தான்.

"சார் கடவுள்தான் உங்களை இப்ப அனுப்பி வெச்சிருக்காரு... நாங்க இரண்டு பேரும் நாளைக்குக் காலைல உங்களைப் பாக்க வர்றதா இருந்தோம். ஆனா இப்ப நீங்களே முந்திக்கிட்டு வந்துட்டீங்க, ரொம்ப சந்தோஷம் சார்... புறப்படுங்க..."

"எங்க மிஸ்டர் ராஜேந்திரன்?"

"ஒரு கொலை நடக்கும் பட்சத்துல அதைத் தடுத்து நிறுத்த..."

"வாட்...?"

"முதல்ல எங்ககூட வாங்க, அப்புறம் மற்ற விஷயங்கள்."

அவர்கள் மூவரும் நல்ல வேகத்தோடு அந்த காத்தான் கரட்டு அடிவாரம் நோக்கிப் புறப்பட்டனர். ருத்ராபதி என்கிற ருத்ரா அவர்களோடு போட்டிப் போட்டுக்கொண்டு நடந்தார். அப்படி நடக்கும்போதே ராஜேந்திரன் அந்தக் கைதி பற்றியும், அவனைப் பற்றி வாத்யார் தங்கள் பத்திரிகைக்கு எழுதிய கடிதத்தைப் பற்றியும் சொல்லிக்கொண்டேதான் நடந்தான்.

ருத்ரா அந்த நிலையிலும் பயங்கரமாக வாத்யாரைப் பார்த்து கோவித்தார்.

"என்ன சார் இது... முதல்ல நீங்க என்கிட்டதான் வந்திருக்கணும். இப்படியா ஒரு பத்திரிகைக்காரங்ககிட்ட போவீங்க..."

வாத்யாரும் நெளிந்தார்.

"ஒரு படிச்ச நீங்களே எங்களை நெருங்கத் தயங்கினா நல்லாவா இருக்கு. நீங்க முந்தியே வந்திருந்தா அந்தக் கைதியை எப்பவோ நான் வளைச்சுப் பிடிச்சிருப்பேன்... இப்ப பாருங்க அவன் உயிரோட இருப்பானா இல்லை கொலை செய்யப்பட்டிருப்பானான்னு ஒரு டென்ஷன்..."

"சார்... உங்க கோபத்தை அப்புறம் காட்டுங்க சார்... நாம இப்ப நடக்கறதுகூட தப்பு... ஓடுங்க சார்..." – என்று ராஜேந்திரன் கரடு நோக்கி ஓடத் தொடங்கினான். மூவரும் ஒரு வழியாக அந்த இரவுப்பொழுதில் கண்மாய்க் கரையைத் தொட்டு அதன்மேலும் ஓடினர். அப்படி ஓடியவர்கள் ஒரு கட்டத்தில் அப்படியே தேங்கி நின்றனர். அவர்கள் அப்படி நின்ற இடத்துக்கு எதிரே ஒரு பாறைமேல் அந்தக் கைதியின் பிணம். பக்கமாக அந்தப் பிணத்தை பளிச்சென்று காட்டியபடி ஒரு தீப்பந்தம்!

8

"எவருடைய உயிர் அநியாயமாக கொலை மற்றும் விபத்து மூலமாகப் பிரியும் என்கிற கேள்விக்கு கருடபுராணம் தெளிவான பதிலைக் கூறுகிறது. முன்னோர்கள் வெட்டிய கிணறு, குளங்களை விற்றுவிடுகின்றவன், கோவில், சத்திரம் முதலியவற்றின் வருவாயைத் தனதாக்கிக் கொள்பவன், பசுவைத் துன்புறுத்தி அதன் பாலை முழுவதுமாக அபகரிப்பவன், பிறன் மனைவியை இச்சிப்பவன், கருவைக் கலைப்பவன், ஆசிரியர்களை நிந்திப்பவன் என்று ஒரு பட்டியல் தொடர்கிறது.

மேல்வகை பாவங்களில் ஒன்றில் அகப்பட்டாலும் பிரேத ஜென்மம் எடுத்து காற்றாய் அலைந்து திரிய வேண்டிவரும் என்கிறது கருடபுராணம்.

இப்படிப்பட்டவர்கள் தாங்கள் அலைவதோடு தம் குடும்பத்தவர்களின் கனவுகளிலும் பிரவேசம் செய்து அவர்களையும் வதைப்பார்களாம்!"

நள்ளிரவுப் பொழுதைநோக்கிச் செல்லும் அந்த முன்னிரவில் பாறைமேல் கிடந்த பிணத்தைப் பார்க்கவும் இன்ஸ்பெக்டர் ருத்ராபதிக்கு உச்சந்தலையில் ஆணி இறங்கியதுபோல் இருந்தது. கைவசம் இருந்த டார்ச் லைட்டால் அந்தக் கைதியின் முகத்தை அருகே சென்று பார்த்தார். அப்படியே முகத்தைச் சுணக்கிக்கொண்டு சில அடிகள் தள்ளிச் சென்றார்.

"சார்..."

"இது தப்பிச்சு ஓடி வந்த கைதியோட பாடிதான். இவன் பேர் இடும்பாடி. பாளையங்கோட்டை ஜெயில்ல இவனுக்கு பேர் கங்காரு. தாவிக்குதிச்சு தப்பிச்சு ஓட்றதுல சாதனை படைச்சவன்."

"போலீஸ்கிட்ட தப்பிச்சு இப்ப இங்க வந்து கொலையாயிட்டானே சார்..."

"வாஸ்தவம் தான்... இங்க இவனைக் கொலை செய்தது யார்னு தெரிஞ்சாகணும்..."

"வேற யார் சார்... செத்துப்போன கணேசன் ஆவி சொன்னது மாதிரி இது நிச்சயமா அந்த ராஜமாணிக்கத்தோட வேலைதான்..."

"எதுவா இருந்தாலும் இங்க நின்னு பேசறது சரியில்லை. முதல்ல இங்க இருந்து போவோம். நான் ஸ்டேஷனுக்குத் தகவல் தந்து பாடியை எடுத்துக்கிட்டுப் போக ஏற்பாடு பண்ணிட்டு அப்புறம் பிற விஷயங்களைப் பேசலாம்."

ருத்ராபதி அந்த இருளில், தான் அடுத்து செய்ய வேண்டியதில் மும்முரமானார். மூவருமே திரும்பத் தொடங்கினர்.

ராஜேந்திரன் ஏராளமான வருத்தத்தில் புதைந்து போயிருந்தான்.

"வாத்யார் பத்திரிகைக்கு எழுதிப் போட்டதுக்குப் பதிலா உங்களைப் பார்த்து கம்ப்ளைண்ட் கொடுத்திருந்தா இந்தக் கைதியை உயிரோட பிடிச்சிருக்கலாம். இப்ப எல்லாம் மாறிப்போச்சு... ப்ச்!" என்று நடக்கும் போது பல்லிபோல செருமினான்.

"யாருக்கு தம்பி தெரியும் இப்படி எல்லாம் நடக்கும்னு... என் மாணவன் ருத்ராபதிதான் ஸ்டேஷன் இன்ஸ்பெக்டர்னு முந்தியே தெரிஞ்சிருந்தா, முதல்ல நான் ஸ்டேஷனுக்குல்ல போயிருப்பேன்..." என்று வாத்யாரும் சலிப்பில் சமுத்திரமானார்.

இன்ஸ்பெக்டர் ருத்ரா அந்த இருளிலும் நாலாபுறமும் டார்ச்சை சுழற்றி ஒரு பார்வை பார்த்துக்கொண்டேதான் நடந்தார்.

"எதுக்கோ வந்தேன்... ஆனா விஷயம் வேற மாதிரி பெருசாவே இருக்கு. தெரிஞ்சு ஒரு கொலை... தெரியாம

இரண்டு கொலை... மொத்தம் மூணு கொலை... விட்டா இது அதிகமாகிக்கிட்டே போகலாம்" என்று ருத்ராபதி சொன்னபோது, மூவருமே கண்மாய்க்கரை பகுதிக்கு வந்திருந்தார்கள்.

கண்மாய் நீர் மேல் வெள்ளிப்பொடியைத் தூவினதுபோல வானத்து நட்சத்திரங்கள் தெரிந்தன. காற்றும், மயிற்பீலியால் விசிறினால் உடம்பில் படும் அளவுக்கு வீசியபடி இருந்தது.

பேரமைதிக்கு அங்கே ஓர் இலக்கணம் தெரிந்தது. அதேசமயம் கண்மாய்க் கரையை ஒட்டி அப்படியே திட்டுத்திட்டாக மேலேறும் காத்தான் கரட்டின் உச்சிப்பாறை ஒன்றின்மேல் ஓர் உருவம் நிற்பதும் தெரிந்தது!

ஒரு சிலைபோல தெரிந்த அந்த உருவம் பெண் என்பது அதன் சேலை முந்தானை காற்றில் பறப்பதில் இருந்து அனுமானிக்க முடிந்தது. அதை மூவருமே கூட பார்த்துவிட்டு அப்படியே கரைமேல் தேங்கி நின்றனர்.

"சார்... அங்க பாத்தீங்களா?"

"பார்க்காமலா... யாரோ ஒரு பொண்ணு."

"பொண்ணுதானா?"

"புடவை முந்தானை பறக்கறதைப் பார்த்துமா கேள்வி...?"

"எவ்வளவு தைரியம் சார்... நாம நின்னு கவனிக்கறது தெரிஞ்சும் எவ்வளவு தைரியமா நின்னு பார்க்கறா பாருங்க..."

ராஜேந்திரன் குரலில் கணிசமான அளவில் கோபம் வெளிப்பட்டது. ருத்ரா தன் டார்ச் வெளிச்சத்தை அந்தப் பாறை நோக்கி அடித்துப் பார்த்தார். ஆனால் வெளிச்சம் அவ்வளவு தூரம் போய் விழவில்லை. சட்டென்று அவளை அருகில் சென்று பார்த்துவிடும் ஓர் எண்ணத்துடன் அவளைப் பிடிக்க அவளை நோக்கி ஓடத் தொடங்கினார்.

"சார்ர்..." ராஜேந்திரன் அவர் போகவும் பலமான குரலில் கூவி அழைத்தான்.

"நீங்க இங்கையே இருங்க... நான் அது யார்ன்னு பார்த்துட்டு வந்துடறேன்..." ருத்ராவும் பதில் சொன்னபடியே நல்ல வேகம் காட்டினார். வாத்யாருக்கு ருத்ராவின் வேகம் பயத்தை அளித்திருந்தது.

"ருத்ராபதி... வேண்டாம்யா, பகல்ல பார்த்துக்கலாம் திரும்பி வந்துடு..." என்று அவரும் குரல் கொடுத்துப் பார்த்தார். ஆனால் ருத்ராபதி மலைகளில் மேயும் மாடுகள் பாறைகளின் மேல் தாவித் தாவி ஏறிச் செல்கிற மாதிரி அசுரவேகத்தில் இருந்தார். அதேசமயம் அதுவரை உச்சிப்பாறை மேல் சிலைபோல் தெரிந்த அந்தப் பெண் உருவத்தைக் காணவில்லை!

"தம்பி ராஜேந்திரன்... இப்ப பாருங்க... அந்த பெண்ணை காணலை" என்று கண்களை கசக்கினார் வாத்யார்.

"ஆமாம் சார்... இவரோ கிட்ட நெருங்கிட்டார். அங்க என்ன நடக்கப்போகுதோ தெரியலியே..." என்று ராஜேந்திரனும் டென்ஷனோடு சலித்துக்கொண்டான்.

அப்போது கலகலவென்று ஒரு சிரிப்புச் சப்தம் கேட்டது. ஓர் இளவயதுப் பெண் சிரிக்கிற மாதிரிதான் தோன்றியது.

"யாரு... யாரு இப்ப இங்க சிரிச்சது...?"

வாத்யார் படபடக்க, கண்மாய் நீர்மேல் ஒரு மிதவை. அதன்மேல் ஆடாமல் அசையாமல் ஒரு பெண் மிதவையின் நுனியில் அமர்ந்திருக்க, மிதவை வேகமாக நடுக்கண்மாய் நோக்கிப் போகத் தொடங்கியது.

"தம்பி... நம்மளைச் சுத்தி என்ன தம்பி நடக்குது...?" வாத்யார் குரல் தந்தி அடிக்கத் தொடங்கிவிட்டது.

ராஜேந்திரனுக்கே எல்லாமே பெரும் மாயவிளையாட்டாகத்தான் இருந்தது.

"தம்பி... வாங்க போய்டலாம். இங்க நிக்கறது இனியும் தப்பு..." என்று வாத்யார் வாரிச்சுருட்டிக் கொண்டு ஊர் உள்ள திசை நோக்கி ஓட ஆரம்பித்தார்.

ராஜேந்திரன் கரட்டு உச்சியை ஒரு பார்வையும், வாத்யார் ஓடுவதை மறுபார்வையும் பார்த்தவன், “நீங்க போங்க சார்... எது வந்தாலும் நான் இன்ஸ்பெக்டரோட வர்றேன்” என்று பதில் குரல் கொடுத்தான்.

வாத்யாரும் ஓடி மறைந்தே விட்டார்.

ராஜேந்திரன் மட்டும் தனியாக... அண்ணாந்து கரட்டு உச்சியையே பார்த்துக் கொண்டிருந்தான்.

திடீரென்று அமைதியாகிவிட்ட அந்தச் சூழல் அவனை என்னவெல்லாமோ செய்யத் தொடங்கிவிட்டது. பயப்படவும், வெட்கமாக இருந்தது. துணிச்சலைக் காட்டவும் தயக்கமாக இருந்தது. “ருத்ராபதி சார்... எங்க இருக்கீங்க?” என்று குரல் கொடுக்க வேண்டும்போல தோன்றியது.

ஆனால் அடக்கிக்கொண்டான்.

அப்போது அந்த கரைப்பகுதியில் யாரோ வருவதுபோல ஒரு மெல்லிய அரவம். சப்தம் வந்த திக்கைப் பார்த்தான். இருட்டில் உருட்டிப் பிசைந்த மாதிரி ஓர் உருவம். ஒரு கையில் கைத்தடி. இன்னொரு கை எதையோ பிடித்துக் கொண்டிருந்தது.

“ஐயா...!” என்று அது அவனை நெருங்கும்போது ஈனஸ்வரத்தில் குரல் கொடுத்தது.

“யாரு...?”

“நான்தாங்க பிச்சைக்காரன்...”

“பிச்சைக்காரனா...?”

“ஆமாய்யா... எதாச்சும் தர்மம் பண்ணுங்கய்யா...”

மிக சமீபித்துவிட்ட அந்த உருவம் ராஜேந்திரன் முகத்துக்கு நேரே ஒரு தட்டை வேறு நீட்டியது.

இந்த இரவில் யாருமில்லாத இடத்தில் ஒரு பிச்சைக்காரன்!

ராஜேந்திரனுக்குத் தலையைச் சுற்றியது. மிக அருகில் வந்துவிட்ட அவன் தட்டைப் பார்த்த ராஜேந்திரன்

கதிகலங்கிப்போனான். அதில் வெட்டி எடுக்கப்பட்ட ஒரு கைப்பகுதி கிடந்தது.

"ஏய்... என்ன இது? யார் நீ?" என்றெல்லாம் அவனுக்குள் கேள்விகள் பெருக்கெடுத்தது. ஆனால் உதட்டைத் தாண்டவில்லை. அவனோ ராஜேந்திரனை சாவகாசமாக, "ஐயா பிச்சை போடுங்கய்யா..." என்ற கழிவிரக்கமான குரலோடு கடந்தும் போனான். ராஜேந்திரன் அப்படியே நடுமரம் போல நின்றுவிட்டான். சில நொடிகளில் பிச்சைக்காரன் குரல் தேய்ந்து, அவனும் இருளில் காணாது போனான். அப்போதுதான் வாத்யார் விலகிப்போனதும், தனியாக அங்கே நின்று கொண்டிருப்பதும் ஒரு தவறுபோலத் தோன்றியது. இப்படி இங்கே நிற்பதற்கு ருத்ராபதியைத் தேடிக்கொண்டு கரட்டுப்பக்கம் போவது மேல் என்றும் தோன்றவே, உடனேயே எதிரில் தெரிந்த கரட்டை நோக்கித்தான் நடந்தான்.

அடிப்பாகத்தில் இருந்து மேலேறும் சரிவில் கால் வைத்து பாறைகள் மேல் ஏறி ஒரு பார்வை பார்த்தபோது, பக்கமாக யாரோ உட்கார்ந்து அழுவதுபோல ஒரு அழுகுரல் கேட்டு அவன் நெஞ்சைக் கவ்வியது.

அந்தப் பாறைக்கு மறுபக்கத்தில் ஒரு சிறு சமதளம். அதில் ஒரு பிணம் கிடந்தது. அதன் தலைமாட்டில் ஒரு அகல் விளக்கும் எரிந்து கொண்டிருந்தது. அந்தப் பிணத்தின் காலருகேதான் ஒரு பெண் தலைவிரி கோலமாக அமர்ந்து அழுதுகொண்டிருந்தாள்.

அப்படியே பாறையைவிட்டு பின்பக்கமாக வந்து கீழே குதித்து வேறு பக்கமாக நடக்க காலெடுத்தபோது, காலடியில் பந்துபோல ஒன்றுபட்டு அது சப்தமுடன் உருண்டு ஓடியது. அந்த இரவில் அது ஓடும் சப்தம் அவ்வளவு துல்லியமாகக் கேட்டு அவன் வயிற்றில் அமிலத்தைப் பீய்ச்சியது.

அதற்குமேல் பொறுக்க முடியாமல் தைரியத்தை வரவழைத்துக் கொண்டு, "ருத்ராபதி சார்..." என்றான் பெரும் குரலில்... அவன் கொடுத்த குரல் மலை முழுக்க எதிரொலித்தது. பதிலுக்கு அவரும்

குரல் கொடுத்தார். "பாலு நான் இங்க இருக்கேன்..." அவர் குரலும் அந்த மலை முழுக்க எதிரொலித்து அடங்கியது. குரல் வந்த திக்கை வைத்து ராஜேந்திரன் தட்டுத் தடுமாறி நடந்தான். சட்டென்று அவன்மேல் ஒரு வெளிச்ச வட்டம் விழுந்தது. அது ருத்ராபதியின் டார்ச் லைட் வெளிச்சம்!

"சார்ர்ர்..."

"கமான்... இங்க வந்துடுங்க, ராஜேந்திரன்..."

"இதோ சார்..." ராஜேந்திரனும் வெளிச்ச வட்டத்தையே வழியாக வைத்து அவரை நெருங்கினான்.

"எங்க வாத்யார்?"

"அவர் ஓடிப் போய்ட்டார். நான்தான் உங்களுக்காகக் காத்துக்கிட்டிருந்தேன். ஆனா என்னால அங்க நிக்க முடியலை. இந்த இருட்டுல அந்த இடத்துல ஒரு பிச்சைக்காரன்..."

"இங்கேயும் தான்... அந்தப் பொண்ணு யார்னு தெரியல. ஆனா ஒரு பிச்சைக்காரி பயங்கரமா தலையைச் சொரிஞ்சுக்கிட்டு என் முன்னால் கைய நீட்டினா... அவ நீட்டின கைவிரல்ல நகங்க ஒவ்வொண்ணும் நாலஞ்சு அங்குலம் இருந்தது. டார்ச் லைட் வெளிச்சத்துல அவ முகத்தைப் பார்த்தேன். ஐயோ பயங்கரம்..."

"சார்... எனக்கென்னவோ நாம தொடர்ந்து இங்க இருந்து இப்படி அல்லாடறது சரியா படலை. வாங்க போவோம். காலைல உங்க டிபார்ட்மெண்ட்டோட வந்து பார்ப்போம்."

"நானும் அதையேதான் நினைக்கிறேன். இருட்டும், சூழ்நிலையும் இப்படி எதிரிக்குப் பலம். அவ்வளவும் அமானுஷ்யமா, இல்ல யாராவது திட்டமிட்டுப் பண்றாங்களான்னும் தெரியல... இந்தக் கரடு துஷ்ட ஆவிகளோட சாம்ராஜ்யம்னு கேள்விப்பட்டிருக்கேன்... நமக்கு ஏற்பட்ட அனுபவங்கள் அந்த ரகமாங்கறதை போகப் போகத்தான் உணர முடியும்... சரிசரி நடங்க..."

இருவரும் அங்கிருந்து படுவேகமாக இறங்க ஆரம்பித்தனர். ருத்ராபதியின் டார்ச் வழிகாட்டியது. அந்த வழியாக இறங்கியதில்

முன்பு கைதியின் உடம்புகிடந்த அதே பாறை அருகே, தான் இருவரும் வந்தும் சேர்ந்தனர்.

ஆனால் அந்தப் பாறைமேல் இப்போது கைதியின் பிணம் இல்லை!

9

"பிறக்கின்ற ஒரு மனிதன் இறந்துதான் தீர வேண்டும். பிறப்பு என்பது ஸ்தூலம். பஞ்சபூத கலவையான உடம்பால் ஆனது. உடம்புக்குள் மனதால் மனிதன் வாழ்கிறான். இந்த மனதுதான் ஆத்மாவாகிறது. இது உடம்பைப் பிரியும் சமயம் பிரேத ஜென்ம வாழ்க்கையை அடைந்து அங்கிருந்துதான் முக்திக்குச் செல்ல வேண்டும்.

யாராக இருந்தாலும் பிரேத ஜென்மம் எடுக்காமல் முக்தியடைய முடியாது. பிரேத ஜென்மம் எடுத்த ஆத்மா, தான் வாழ்ந்த நாளில் நற்கருமங்கள் செய்திருந்தால் அது அதன் மனதில் பதிவாகியிருக்கும். அந்தப் பதிவுகள்தான் மோட்சத்திற்கு வழிகாட்டும்.

வாழும் நாளில் அந்த ஆத்மா நல்லது செய்ததோ, கெட்டது செய்ததோ...? அந்த ஆத்மாவின் பொருட்டு புறத்தில் யாராவது ஒருவர் தானம் செய்தாலும் போதும். தானமே ஆத்மாக்களைக் கரை சேர்க்கும்!"

பிணம் கிடந்த பாறை காலியாக இருந்தது... சற்றுமுன் தீப்பந்த வெளிச்சத்தில் காட்சி தந்த கைதியின் பிணத்தை அங்கே பார்க்க முடியவில்லை.

அந்தக் காட்சியைப் பார்த்த ருத்ராபதிக்கு தலையைச் சுற்றாத குறை. அதே சமயம் தொடுவானில் சாம்பல் பூக்க ஆரம்பித்தது. அலாரம் கேட்டதுபோல பறவைகள் விழித்துக்கொண்டு அலகு திறக்கத் தொடங்கியிருந்தன. விடியப் போகிறது!

ருத்ராவிற்கு ஒரு விஷயம் தெளிவாகப் புரிந்தது. அங்கே ஒரு பெரிய மர்ம நாடகம் நடந்திருக்கிறது. பின்புறத்தில் யாரோ இருக்கிறார்கள் என்பதுதான் அது!

✦✦✦

வாத்தியார் வீடு!

முன்னாலே கிடந்த கயிற்றுக் கட்டில்மேல் அமர்ந்திருந்தார் ருத்ரா.

அவர் நெற்றியில் எண்ணங்களின் நமைச்சல்.

அவருக்கு எதிரில் சிமெண்ட்டு திண்ணை மேல் அவரைப்போலவே நமைச்சலோடு ராஜேந்திரன்.

வாத்தியார் தீனதயாளன் வீட்டினுள் சுக்குமல்லி காபி தயார் செய்தபடி இருந்தார். மணக்க மணக்க அதை இரு லோட்டாவில் ஊற்றி எடுத்து வந்து ருத்ராவின் முன்னும், ராஜேந்திரன் முன்னும் நீட்டினார்.

"சார்... இப்ப சுக்கு காபியா முக்கியம்? முதலல உட்காருங்க. உங்கக்கிட்ட நான் நிறைய கேள்விகள் கேட்கணும்" - என்று இன்ஸ்பெக்டர் ருத்ரா சற்று தாட்டியமாகவே ஆரம்பித்தார்.

"தெரியும் ருத்ராபதி... நீ என்ன கேக்கப்போறேன்னு நல்லாவே தெரியும். நானும் தயாராதான் இருக்கேன். இப்பகூட சொல்றேன். ராத்திரி நடந்ததை எல்லாம் நினைச்சா எனக்குக் கையும் ஓடமாட்டேங்குது, காலும் ஓடமாட்டேங்குது..."

"என்ன சார் நீங்க... யாரோ நல்லாவே கண்ணாமூச்சி விளையாடறாங்க. இது தெரியலயா உங்களுக்கு?"

"நீ கண்ணாமூச்சிங்கறே... ஆனா என்னால அப்படி எடுத்துக்க முடியல..."

"படிச்ச நீங்களா இப்படி பேசறீங்க?"

“ஆ ஊன்னா இப்படி கேள்விய கேட்டுருங்க. தம்பி... ராஜேந்திரன்... நீங்க என்ன சொல்றீங்க?”

வாத்தியார் ராஜேந்திரனைக் கலைக்கப் பார்த்தார்.

“நான் குழப்பத்துல இருக்கேன் சார்...”

“இங்க நாங்க மட்டும் என்ன தெளிவாவா இருக்கோம். எங்க நிலையும் அதுதான்...”

“ரிப்போர்ட்டர் தம்பி... ராத்திரி நடந்த சம்பவங்கள் உங்க வரைல எப்படி தோணுது?”

இன்ஸ்பெக்டர் ருத்ராவும் ராஜேந்திரனைத் தூண்டினார்.

“அதை எடை போடவே முடியல சார்...”

“அப்ப எல்லாமே காத்து கருப்போட வேலைன்னு நீங்களும் முடிவு பண்ணிட்டீங்களா?”

“என் அறிவு நிச்சயமா அப்படி இல்லைன்னுதான் சொல்லுது. ஆனா உணர்வுகளும், அனுபவங்களும் வேற மாதிரில்ல சொல்லுது?”

“ரொம்பவும்தான் குழப்பறீங்களே... அறிவு உணர்வுன்னு நீங்க பேசறதே விளங்கலையே...”

“சார்... நான் இந்த ஊருக்குள்ள கால்வைக்கும்போது இந்த ஆவி சமாச்சாரங்களை எல்லாம் மனசோட ஒரு வித பயமாவும், கற்பனையாவும்தான் நினைச்சிருந்தேன். ஆனா இங்க இதே வீட்ல எனக்கும், வாத்யாருக்கும் ஏற்பட்ட ஓர் அனுபவம் என்னை ரொம்பவே யோசிக்க வெச்சிச்சு. அதோட ராத்திரி நடந்த சம்பவங்களும் சேர்ந்துக்கிட்டு என்னை தெளிவாவே முடிவு எடுக்க விடமாட்டேங்குது...”

“அப்ப முடிவா உங்க பதில்?”

“சார்... இந்த ஊர்ல தப்பு நடந்திருக்கு; நடந்துகிட்டும் இருக்கு. அதேசமயம் ஆவி விஷயங்களையும் ஒதுக்கித்தள்ள முடியல. இதுதான் என் பதில்!”

“தப்புன்னா... யார் தப்பு பண்ணினது?”

“தப்புங்கறது கூட சாதாரண வார்த்தை... கொலைங்கறதுதான் சரியான வார்த்தை. ஒரு கொலைக்கு இரண்டு கொலை. நேத்து ராத்திரி நாம பார்த்த கைதியைச் சேர்த்தா மொத்தம் மூணு கொலை... அந்தக் கொலைகளுக்குப் பின்னால் இந்த ஊர் நாட்டாமையோட மருமகப் பிள்ளையான ராஜமாணிக்கம்தான் இருக்கான்...”

“அவன்தான்னு எப்படிக் கண்டுபிடிச்சீங்க?”

“நாங்க நேத்து செத்துப்போயிட்ட ராமசாமிங்கறவரோட ஆவியோட பேச முயற்சி செய்தப்போ, அவர்தான் வந்து இந்த விஷயத்தைச் சொன்னார்.”

“லுக் மிஸ்டர் ராஜேந்திரன்... நீங்க ஒரு பத்திரிக்கையாளர். இந்த ஆவிகூட பேசினேன்... அது சொன்னிச்சுங்கற விஷயமெல்லாம் படிச்சவங்கிட்ட எடுபடும்னு நினைக்கறீங்களா? குறிப்பா ஆவி சொன்னிச்சு, அதனாலே நான் உன்னைக் கைது செய்யறேன்னு சொன்னா அவன்தான் ஒத்துக்குவானா... இதெல்லாம் கோர்ட்ல நிக்குமா?”

“சார்... நீங்க எந்த அடிப்படைல இதை எல்லாம் கேக்கறீங்கன்னு எனக்கும் நல்லாவே தெரியுது. நான் ஆவிகூட பேசின விஷயத்தையே சந்தேகப்பட்டுதான் செயல்பட்டேன். ஆனா அது சொன்ன மாதிரியே அடுத்தடுத்து விஷயங்கள் நடக்கும்போது அதை நம்பாம என்னால இருக்க முடியலியே...”

“அப்படி என்ன நடந்தது?”

“கைதி கொலை செய்யப்படுவான்னு இறந்த கணேசன் ஆவி சொன்னிச்சு... அப்படித்தானே ஆச்சு?”

“இந்த ஆவி சொன்ன வேற செய்தி ஏதாவது?”

“அட என்ன ருத்ராபதி நீ... எதுக்கு இத்தனை கேள்விங்க... ஏன் மண்டையைப் போட்டு பிச்சிக்கிறே? நீயே நேரா ராமசாமி ஆவிகூட பேசித்தான் பாரேன்...”

“என்ன சார் சொல்றீங்க?”

“இந்தத் தம்பி நேத்து முயற்சி செய்த மாதிரி நீயும் முயற்சி செய். ராமசாமியும் நான் எப்ப கூப்பிட்டாலும் வந்து உதவி செய்யறேன்னு சொல்லியிருக்கான்ல...”

“அப்படியா?”

“எழுதியே கொடுத்திருக்கான்பா...”

வாத்தியார் எழுந்து சென்று, ராஜேந்திரன் மீடியமாக மாறி மடியில் வைத்துக்கொண்டு எழுதிய நோட்டை எடுத்து வந்து காண்பித்தார். அதை வாங்கிப் பார்த்த ருத்ரா முகத்தில் பூச்சி பறந்தது. படித்து முடித்தவர் எழுந்து குறுக்கும் நெடுக்குமாக நடந்தார்.

“என்ன ருத்ராபதி... எதுக்கு இந்த நடை? நீயும் ஒரு தடவை ராஜேந்திரன் தம்பி மாதிரி ஆவிகூட பேசித்தான் பாரேன்...”

“இல்ல சார்... இந்த மாதிரி ஒரு முயற்சியில் நான் இறங்கினேன்னு தெரிஞ்சாலே என் டிபார்ட்மெண்ட்ல சிரிப்பாங்க...”

“தெரிஞ்சா தானே...?”

“இல்ல... நான் முதல்ல என் வழியில் போறேன். பிறகு பார்ப்போம்.”

“உன் வழின்னா?”

“அதுதான் போலீஸ் வழி...”

என்ற ருத்ராபதி அடுத்த நொடி செல்போனை எடுத்து காதில் வைத்தார். சிறிது தூரம் விலகிச்சென்று குசுகுசுவென்று யாருடனோ பேசிவிட்டு வந்தார்.

ராஜேந்திரன் அவரைக் கூர்ந்து கவனித்தான்.

“என்ன ராஜேந்திரன்?”

“சார் உங்க வழியில் நானும் வரலாமா?”

"தாராளமா... ஏன்னா நான் உங்களை ஒரு பத்திரிகையாளனா மட்டும்தான் இப்ப பாக்கறேன். கமான் புறப்படுங்க..."

இருவரும் ஒருவித வேகமுடன் புறப்பட்டனர்!

✦✦✦

நாயக்கரின் தோட்டத்துக் கிணற்றில் தண்ணீர் பாய்ந்து கொண்டிருந்தது. இரும்புக் குழாய்க்குள் இருந்து தண்ணீர் சீறிப்பாயும் இடத்தில் காட்டு வேலை செய்யும் விவசாயக்குடிகளின் பெண்டுபிள்ளைகள் குதித்து விளையாடிக் கொண்டிருந்தனர். வரப்பில் தேன்மொழியும் வந்து கொண்டிருந்தாள். அவளது தோளில்கிடந்த துவாலையே அவளும் பம்ப்செட் குளியலுக்காகத்தான் வருகிறாள் என்பதைச் சொல்லாமல் சொல்லிற்று.

அவள் நடையில் பெரிய உற்சாகமில்லை!

வரப்புக்கு அந்தப்பக்கமும், இந்தப்பக்கமும் ஊட்டமான சோளக்கதிர்கள் வளர்ந்து தழைத்திருந்தன. விசுக்கென்று அதனுள் இருந்து ஒரு உருவம் தேன்மொழி முன் வரப்பில் தாவிக் குதித்தது.

தேன்மொழி அலறிவிட்டாள்!

தாவிக் குதித்த உருவம் முண்டாசை விலக்கும் போதுதான் தெரிந்தது, அது ராஜமாணிக்கம் என்று!

"என்ன புள்ள பயந்துட்டியா?" - ராஜமாணிக்கம் அவள் முன் வழிந்தான். அவளுக்கு எரிச்சல் பீறிட்டது. முறைத்தாள்.

"என்ன கேக்கறேன், பேசாம முறைக்கறே?"

"முறைக்காம... இப்படித்தான் திடீர்னு ஒரு பொண்ணு முன்னால எகிறிக் குதிப்பீங்களாக்கும்?"

"சும்மா விளையாடினேன் தேனு... தப்பா எடுத்துக்காதே. வா அப்படி கொஞ்ச நேரம் உக்காந்து பேசுவோம்."

“இல்ல... நான் வரலே - என்னை விடு.”

“அட என்ன புள்ள... நான் உன்னைக் கட்டிக்க போறவன். அத நீ மறந்துட்டியா?”

“அப்படி ஒண்ணு நடந்தா பாக்கலாம்.”

“ஏ புள்ள... இதுக்கு முந்தி பேசுன கல்யாணப் பேச்செல்லாம் நடக்காததால் உனக்கு இப்பவும் நம்பிக்கை இல்லையாக்கும்...?”

“.....”

“பேசு புள்ள... இந்தவட்டம் எது நடந்தாலும் சரி. நான் உன் கழுத்துல தாலிய கட்டாம விடமாட்டேன்... இந்த ஜென்மத்துக்கு மட்டுமில்ல... இனி வர்ற ஜென்மத்துலயும் நீதான் என் பொஞ்சாதி.”

“.....”

“அட என்ன புள்ள நான் எவ்வளவு ஆசையா பேசிகிட்டிருக்கேன். உம்முன்னே இருக்கியே... பாரு... உனக்காக தின்னவேலி போய் நான் என்ன வாங்கிட்டு வந்துருக்கேன்னு...”

ராஜமாணிக்கம் இடுப்பு வேட்டி மடிப்பில் இருந்து ஒரு வைர நெக்லஸை வெளியே எடுத்தான். அது காலைச் சூரிய ஒளியில் கண்ணைப் பறித்தது. தேன்மொழியே ஒரு வினாடி அதன் ஜொலிப்பை பார்த்து அதிர்ந்தாள். அதையே வெறித்தாள்.

“என்ன பாக்குறே... இது எவ்வளவு விலை தெரியுமா?”

“.....”

“கிட்டத்தட்ட மூணரை லட்சம்!”

“நெசமாவா?”

“என்ன நெசமாவா... உனக்காக நான் மூணரை லட்சம் என்ன, மூணரை கோடி கூட செலவழிப்பேன்.”

சொல்லிக்கொண்டே அவள் கழுத்தில் அந்த நெக்லசை பூட்டிவிட்டான். அவளால் அதைத் தடுக்க முடியவில்லை.

“ஆமா ஏது இவ்வளவு பணம்?” - ஈனசுரத்தில் கேட்டாள்.

“அது எதுக்கு உனக்கு?”

“இல்ல சொல்லு...”

“எங்கையாவது திருடிட்டேன்னு நினைச்சியா?”

“நீ திருட்டு வேலை எல்லாம் பண்ணவன்தானே?”

“ஆனா இதுல திருட்டு இல்லை. என்னை நம்பு.”

“எதை வெச்சு?”

“சரி உண்மைய சொல்றேன். என் பேருக்கு ஒரு பூமி எங்கப்பன் கொடுத்துட்டு போயிருந்திச்சி தானே?”

“ஆமா... அதுதான் ஒண்ணுக்கும் உதவாத கட்டாந்தரை ஆச்சே?”

“வாஸ்தவம் தான். ஆனா அங்க இப்ப ஒரு தொழிற்சாலை வரப்போகுது. இன்னும் சொல்லப்போனா அந்த இடத்துல பாறை இருக்கறதுதான் தொழிற்சாலைக்கும் பலம். அதனால அவங்க விலைக்குக் கேட்டாங்க. நானும் பிகு பண்ணேன். கடைசில பத்தாயிரம் ரூபாய்க்கு விக்க முடியுமான்னு கேட்ட இடத்தை மூணரை லட்சத்துக்கு வித்தேன்.”

ராஜமாணிக்கம் சொன்னதை நம்புவதா, வேண்டாமா என்று குழப்பத்தோடு தேன்மொழி அவனைப் பார்த்தபோது, அதே வரப்பின் மறுமுனையில் ருத்ராவும், ராஜேந்திரனும் அவளைப் பார்க்க வந்தபடி இருந்தனர்.

10

"உயிரானது மனித உடம்பை விட்டு எப்படி நீங்குகிறது என்கிற கேள்விக்கு கருடபுராணம் அளிக்கும் பதில் சிந்திக்க வைக்கிறது.

கண் வழியாகவோ, நாசி வழியாகவோ, ரோமக்கால்கள் வழியாகவோ உயிரானது நீங்கும். ஞானிகளாக இருந்தால் கபாலம் உடைந்து உயிர் செல்லும். பாவிகளாக இருந்தால் மலத்துவாரம் வழியாகப் பிரியும். இப்படி உயிர் பிரிந்த உடலில் உள்ள பஞ்சபூதக்கூறுகள் அந்த உடலைப் புதைத்தும், எரிக்கையிலும் தானாகப் பிரிந்து உலகின் பஞ்சபூதங்களிடம் கலந்துவிடும்.

'காமம், குரோதம், லோபம், மோகம், மாச்சரியம்' ஆகிய ஐந்தும் மனித சரீரத்தில் திருடர்களைப்போல பதுங்கியிருக்கும். இவைகள் மட்டும் உயிர் பிரிந்த நிலையில் மனதோடு ஒன்றாகும். மனது உயிராகிய ஆத்மாவோடு ஒட்டியே திரியும்!"

வரப்பின் வழியாக வந்தபடி இருக்கும் இன்ஸ்பெக்டர் ருத்ராவையும், ராஜேந்திரனையும், ராஜமாணிக்கமும் கவனித்தான். தேன்மொழியும் அவர்கள் வருவதைப் பார்த்து சற்று திருதிருவென விழித்தாள்.

ருத்ரா அவர்களை நெருங்கினார்.

"வாங்க இன்ஸ்பெக்டர் சார்... எங்க இவ்வளவு தூரம்?"

ராஜமாணிக்கம் துளியும் பயமோ, பதட்டமோ இன்றி அவர்களை எதிர்கொண்டான்.

"எல்லாம் உன்னைப் பார்க்கத்தான் ராஜமாணிக்கம்..." - ருத்ராவும் நன்கு அறிமுகமானவனிடம் ஆரம்பிப்பதுபோல ஆரம்பித்தார்.

"என்னைப் பாக்கணும்னா வீட்டுக்கு வரவேண்டியது தானே... இது என்ன வயக்காட்டுப் பக்கமெல்லாம் வந்துக்கிட்டு?"

"வயக்காட்டுக்கெல்லாம் போய் யாரையும் பாக்கக்கூடாதுன்னு எதாச்சும் சட்டம் எனக்குத் தெரியாம போட்ருக்காங்களா என்ன? தம்பி ராஜேந்திரன்! நீங்க ஒரு பத்திரிகைக்காரர். உங்களுக்குத் தெரிஞ்சிருக்கும்... அப்படி எதாச்சும் சட்டம் இருக்குதா என்ன?"

ருத்ராவிடம் கிண்டலும் வெளிப்படத் தொடங்கியது. அது ராஜமாணிக்கத்தைச் சற்று கூசவைத்தது. தேன்மொழியைச் சற்று திகட்டலோடு பார்த்தவன், "தேனு... நீ போ. நான் இவரோட பேசிட்டு வரேன்..." - என்று அவளுக்கு விடை கொடுத்தான்.

அவளும் ஆவலாதியோடு நகரத் தொடங்கினாள்.

போகிறபோக்கில் ராஜேந்திரன் மேல் ஓர் ஆழமான பார்வை பார்த்தாள். குளத்தங்கரையில் முதல் தடவை பார்த்திருந்தாள். இங்கே இரண்டாவது முறையாகப் பார்க்கும்போது அந்த இமைகளில் ஒரு படபடப்பு. வரப்பின்மேல் வளைந்து நெளிந்தபடி நடக்க ஆரம்பித்தவளைக் கூர்ந்து பார்த்த ருத்ரா, "நில்லும்மா..." என்றார் சட்டென்று.

அவளும் மருட்சியோடு நின்றாள்.

திரும்பி ருத்ராவைப் பார்த்தாள்.

அவரோ, அவளது கழுத்து வைர நெக்லஸ் மேல் பார்வையாக இருந்தார்.

"கொஞ்சம் கிட்ட வா..."

"சார்... அவளை எதுக்குக் கூப்பிடறீங்க?"

"அட இரு ராஜமாணிக்கம், ஆமா கழுத்துல என்ன... நெக்லஸா?"

"ஆமாம்..."

"சும்மா வைரம் மாதிரி ஜொலிக்குதே...?"

"இது வை... வை... வைர நெக்லஸ் தான்!"

தேன்மொழி குரல் சற்று தந்தி அடித்தது.

"வைர நெக்லஸோடையா வயக்காட்டு பக்கமெல்லாம் வந்துருக்கே. உன்னைப் பார்த்தா குளிக்க வந்தமாதிரி தெரியுது?"

ருத்ரா மடக்கினார். அவளோ பதிலுக்கு ராஜ மாணிக்கத்தைப் பார்த்தாள். பின் மளமளவென்று அதைக் கழற்றி அவன் கைகளில் கொடுத்துவிட்டு அங்கிருந்து நிற்கப் பிடிக்காமல் வீட்டுப்பக்கம் திரும்பி நடந்தாள்.

"என்ன சார் இது... அவ நான் கட்டிக்கப்போற பொண்ணு. இது நான் அவளுக்கு ஆசையா போட்ட நெக்லஸ். நீங்க தாட்பூட்டுங்கவும் கழட்டிக் கொடுத்துட்டு ஓடிட்டா பாருங்க..."

ராஜமாணிக்கமும் சற்று சீறி விழுந்தான்.

"அது சரி... உனக்கு ஏது இவ்வளவு காஸ்ட்லியான வைர நெக்லஸ்?" - ருத்ராவின் அடுத்த கேள்வி அவனை முகம் சிவக்க வைத்தது. தளர்ந்துவிட்ட இடுப்பு வேட்டியை அவிழ்த்துக் கட்டிக்கொண்டவன் ஒருமுறை முறைத்தான்.

"முறைக்காதே ராஜமாணிக்கம். சில விசாரணைகளுக்காகத்தான் உன்னைப் பார்க்க வந்துருக்கேன்..."

"எதுக்கு சார் விசாரணை... நான் என்ன குத்தம் பண்ணேன்?"

"பாத்தியா... படபடன்னு ஏறிக்கிட்டு வர்றியே. குத்தமுள்ள மனசுதான் குறுகுறுக்கும், படபடக்கும்."

"அந்தக் கதையெல்லாம் வேற யார் கிட்டையாவது சொல்லுங்க. ஒரு தப்பும் பண்ணாட்டியும் குத்தம் சொன்னா மனசு கிடந்து அடிச்சுக்கத்தான் செய்யும், தெரிஞ்சிக்குங்க."

“சரி வா... அப்படிப்போய் உக்காந்து பேசுவோம்.”

“உக்காந்து பேசல்லாம் எனக்கு நேரமில்ல சார். என்னைப் பார்க்க எதுக்கு வந்தீங்க, வந்த விஷயத்தை முதல்ல சுருக்கமா சொல்லுங்க...”

ராஜமாணிக்கம் கையை ஆட்டி கேட்ட விதத்தில் ஒரு ஆவேசமும், ஆத்திரமும் தெரிந்தது.

“இதோ பாரு... நான் ஒரு போலீஸ்காரன். நீயும் போலீஸ்காரங்கன்னா எப்படிப்பட்டவங்கங்கறதை நல்லா தெரிஞ்ச ஒருத்தன்தான், தின்னவேலி ஸ்டேஷன் லாக்கப்புல நானே உனக்கும் லாடம் கட்டியிருக்கேன். உனக்கு ஞாபகம் இருக்கும்னு நினைக்கறேன்.”

ருத்ரா பழைய விஷயத்தைத் தீண்டவும் அவன் முகம் சற்று வெளிற ஆரம்பித்தது.

“இப்ப என்ன சார் பண்ணணும்கறீங்க?”

“முதல்ல அப்படி வா... இப்படி வரப்புல நின்னுக்கிட்டு பேசறது சங்கடமா இருக்குல்ல?”

ருத்ரா வரப்பை விட்டு இறங்கி அவனுக்கு முன்னால் நடந்தார். ராஜேந்திரனும் மௌனமாக அவரைத் தொடர்ந்தான்.

குபுகுபுவென்று வெள்ளைப் பொங்கலாய், பிரவாகப் பாலாகப் பாய்ந்து கொண்டிருந்த பம்புசெட் மோட்டாரும் நிறுத்தப்பட்டது. அங்கே குளித்துக் கொண்டிருந்த விடலைகளையும் விரட்டியடித்த ராஜமாணிக்கம், அங்கங்கே நின்று பார்த்தபடி இருந்த களை பிடுங்கிகளையும் தூரப்போகும்படி சைகை காட்டினான். அவர்களும் அவனுக்குப் பயந்துகொண்டு விலகிச் சென்றனர். இருந்தாலும் சிலர் மறைவாக நின்றுகொண்டு கவனிக்கத்தான் செய்தனர்.

“அப்பேய்... இந்தவட்டமும் நம்ம நாயக்கர் மவ கல்யாணம் நடந்த மாதிரிதான். ராஜமாணிக்கம் பொட்டிய போலீசு ராவ ஆரம்பிச்சிடிச்சு பாரு...”

"பாவம் அந்தப் பொண்ணு... இவன் இந்தவட்டம் என்ன குத்தம் பண்ணான்னு தெரியலியே..."

மறைவாக நின்றவர்கள் தங்களுக்குள் புலம்பிக்கொண்டனர்.

ருத்ராவும் கேள்விகளைத் தொடங்கியிருந்தார்.

"ராஜமாணிக்கம்... கணேசன்னு ஒருத்தனைத்தானே நாயக்கர் உனக்கு முந்தி மாப்பிள்ளையா பார்த்திருந்தாரு?"

"ஆமாம்..."

"அந்தப் பய பத்து லட்ச ரூபா பணத்தோட ஓடிப்போய்ட்டான்னு போலீஸ்ல கூட நீ புகார் கொடுத்துருக்கே இல்ல..."

"ஆமாம்... இப்ப அது சம்பந்தமாதான் விசாரிக்க வந்துருக்கீங்களோ?"

"அது சம்பந்தமா மட்டுமில்ல... சில நாளைக்கு முந்தி இந்த ஊர்லயே ராமசாமிங்கறவர்கூட இறந்து போயிருக்காரு..."

"ஆமாம்... ஆவி அடிச்சுபோன பய..."

"நீ ஆவிங்கறே... ஆனா நாங்க யாரோ ஒரு பாவின்னு நினைக்கறோம்..."

"சரி... இப்ப நான் அதுக்கு என்ன பண்ண?"

"இது சம்மந்தமா உனக்கு எதாவது தெரியுமான்னு கேட்டுட்டு போகத்தான் வந்தேன்."

"எங்கையாவது எதாவது ஒண்ணுன்னா உடனே என்கிட்டதான் வருவீங்களோ?"

"என்ன பண்ண... நீ யாரு, எப்படிப்பட்டவன்னு நான் சொல்லத் தேவையில்லை..."

"இன்ஸ்பெக்டர் சார்... நான் ஒரு காலத்துல ரவுடிப்பயலா இருந்துருக்கலாம். ஆனா நான் இப்ப இந்த ஊர் மிட்டாமிராசுவோட மாப்பிள்ளையாகப் போறவன். நீங்க என்கிட்ட வந்து பழைய குப்பைங்கள கிளறிவிட்டு நிக்காதீங்க."

"அப்ப நீ பழைய ராஜமாணிக்கம் செத்துட்டான்னு சொல்றே?"

"ஆமா..."

"போகட்டும் உன்கிட்ட ஒரே ஒரு கேள்வி..."

"என்ன?"

"இந்த ஊர் காத்தான் கரட்டுல ஆவி நடமாட்டம் இருக்குதுன்னு சொல்றாங்களே... அது நிஜமா?"

ருத்ராவின் கேள்விக்கு அவரை ஒரு கோபப்பார்வையில் சுடுவதுபோல பார்த்தான் ராஜமாணிக்கம்.

"இப்படிப் பார்த்தா எப்படி ராஜமாணிக்கம்?"

பின்ன பார்க்காம... ஒரு ராத்திரி அந்தப்பக்கமா போய்ப் பாருங்க. அப்ப உண்மையும், பொய்மையும் தானா தெரிஞ்சிட்டுப் போகுது.

"போனேனே..." ருத்ரா பட்டென்று சொல்லவும் அவனிடம் ஒரு சின்ன திக்குமுக்காடல்.

"என்ன ராஜமாணிக்கம் உன்னால நம்பமுடியலையா?"

"ஆமாம்... நீங்க என்கிட்ட போட்டு வாங்கப் பாக்கறீங்க..."

"போட்டு வாங்கறதா... சரிதான்! நீ எப்பேர்பட்ட கில்லாடி... போகட்டும், உன் வரைல காத்தான் கரட்டுல ஆவி நடமாட்டம் இருக்குதுங்கறே... அப்படித்தானே?"

"நான் மட்டுமில்லீங்க... இந்த ஊரே அதைத்தான் நம்புது. நானும் நம்புறேன்!"

"நல்லது... நாங்க புறப்படுறோம்..."

ருத்ரா படக்கென்று பேச்சை முடித்துக்கொண்டு ராஜேந்திரனைப் பார்த்தார். அவன் பார்வையும் ராஜமாணிக்கத்தின் பார்வையும் முட்டிமோதிக் கொண்டிருந்தது!

கண்மாய்க்கரை பகுதியில் போலீஸ் வேன்! போலீஸ் வேனை நாடி ஆயக்குடியில் திரண்டு நிற்பதுபோல ஒரு தோற்றம்.

ஒருவரிடம் கூட இமைப்பில்லை. அவ்வளவு பேரும் காத்தான் கரட்டில் ஏறி இறங்கியபடி இருக்கும் போலீசின் மேலேயே கவனமாக இருந்தார்கள்.

ஒரு போலீஸ்காரர் நான்கைந்து இளநீரைக் கையில் பிடித்து வருவதுபோல சில மண்டை ஓடுகளை எடுத்து வந்து போலீஸ் வேன் முன் போட்டிருந்தார். இன்னொருவர் உடம்பின் பல பாகத்து எலும்புகளை எடுத்துவந்து போட்டிருந்தார்.

நாய்கள் இரண்டு இளைப்பெடுத்தபடி தாவித்தாவி ஓடிக்கொண்டிருந்தது. அவைகளில் ஒன்று கண்மாய்க் கரையில் ஒரு குறிப்பிட்ட இடத்தில் போய், தன் முன்னிரண்டு கால்களால் பள்ளம் பறிக்கத் தொடங்கியிருந்தது. அந்த இடத்தில்தான் முந்தைய இரவில் ராஜேந்திரனும் ஒரு அடையாளத்துக்காக தன் பேனாவைச் சொருகி வைத்திருந்தான். அந்தப் பேனாவையும் அந்த நாய் கவ்விப் பிடித்திருந்தது.

கச்சிதமாக ராஜேந்திரனும், ருத்ராவும் அப்போது அங்கே நுழைந்தார்கள். நாயுடன் இருந்த போலீஸ்காரர் பேனாவை அதன் வாயில் இருந்து பிடுங்கி ருத்ரா வரவும் அவர்முன் நீட்டினார்.

“என்னய்யா?”

“சார்! கரடு முழுக்க சர்ச் பண்ணிட்டோம். யாரும் இல்லை சார். ஆனா நிறைய மண்டை ஓடுங்க, எலும்புங்க கிடைச்சிருக்கு. நம்ம ரீட்டா கண்மாய்க்கரைல இந்த இடத்தை சஸ்பெக்ட் பண்ணுது சார்... இங்க இந்தப் பேனா கிடைச்சிச்சு சார்...”

அவர் பேனாவை நீட்டவும், அதைக் கவனித்த ராஜேந்திரன், “சார் அது என் பேனா சார்...” என்றான்.

ருத்ரா வியப்புடன் அவனை பார்த்தார்.

“நேத்து ராத்திரி இந்த இடத்து மேல நான் நின்னப்ப ஒரு நடுக்கத்தை உணர்ந்தேன். இருட்டா இருந்ததால பகல்ல வந்து பார்க்கும்போது அடையாளம் தெரியணும்கறதுக்காக பேனாவைக்

குத்திவெச்சேன்" - என்றவனை அர்த்தபுஷ்டியுடன் பார்த்த ருத்ரா, உடனேயே அந்த இடத்தைத் தோண்டச் சொன்னார். இரு செக்யூரிட்டி போலீசாரும் வெகுவேகமாக அந்த இடத்தைத் தோண்டத் தொடங்கினர்.

ருத்ரா அப்படியே நகர்ந்து போலீஸ் வேன் முன் கிடக்கும் மண்டை ஓடுகள் அருகே சென்று பார்த்தார். ராஜேந்திரனும் அவர் பின்னேயே சென்று அவனும் அவைகளைப் பார்த்தான்.

"ராஜேந்திரன்..."

"சார்!"

"ராஜமாணிக்கத்தை ஸ்டெடி பண்ணீங்களா?"

"பண்ணேன் சார்! ஆனா அவன்கிட்ட கொஞ்சம்கூட ஒரு தப்பு பண்ண பயமோ, பதட்டமோ தெரியல. மாறா ஒரு ஆத்திரமும், பயமுந்தான் தெரிஞ்சது!"

"அதை நானும் எதிர்பார்த்தேன். இன்ஃபாக்ட் ராஜமாணிக்கம் இந்தக் குற்றங்களைச் செய்திருக்க வாய்ப்பு இல்லாத மாதிரிதான் தெரியுது" - ருத்ராவின் பதில் ராஜேந்திரனையும் சற்று யோசிக்க வைத்தது.

"என்ன ராஜேந்திரன், எதை வெச்சு நான் இப்படி ஒரு முடிவுக்கு வந்தேன்னு பார்க்கிறீங்களா?"

"இல்ல சார்! நீங்க சொன்னா சரியா இருக்கும். இருந்தாலும் ராஜமாணிக்கம் ஒரு திறமையான நடிகனா இருந்து நம்மை ஏமாத்தவும் வாய்ப்பு இருக்குல்ல..."

"நிச்சயமா... நான் இப்படி நினைக்கறதால ராஜமாணிக்கத்தை விட்டுட்டேன்னு அர்த்தமில்ல..."

"அப்ப உங்க திட்டப்படி பார்த்தா குற்றவாளி வேற யாரோவா?"

"அப்படித்தானே இருந்தாகணும்?"

"அப்ப எனக்குள்ள புகுந்து கணேசன் ஆவி சொன்னது, அந்தப் பேச்சிக்குள்ள புகுந்து ராமசாமி ஆவி சொன்னதெல்லாம்...?"

“இந்த ஆவி கருத்தெல்லாம் எடுபடாதுன்னு தெரிஞ்சும் பேசினா என்ன அர்த்தம் ராஜேந்திரன்?”

“சார்... நான் என்ன கோர்ட்ல ஜட்ஜ்கிட்டயா சொல்லிக்கிட்டிருக்கேன். உங்கக்கிட்டத்தானே?”

“ஐ ஆம் சாரி ராஜேந்திரன். உங்கக்கிட்ட வந்த ஆவி என்கிட்ட வந்து சொல்லட்டும். நான் அப்புறம் அதைப்பற்றி யோசிக்கிறேன்...”

“நீங்கதான் என் மாதிரி ஒரு மீடியமா மாறி முயற்சியே செய்யலையே. அப்புறம் எப்படி சார் தெரிஞ்சிக்க முடியும்?”

“நாம் மீடியமா மாறுறதுல நிறைய கேள்விகள் இருக்கு... ஆவி இருக்குறது உண்மைன்னா... அது இப்படி நம்மகிட்ட வந்தெல்லாம் புலம்பிக்கிட்டிருக்காது. குற்றவாளியை அது ஒரு வழி பண்ணியிருக்கும். அப்பதான் அந்த ஆவியோட துடிப்பையும், அதோட நிலைப்பாட்டையும் என்னால ஒத்துக்க முடியும்.”

“அப்ப என்னோட அனுபவம்?”

“ஏன் அது ஒரு பொய்யான மனோபாவமா இருக்கக் கூடாது!”

“நேத்து ராத்திரி இதே பகுதியில் உங்களுக்கும், எனக்கும் ஏற்பட்ட அனுபவங்கள்...”

“குற்றவாளிங்க நாம பயந்தும், மிரண்டும் ஓடிப்போக செய்த ஒரு ஏற்பாடா இருக்கலாம் இல்லையா?”

“அப்ப உங்கவரைல ஆவி, பேய், பிசாசு எல்லாம் கற்பனை தானா?”

“நிச்சயமா... இங்க கைதி கொலை செய்யப்பட்டது மட்டும் நிச்சயம். இந்த மண்டை ஓடுகள் எல்லாம்கூட கொலை செய்யப்பட்டவங்களோடதுதான். குற்றவாளிக்கு இந்த காத்தான் கரடும், இதன் பேரில் மக்களுக்கு இருக்கற பொய்யான நம்பிக்கைகளும் பெரிய அளவுல பயன்பட்டுக்கிட்டு இருக்குன்னு

நான் நினைக்கறேன். அதைப் பயன்படுத்தி தப்பு மேல் தப்பா பண்ணிக்கிட்டே போறாங்க...”

“எல்லாம் சரி சார்... என் காதுல விழுந்த அந்த அமானுஷ்ய குரல்... இங்க நான் உணர்ந்த நிலநடுக்கம்?”

“ரொம்ப சிம்ப்பிள். அமானுஷ்ய குரலை உங்களுக்கு தெரியாம ஒளிஞ்சிகிட்டு யாராவது கொடுத்திருக்கலாம். நிலநடுக்கத்துக்கு ரிமோட்ல ஆபரேட் பண்ண முடிஞ்ச வைப்ரேட்டர்கள் காரணமா இருக்கலாம்...”

“அப்ப எல்லாமே மனிதச் செயல்தான், அமானுஷ்ய சக்திக்கு இங்க இடமே இல்லேங்கறீங்களா?”

“ஹண்ட்ரட் பர்சண்ட்!”

ருத்ரா அழுத்தமாகக் கூற, சற்று தள்ளி அந்த குழியும் தோண்டப்பட்டிருக்க உள்ளே அந்தக் கைதியின் பிணம்!

11

"மனித சரீரமானது பஞ்சபூதங்களால் ஆனது என்பது தெரியும். அதன் உட்கூறுகள் பற்றியும், கருடபுராணம் கூறுகிறது. உடம்புக்குள் பத்துவித வாயுக்கள் தசவாயுக்களாக உள்ளன. 'பிராண, சுபான, வியான, உதான, சமான, நாக, கூர்ம, கிருக, தேவதத்த, தனஞ்சயன்' என்பது அந்த வாயுக்களுக்கான பெயர்களாகும். அடுத்து உடம்பானது ஆறுவித வேதைகளால் ஆனது. சரீரம், சுக்கிலம், எலும்பு, நீர், ரோமம், ரத்தம் என்பதே அவைகளாகும்.

இதில் தோலும், எலும்பும், மயிரும், மாமிசம் மற்றும் நகம் பஞ்சபூதங்களில் மண்ணின் குணத்தை உடையவை.

சிறுநீர், எச்சில், சுக்கிலம், சீழ் முதலானவை நீரின் குணத்தை உடையவை.

பசி, தாகம், நித்திரை, சோம்பல், சுறுசுறுப்பு முதலியவை நெருப்பின் குணத்தை உடையவை.

இச்சை, கோபம், நாணம், பயம், மோகம், இயக்கம், சுழலுதல், ஓடுதல், கை, கால்களின் செயல்பாடு ஆகிய அனைத்தும் வாயுவின் குணமாகும்.

சப்தம், எண்ணம், கேள்வி, மனோபாவம் இவை ஆகாயத்தின் குணங்களை உடையதாகும்."

கைதியின் பிணம் மிகக் கோரமான நிலையில் முகம் சிதைந்து காணப்பட்டது. முகத்தின் மேல் ஒரு பெரிய

கற்பாறையைத் தூக்கிப்போட்டது போல் நசுங்கிப் போயிருந்தது. எட்டிப் பார்த்த ருத்ரா, குபீர் என்று கிளம்பிய துர்வாடை தாங்காமல் அப்படியே பின்புறமாக வந்தார். ராஜேந்திரனும் கர்ச்சீப்பால் முகத்தைப் பொத்திக்கொண்டு எட்டிப் பார்த்துவிட்டு முகம் சுளித்தார்.

ஜெயிலில் இருந்து தப்பித்தபோது அணிந்திருந்த அதே உடை. மண்திப்பிகள் பட்டு செங்காவி ஏறிப் போயிருந்தது. கை, கால்களில் பெரிதாக பாதிப்பு தெரியவில்லை.

“சார்... பாறைமேல இந்தப் பிணம் கிடந்தப்பகூட முகத்தில் சிதைவு இல்ல... ஆனா இங்க இப்ப பார்க்கும்போது அடையாளமே தெரியாம சிதைக்கப்பட்டிருக்கே சார்...?” என்று ஒரு பத்திரிகையாளனுக்கே உரிய புத்தியோடு கேள்வியையும் கேட்டான், ராஜேந்திரன்.

“யு ஆர் ரைட்... அப்படியே பாறை மேல கிடந்த பிணம் எப்படி அவ்வளவு சீக்கிரமா இங்க கொண்டுவந்து புதைக்கப்பட்டதுங்கறதும், ஒரு பிரதான கேள்வியா இருக்கு இல்லையா?” என்றார் ருத்ரா.

“ஆமாம் சார்... பாறை மேல கிடந்த பிணத்தை இங்க எதுக்காக சார் கொண்டு வந்து புதைக்கணும்... அதுவும் முகத்தைச் சிதைச்சு!”

“நம்மளை சுத்தல்ல விடுற மாதிரி தெரியுதுல்ல?”

“தலையையே பிச்சுக்கலாம் போல இருக்கு...!”

“என்ன தம்பி, மேட்டருக்காக இன்வெஸ்டிகேட் பண்ற உங்களுக்கே இப்படி இருக்கே... இருபத்திநாலு மணிநேரமும் போலீஸா வாழற எனக்கு எப்படி இருக்கும்?”

ருத்ராவும், ராஜேந்திரனும் பேசிக்கொள்ளும் போது கைதியின் பிணத்தைப் பக்குவமாக ஸ்ட்ரெச்சரில் ஏற்றி, போஸ்ட்மார்ட்டத்துக்காக தயாராகிக் கொண்டிருந்தார்கள். காலம்

மிக மாறிவிட்டதை ஒரு போலீஸ்காரரே ஸ்டெடிகேம் கேமரா மூலம் படம்பிடிப்பதில் உணர முடிந்தது.

குழிதோண்டியது முதல் பிணம் வெளிப்பட்டு அது போஸ்ட்மார்ட்டம் செய்து முடிக்கப்படும் வரை எவ்வளவு நேரம் ஆனாலும் அதை வீடியோவில் பதிவு செய்துகொள்வது பலவிதங்களில் கேசுக்கு உதவுவதால், ருத்ரா தனது வழக்குகளில் அதை நடைமுறைக்குக் கொண்டு வந்துவிட்டிருந்தார்.

தூரத்தில் இருந்து பார்த்தபடி இருந்த ஆயக்குடி ஜனங்களின் முகங்களில் எல்லாம் ஏராளமான அதிர்ச்சி ரேகைகள். ருத்ரா மெல்ல அவர்களை நோக்கிச் சென்றார். அவர் கிட்டே வரவும், சிலர் அப்படியே பின்னோக்கிச் சென்று அங்கிருந்து விலகப் பார்த்தனர்.

"நில்லுவே..." - அதட்டி அவர்களைத் தடுத்து நிறுத்தினார். அவர்களும் திருதிரு விழிகளோடு தேங்கி நிற்க, ஒரு கைலி மட்டும் கட்டியிருந்தவன், "சாமி எங்களுக்கு எதுவும் தெரியாது சாமி... திபு திபுன்னு நீங்கல்லாம் வரவும் என்ன ஏதுன்னு பாக்க வந்தோம். அம்புட்டு தான்" என்று பயத்தோடு பேசினான்.

"உன் பேரு?"

"மாயவனுங்க?"

"என்ன பண்றே?"

"ஐயா... நான் வயல் வேலைக்குப் போறவன்..."

"இந்த ஊர்தானே நீ...?"

"தலைமுறை தலைமுறையா இதே ஊருதாங்க..."

"இந்த காத்தான் கரட்டுக்குள்ள போயிருக்கியா?"

"ஐயோ... காத்துகருப்பு திரியற கரடுங்கறதால யாரும் அந்தப்பக்கமே போக மாட்டோங்க..."

"எவ்வளவு நாளா?"

"எனக்கு நினைவு தெரிஞ்ச நாளாவே அப்படிதாங்க..."

“அப்ப ஒரு ஈ, காக்கா அந்தப்பக்கம் போகாதுன்னு சொல்லு.”

“அப்படி இல்லீங்க... சமயங்கள்ள எங்க ஆடு மாடுங்க அந்தப்பக்கம் போயிடும். அப்ப அய்யனாரைக் கும்பிட்டுக்கிட்டு துண்ணூறு பூசிகிட்டு பலமா பாட்டு பாடிகிட்டே போய் எங்க ஆடு மாடுங்களைப் பிடிச்சிக்கிட்டு வந்துருவோங்க...”

“அப்ப அங்க நீங்க யாரையுமே பார்த்ததில்லை. அப்படித்தானே?”

“நான் பார்த்ததில்லீங்க...”

“உங்க ஊர் நாயக்கரோட மருமகன்... அதான் ராஜமாணிக்கம் அந்தப்பக்கம் போவான்னு கேள்விப்பட்டேனே...”

ருத்ரா மெல்ல நூல்கோர்த்து வாங்க ஆரம்பித்தார்.

“ஐயோ... நான் பார்த்ததில்லீங்க?”

“பொய் சொல்லாதே...”

“சத்தியமாங்க...”

“பயப்படாதே. ராஜமாணிக்கத்தால் உனக்கு எந்த ஆபத்தும் வராது. அதுக்கு நான் பொறுப்பு.”

“இல்லீங்க. நான் பார்த்தது இல்ல. அப்ப எப்படிங்க சொல்ல முடியும்?”

ருத்ராவிடம் அவன் அழாத குறையாகச் சொல்லிவிட்டு, “ஐயா என்னை விட்ருங்க... நான் வர்ரேங்க...” என்று, விட்டால் போதும் என்று ஓட்டம் பிடித்தான்.

ராஜேந்திரன் மௌனமாக கவனித்துக்கொண்டே இருந்தான். அந்தக் கூட்டத்தில் ஒருவன் மட்டும் ஏதோ சொல்லத் தவிப்பதுபோல தெரிந்தது. ருத்ராவும் கவனித்துவிட்டு சொடக்கு போட்டு அருகே அழைத்தார். அவனும் வந்து நின்றான். வாய் நிறைய பான்பராக்! முகத்தில் குப்பென்ற அதன் வாடை. காலில் துளியும் அழுக்கேறியிராத புதிய சிலோன் செப்பல்!

ருத்ரா கண்ணாலேயே அவனை அளந்து முடித்தார். பின்... “என்னய்யா... ஏதாவது சொல்ல நினைச்சா சொல்லு.”

“சொல்றேங்க. ஆனா நீங்க கேட்டாதாங்க என்னால சொல்ல முடியும்...”

“இப்ப நான் கேட்டுக்கிட்டுதானே இருக்கேன்...”

“இப்படி கேட்டா எப்படிங்க... கேள்வியா கேளுங்க.”

“என்னய்யா உளர்றே?”

“அப்படி இல்லீங்க... ராஜமாணிக்கம் நல்லவனா? அவன் எப்படிப்பட்டவன்... இப்படி வரிசையா...?”

பான்பராக்கை மென்றபடியே அவன் பேசிய விதத்தில் அவனிடம் ஒரு செயற்கை தெரிந்தது. ருத்ராவின் பார்வை திரும்பவும் அவனை ஊடுருவியது.

“ஆமாம்... இதென்ன செருப்பு புதுசா இருக்கு?”

“புது செருப்பு புதுசாதானே இருக்கும்...?”

“அது இல்ல... இந்த ஊர்ல இப்படிகூட செருப்பு போட்டுக்கிட்டு இருக்கியே... அதான் கேட்டேன்.”

“என்ன சார் நீங்க... ராஜமாணிக்கம் பத்தி நீங்க கேப்பீங்கன்னு பார்த்தா என் கால் செருப்ப பத்தி கேட்டுகிட்டு இருக்கீங்க. விட்டா இது என்ன செருப்பு, எவ்வளவு விலை... எங்க வாங்குனேன்னும் வரிசையா கேப்பீங்க போல தெரியுதே?”

அவன் திருப்பி கேட்டதில் ஒருவித எகத்தாளம்!

ருத்ராவிற்கு அவன் அந்த செருப்பாலேயே அவரை அடித்த மாதிரி கூட இருந்தது.

“சரிய்யா... ராஜமாணிக்கம் எப்படிப்பட்டவர்?”

“ஊருக்கே தெரியுமே அவன் ஒரு அயோக்ய பயன்னு...”

“ஓஹோ... சரி... அவன் இந்தக் கரட்டுப்பக்கம் போய் வருவானா?”

“போய் வருவானாவா? ராத்திரி ஒன்பது மணியானா ஐயா பாட்டிலோட கிளம்பிடுவார். கரட்டுல ஒரு குகை இருக்கு... உள்ள

போய் பாருங்க தெரியும். தண்ணி பாட்டிலா இருக்கும். அப்பப்ப குட்டிங்களையும் கூட்டிக்கிட்டு போய் ஒரே ரவுசுதான் போங்க..."

"இதை நீ நேர்ல பார்த்துருக்கியா?"

"பாக்காமலா சொல்றேன்..."

"உன் பேரு..."

"மரியதாஸ்..."

"இந்த ஊரா நீ?"

"பின்ன!"

"எப்படி இவ்வளவு துணிச்சலா ராஜமாணிக்கம் பத்தி முன்னால வந்து பேசறே நீ?"

"இனி நான் பேசாட்டியும் நீங்க எப்படியும் அவனைப் பிடிச்சு உள்ள போடத்தான் போறீங்க... அப்புறம் எனக்கு என்ன பயம்?"

"நீ முடிவே செய்துட்டியா?"

"அட என்ன சார் நீங்க... செத்துப்போன ராமசாமியோட ஆவியே வந்து அவன்தான் குற்றவாளின்னிடுச்சு. நான் முடிவு செய்யக் கூடாதாக்கும்?"

ருத்ராவுக்கு அவனுடைய பதில், சாப்பிடும்போது அகப்பட்ட கல்போல நறுக்கென்று நிரடியது.

"ஆமா... ஆவி வந்து பேசினது உனக்கெப்படி தெரியும்?"

"வாத்யார்தான் சொன்னாரு..."

"ஓஹோ..."

"சார்... பேசிக்கிட்டிருந்தது போதும். போய் முதல்ல அந்த ராஜமாணிக்கத்தைப் பிடிச்சு உள்ள போடுங்க. இல்லாட்டி அடுத்து ஒரு கொலை செய்துட்டு உங்களை இன்னும் சுத்தல்ல விடப்போறான்..."

மரியதாஸ் என்கிற அவன் துளியும் பயமின்றித் தொடர்ந்து எகத்தாளமாகவே பேசிவிட்டு, ருத்ரா எதிரிலேயே மீண்டும் ஒரு பான்பராக் பொட்டலம் ஒன்றினை மீண்டும் பிரித்தான்.

“இது சட்டப்படி தடை செய்யப்பட்ட ஒண்ணுங்கறது உனக்குத் தெரியுமா?”

“அட என்ன சார் நீங்க... போலீஸ்காரங்க கூட கைதிகளை அடிக்கக் கூடாதுன்னு சட்டம் சொல்லுது. அதுக்குன்னு நீங்க டேசன்ல லாடம் கட்டாமலா இருக்கீங்க?”

மொத்த பான்பராக்கையும் சல்லென்று வாயில் போட்டு மென்றபடியே விலகவும் ஆரம்பித்தான். சிறிதுநேரம் அவன் மேலேயே பார்வையாக இருந்தார் ருத்ரா. ராஜேந்திரன் மெல்ல அருகில் வந்தான்.

“சார்...”

“உம்...”

“இவன் இயல்பா பேசின மாதிரியே தெரியல சார்...”

“கரெக்ட்... ராஜமாணிக்கம் மேல குறிவெச்சு பேசறான். என் யூகம் பலப்பட்டுக்கிட்டே போகுது...”

“அப்படின்னா?”

“பாவம் ராஜமாணிக்கம்... அவ்வளவுதான் இப்ப என்னால சொல்ல முடியும்...”

“சார்ர்ர்...”

“ஆமாம் ராஜேந்திரன். ஒரு பயங்கர சதி இந்த ஊர்ல இஞ்ச் இஞ்சா திட்டம் போட்டு நடத்தப்பட்டுக்கிட்டு இருக்கு...”

ருத்ரா மெல்ல ஒதுங்கி ஒரு மரத்தடியில் போய் நின்று கொண்டார்.

✦✦✦

கைதியின் பிணத்துடன் வேன் புறப்பட்டு விட்டிருந்தது. ருத்ரா நின்ற இடத்தில் இருந்தபடியே போகச்சொல்லி சைகை காட்டினார். அப்படியே செல்போனில், “போஸ்ட்மார்ட்டம் ரொம்ப கவனமா நடக்கணும்” என்று போனில் யாருக்கோ இன்ஸ்ட்ரக்ஷன் கொடுத்து

முடித்துவிட்டு, பாளையங்கோட்டை ஜெயில் சூப்ரெண்ட்டையும் அடுத்த 30-வது நொடியில் பிடித்தார். ராஜேந்திரன், செல்போன் என்னும் அந்தக் கருவி செய்யும் விஞ்ஞான உதவியை அந்த நெருக்கடியிலும் நினைத்து வியந்தான்.

“சூப்ரண்ட் சார்... நான் க்ரைம் பிராஞ்ச்ல இருந்து ருத்ராபதி பேசறேன்... இப்ப ஆயக்குடி கண்ட்ரோல் ஸ்டேஷன்ல இன்ஸ்பெக்டரா இருக்கேன்...”

“சொல்லுங்க ருத்ரா, நான் என்ன செய்யணும்?”

“உங்க ஜெயில்ல இருந்து தப்பிச்ச கைதி இரும்பாடியோட ரெக்கார்ட் பைல்ஸ்ல இருந்து அவனோட பாடி ஐடென்டிஃபிகேஷன் மார்க்ஸ் பத்தி கொஞ்சம் டிடெய்ல்ஸ் வேணும்.”

“நீங்க கேக்கறத பார்த்தா அன்க்ளைம்டு பாடி ஏதாவது உங்களுக்குக் கிடைச்சிருக்கா?”

“கிட்டத்தட்ட உங்க யூகம் சரி... அதேசமயம் இரும்பாடி கொலை செய்யப்பட்டுருப்பான்கற தகவலையும் உங்களுக்கு அன் - அஃபீஷியலா தெரிவிச்சுக்க விரும்பறேன்.”

“என்னாது இரும்பாடி கொலை செய்யப்பட்டுட்டானா?”

“ஆமாம்... பாடி இப்ப போஸ்ட்மார்ட்டத்துக்கு போயிருக்கு. முகம் அடையாளம் தெரியாத அளவு சிதைஞ்சிருக்கு. உங்க ரெக்கார்ட்ஸ்ல உள்ள மார்க்ஸ் பாடில இருக்கான்னு தெரியணும்.”

“இப்பவே ஒரு ஜெராக்ஸ் பிரிண்ட் எடுத்து எங்க அனுப்பணுமோ சொல்லுங்க, அனுப்பிடறேன்.”

“தயவுசெய்து ஜெராக்ஸ், பிரிண்ட்டுன்னு மட்டும் போயிடாதீங்க. ஃபைல பார்த்து போன்ல எனக்குத் தகவல் தந்தாலே போதும்...”

“எனக்கு ஒரு மணிநேரம் டைம் தாங்க. நான் இப்ப என் குவாட்டர்ஸ்ல இருக்கேன். செல்லுக்குப் போய் ஃபைலை சேஸ் பண்ணி எடுத்து கைல வெச்சுகிட்டு நான் உங்களைக் கூப்பிடறேன்.”

“தேங்க்யூ வெரிமச் சார்...”

ருத்ரா பேசி முடித்துவிட்டு நிமிர்ந்தார். ராஜேந்திரன் பார்வை அவரையே பார்த்துக் கொண்டிருந்தது.

“என்ன சார்.. கிடைச்சிருக்கற உடம்பு மேலையே இப்ப உங்களுக்கு டவுட் வந்துருக்கா?” என்று கச்சிதமாகக் கேட்டான்.

“ஆமாம் ராஜேந்திரன். இப்போதைக்கு இதுக்கு மேல எதுவும் கேக்காதீங்க. அதேசமயம் கொஞ்சம் அங்க பாருங்க...”

ருத்ரா கை காட்டிய திசையில் ராஜமாணிக்கம், கோவிந்த நாயக்கருடனும், இன்னும் சில பேருடனும் ஆவேசமாக ருத்ராவை நோக்கி வந்து கொண்டிருந்தான். அவன் வருவதைப் பார்த்த ருத்ராவும்...

“ராஜேந்திரன்... நிஜமா தப்புசெய்த ஒரு குற்றவாளி இவ்வளவு தைரியமால்லாம் போலீசை நெருங்கி வரமாட்டான்...” என்றார்.

அவர்களும் சமீபித்து விட்டனர்.

நாயக்கர் நயமாக ஒரு வணக்கம் சொன்னார். அவர் முகத்தில் பதட்டம், குழப்பம், கோபம் என்று எல்லாம் கலந்த ஒரு கலவை!

“வணக்கம் சார்...” என்று நாயக்கரே ஆரம்பித்தார்.

“வணக்கங்க. நானே உங்களைப் பார்க்க வரணும்னு இருந்தேன். நீங்களே வந்துட்டீங்க...”

ருத்ராவும் நைச்சியமாகப் பதிலளித்தார்.

“என்ன சார் நடக்குது எங்க ஊர்ல? நாங்க உண்டு, எங்க வேலை உண்டுன்னு இருந்துக்கிட்டிருக்கிற ஊர் சார் இது. என் வாழ்நாள்ல உங்கள மாதிரி போலீஸ்காரவுக இப்பதான் வந்துருக்கீங்க. எதுன்னாலும் நாங்களே எங்களுக்குள்ள பேசி சரி செய்துக்குவோம்.”

நாயக்கர் பேச்சில் பொதுவான ஒரு கவலை தொனித்தது.

ருத்ரா சிரித்தார்.

“என்ன சார்... என் மருமகப் பிள்ளையையும் போட்டு குடைஞ்சிருக்கீங்க போல தெரியுதே. என்கிட்ட வந்து ரொம்ப வருத்தப்பட்டான்.”

“என்னங்க பண்றது... நான் என் கடமையைச் செய்ய வேண்டாமா?”

“தாராளமா செய்யுங்க. குத்தம் என்னன்னு ஊர் பஞ்சாயத்து பிரசிடெண்ட் எனக்கே தெரியலங்கறதுதான் இப்ப என் வருத்தமே...”

“ரொம்ப ஆச்சரியமா இருக்குதே... ஒரு கொலைக்கு மூன்று கொலை நடந்துருக்கு... உங்களுக்கு எதுவுமே தெரியாதுங்கறீங்களே...”

“கொலையா... எங்க ஊர்லையா?”

“இது உங்க ஊர்தானே... இந்தக் கரடு உங்க ஊர்லதானே இருக்கு?”

“அது சரி... யார் யாரைக் கொலை செய்தது, அதைச் சொல்லுங்க...”

“ராமசாமிங்கறவர் செத்துப்போய் அவருக்கு காரியம்லாமும் பண்ணீங்களா?”

“ஆமாம், அதுக்கென்ன?”

“அவரைக் கொலை செய்துட்டதா தகவல்...”

“அடி ஆத்தி... அவன் காத்து கருப்புகிட்ட அடிபட்டு பயத்துலல்ல செத்தான்.”

“அது உங்க அபிப்ராயம். துரதிர்ஷ்டவசமா அவர் உடம்பு எரிஞ்சு போச்சு. இல்லாட்டி போஸ்ட்மார்ட்டம் பண்ணி உண்மைய கண்டுபிடிக்கலாம்.”

“போகட்டும்... இன்னும் இரண்டு பேர் யாரு?”

“ஒருத்தர் உங்களை ஏமாத்திட்டு பத்து லட்ச ரூபா பணத்தோட ஓடிட்டதா சொல்லப்படற கணேசன். இன்னொருத்தன் ஜெயில்ல இருந்து தப்பி வந்த கைதி இரும்பாடிங்கறவன்.”

“என்னது... கணேசனைக் கொலை செய்துட்டாங்களா?”

“அப்படின்னு தகவல். ஆனா உடம்பு எங்க இருக்குன்னு இனிதான் கண்டுபிடிக்கணும்.”

“கைதி?”

“அவன் உடம்பு கிடைச்சிடுச்சி. போஸ்ட்மார்ட்டத்துக்குப் போயிருக்கு...”

“அடக் கொடுமையே... என்னால நம்ப முடியலையே. அந்த கணேசன் பம்பாய் பக்கம் திரியறான்னுல்ல கேள்விப்பட்டேன்.”

“கேள்விதானே பட்டீங்க. அது உண்மையா இருக்க வேண்டிய அவசியமில்லையே...”

“அதுவும் சரிதான்... எனக்குத் தெரியாம இந்த ஊர்ல இவ்வளவு தப்பு தண்டாவா? ஐயனாரப்பா... நான் என்னத்த சொல்வேன்...”

நாயக்கர் அப்படியே ஒடிந்துபோய் கழுத்து வியர்வையைத் துடைத்துக் கொண்டார். சட்டென்று ராஜமாணிக்கத்திடம் ஒரு ஆவேசம்!

“சார்... இதை எல்லாம் உங்களுக்குச் சொன்னது யார் சார், உங்களுக்கு எப்படி தெரியும்?”

ராஜமாணிக்கம் ராஜேந்திரனைப் பார்த்தபடியேதான் கேட்டான்.

“இவரை ஏன் பாக்கறீங்க. இவர் பத்திரிகைக்காரர். என்னைவிட இவருக்கு ரைட்ஸ் அதிகம். அதேசமயம் எங்களுக்கு யார் தகவல் கொடுத்தாங்கறது நான் உங்ககிட்ட சொல்ல வேண்டிய அவசியமில்லைன்னு நினைக்கறேன்.”

“அது எப்படி சார்... என் மாமா ஊருக்கே பிரசிடெண்ட். அவருக்குத் தகவல் தரணுமா வேண்டாமா?”

ராஜமாணிக்கம் சரியாகத்தான் கேட்டான். அதற்காக ருத்ரா ஒன்றும் அசந்து விடவில்லை. சன்னமாக சிரித்தபடியே நெளிந்தார்.

“எனக்குத் தெரியும் சார்... இது அந்த வாத்தி வேலை. அந்த ஆளை ஒரு நாள் நான் குடிபோதைல அடிச்சுட்டேன். அது தப்புதான். அதுக்காக நான் இப்ப வருத்தப்படறேன். ஆனா அந்த ஆள் அதை மனசுல வெச்சுக்கிட்டுதான் உங்களை எல்லாம் கிளப்பி விட்றுக்கான்...”

ராஜமாணிக்கம் ஒரு புதிய விஷயத்தைச் சொல்லி, புதிய கோணத்தையும் காட்டினான். ருத்ராவும் நிமிர்ந்தார்.

“ராஜமாணிக்கம்... வாத்யார் சொன்னாரா, சொல்லலையாங்கறத விடுங்க. மரியதாஸ்னு ஒருத்தன் இப்ப இங்க உங்களை பத்தி எவ்வளவு தப்பா சொல்லணுமோ அவ்வளவு தப்பா சொன்னான். அதுக்கு என்ன சொல்றீங்க?”

ருத்ரா அப்படி கேட்கவும், ராஜமாணிக்கமும் “மரியதாஸா... அது யார் சார்?” என்றான் அதிர்ச்சியோடு.

“இப்ப இங்கதானே இருந்தான்...” ருத்ராவும் கூட்டத்தில் அவனைத் துழவினார்.

ஆனால் அவன் அங்கே எங்கேயும் இல்லை!

12

"இறப்புக்குப் பின் நற்கதி கிட்டாமல் அலைகின்ற ஆத்மாக்களை அவர்கள் சார்பில் செய்யும் தான தர்மங்களே அவர்களுக்கு நன்மை செய்யும். தானங்களில் தலைசிறந்த தானம் பருத்தி தானம்தான். பருத்தி என்கிற ஒன்று மட்டும் இந்தப் பூமியில் இல்லாவிட்டால் ஆடை தோன்றியிராது. ஆடை தோன்றிராவிட்டால் மனிதன் மிருகம்போல நிர்வாணமாக வாழும் நிலை நீடித்திருக்கும். மிருகங்கள் இச்சைகளால் உணர்ச்சிவயப்படுபவை. அவைகளுக்கு மனம் ஒரு பொருட்டில்லை. ஆனால் மனிதன் மனதால் வாழ்பவன். நிர்வாணம் மனித மனத்தை வெறுமையாக்கிவிடும். இதனால் காம இச்சை குன்றிப்போய் மனித சமுதாயமே சில நூறு ஆண்டுகளில் அழிந்துவிடும் ஒரு சூழல் உருவாகிவிடும். எனவே மனித சமுதாயத்தை உயிர்ப்புடன் வைத்துக்கொண்டிருப்பது ஆடையாகிய பருத்திதான். எனவேதான் அதைத் தானமாக செய்வது முதலாவதாகக் கருதப்படுகிறது. அடுத்து அன்னதானம், பின் சொர்ணதானம், பூதானம், கோதானம் என்கிற தானங்கள். இவைகளே இறப்புக்குப் பிறகும் உடன் வருபவை. மற்ற எதுவும் உடன் வராது!"

அந்தக் கூட்டத்தில் மரியதாஸ் இல்லை என்றதுமே ருத்ராவுக்குப் புரிந்துவிட்டது. யாரோ ராஜமாணிக்கத்தைத் திட்டமிட்டு குற்றவாளியாக்க முயற்சி செய்கிறார்கள் என்கிற அந்த புரிதல் ராஜேந்திரனிடமும் தோன்றியது.

ராஜமாணிக்கமோ வானுக்கும், பூமிக்கும் குதிக்க ஆரம்பித்தான்.

“எங்க சார் அந்த மரியதாஸுங்கறவன்? அவனைக் கூப்பிடுங்க... அவன் நல்ல ஆம்பளையா இருந்தா என் எதிரில் வந்து என்னைப் பத்திச் சொல்லட்டும். எங்க அவன்... எங்க சார் அவன்?” என்று முண்டா தட்டாத குறை.

ருத்ரா வேகமாக அவனைச் சமாளிக்கத் தொடங்கினார். “ராஜமாணிக்கம்... அவன் இதுவரை இங்கதான் இருந்தான். உன்னைப் பார்த்ததும் நழுவிட்டான்னு நினைக்கிறேன். அவன் இங்க இல்லைன்னா என்ன... என் மாதிரி போலீஸ்காரங்களுக்கு விஷயம்தானே கணக்கு?”

ருத்ராவின் பதில் நாயக்கரைக்கூட கொஞ்சம் சீண்டியது.

“என்னய்யா சொல்றீங்க நீங்க, என் மருமகப் பிள்ளை ஒரு காலத்துல தப்பா இருந்துருக்கலாம். ஆனா இப்ப அவன் அப்படி இல்லைய்யா. இவன் இப்பவும் தப்பு தண்டா பண்ணிக்கிட்டிருந்தா நான் என் மகளை இவனுக்கு கட்டி வைக்க சம்மதிப்பேனா?” என்று திடமாகவே கேட்டார்.

“உங்க நம்பிக்கையைப் பாராட்றேன். ஆனா இப்படி எல்லாம் பேச வேண்டியது என் கடமைங்க...”

“உங்க கடமையால என் மகள் வாழ்க்கை ஏதாவது ஆயிடப்போகுதுங்க. என் மகளுக்கு இந்தவட்டமும் கல்யாணம் நடக்காட்டி அது நிச்சயம் நாண்டுகிட்டு செத்து போயிடும்...”

நாயக்கரின் கண்ணிரண்டும் கலங்கிவிட்டது. ருத்ராவையே அது என்னவோ செய்தது. நாயக்கரின் தோளை சற்று தெம்பாக தட்டிக்கொடுத்தவர், “நீங்க பாட்டுக்கு கல்யாண வேலைகளைப் பாருங்க... குற்றவாளியை நாங்க பார்த்துக்கறோம்...” என்று ராஜமாணிக்கம் மேல் தனக்கு சந்தேகம் இல்லை என்பதை மேலோட்டமாகச் சொன்னார்.

நாயக்கருக்கும் அது புரிந்துவிட்டது!

✦✦✦

வாத்தியார் வீட்டுக் கொல்லைப்புறத்தில் தனது பேண்ட் சட்டையைத் துவைத்துக் காயப்போட்டுக் கொண்டிருந்தான் ராஜேந்திரன். ஆயக்குடிக்கு வந்து நான்கைந்து நாட்கள் ஓடிவிட்டன. எதற்காக வந்தானோ அந்த பிரச்சனையின் முனை எங்கிருக்கிறது என்றே தெரியவில்லை. பரபரப்பான ஒரு ஆவி விஷயம் அகப்பட்டு படு சுவாரஸ்யமான ஒரு கட்டுரைத் தொடரை வாசகர்களுக்கு அளிக்கப்போகிறோம் என்கிற எண்ணம் எடுபடாது போல தோன்றியது.

கொல்லைப்புற சிமிண்டுத் திட்டின்மேல் செல்போனை வைத்திருந்தான். அது சிணுங்கலோடு அவனைக் கூப்பிட்டது.

ஈரக் கைகளோடு அதை எடுத்தான்.

மறுபக்கம் அவனது ஆசிரியர்!

"வணக்கம் சார்..."

"வணக்கமெல்லாம் இருக்கட்டும்... எப்படிய்யா இருக்கே?"

"இருக்கேன் சார். இப்பதான் பேண்ட் சட்டையை எல்லாம் துவைச்சு காயப்போட்டேன். இனிதான் நான் குளிக்கணும்..."

"அப்ப ஆத்தங்கரை ஓரமாவோ, குளத்தங்கரை ஓரமாவோ இருக்கேன்னு சொல்லு..."

"இல்ல சார்... தீனதயாளன் வாத்தியார் வீட்டுலதான் இருக்கேன். கொல்லைப்புறத்துல..."

"என்னவோ... போன இடத்துல ஒரேடியா டேரா போட்டுட்டே... விவகாரமெல்லாம் எந்த அளவு இருக்குது?"

"இருக்கு சார்..."

"அதான் இருக்குன்னு எனக்கும் தெரியுமே? எந்த அளவுக்கு இருக்கு... எப்படி இருக்குது... நீ ஏன் இப்படி கிணத்துல போட்ட கல்லு மாதிரி இருக்கே..."

"சரியா சொன்னீங்க சார்... இப்போதைக்கு நான் மட்டுமில்ல, இந்த ஊர் விவகாரமே அப்படித்தான் இருக்கு. இன்ஸ்பெக்டர் ருத்ராவே மண்டகாஞ்சி போய்தான் திரியறார்..."

“அப்ப உருப்படியா எதுவும் இல்லன்னு சொல்லு!”

“இருக்கு சார்... கொலைகாரன் உருப்படியா தெளிவா இருக்கான். நல்லாவே அவன் ஒளிஞ்சிட்டிருக்கான். ஆனா அவனை எப்படிக் கண்டுபிடிக்கறதுங்கறதுலதான் இப்ப குழப்பமே...”

“அப்ப ஆவி, பேய், பிசாசு விசயமெல்லாம் ஒண்ணுமில்லன்னு ஆகிப்போச்சா...?”

“இன்ஸ்பெக்டர் ருத்ரா அப்படித்தான் சொல்றாரு. எல்லாமே திட்டமிட்ட ஏமாத்து வேலைன்னுட்டாரு!”

“எப்பவுமே அதானே உண்மை... இதை அவர் வேற சொல்லணுமாக்கும்?”

“தப்பு சார்... அவர் மட்டும் இந்த விவகாரத்துல குறுக்க வராம இருந்திருந்தா நான் நிச்சயம் ஆவி இருக்குது, எல்லாம் அதோட செயல்தான்னு நம்பி இருப்பேன்.”

“சரி... இப்ப நிலைமை என்ன, சுருக்கமா சொல்லு.”

“கொலைங்க நடந்துருக்கு. ஆனா கொலைங்க நடந்ததே ஊர்ல யாருக்கும் தெரியல. கொலைகளால் ஊர் பாதிக்கப்படவுமில்லை... ஏன்னா கொலை செய்யப்பட்ட கைதி இந்த ஊர்க்காரன் இல்லை. மீதி இரண்டுபேர் சாவை, கொலைன்னு ஆவிங்கதான் சொல்லியிருக்கு. அதை போலீஸ் ஏத்துக்க தயாரில்ல. ஊருக்குள்ள இந்த விஷயம் தெரியவே தெரியாது.”

“ரொம்பவே வித்யாசமான கேஸா இருக்கே...”

“நிச்சயமா... பொதுவுல ஒரு கேஸ்னா பாதிக்கப்பட்டவங்க நியாயம் கேட்பாங்க. நியாயத்தைத் தேடி ஒரு முயற்சி நடக்கும். ஆனா இங்க அப்படி எதுவும் இல்லை. பழைய குற்றவாளி ஒருத்தனை சந்தேகப்பட்டதுதான் மிச்சம்!”

“சரி... கொலைசெய்யப்பட்ட கைதியை யார் கொலை செய்ததுன்னு ஒரு கோணம் இருக்கு இல்லையா?”

“கரெக்ட். இப்ப அந்தக் கோணத்துலதான் இன்ஸ்பெக்டர் ருத்ரா போய்கிட்டிருக்கார். இனி அது அவரோட ட்யூட்டி. எனக்கு இங்க வேலை இருக்கற மாதிரி தெரியல சார்...”

“அப்ப நீ கிளம்பி வரப்போறேன்னு சொல்லு...”

“ஆமாம் சார்... வேணும்னா நான் எப்படி எல்லாம் தப்பு தப்பா ஆவி அனுபவத்துக்கு உள்ளானேன்னு நம்ம பத்திரிகைல எழுதலாம். மத்தபடி இது ஒரு கொலை கேஸ். இங்க எந்த அமானுஷ்யமும் இல்லை.”

“சரி... நல்ல நேரத்துல கிளம்பி வா. ஏதோ நீ கிளம்பி அந்த ஊருக்குப் போனதுல, ஜெயில்ல இருந்து தப்பிப்போன கைதி அங்க ஒளிஞ்சிருந்து கொலை செய்யப்பட்ட விஷயமாச்சும் தெரிய வந்ததே...”

“ஆமாம் சார். இல்லேன்னா அந்த கரட்டுலையே கைதி உடம்பு கிடந்து, காக்கா குருவிங்க தின்னு தீர்த்திருக்கும். ஏன்னா அங்க ஏராளமான மண்டை ஓடுகளும், எலும்புகளும் இருந்துச்சு.

ஒளிஞ்சுக்க வசதியா இருக்கற அந்த கரட்டை குற்றவாளிங்க நல்லாவே பயன்படுத்திகிட்டு வந்திருக்காங்க. பேய் பிசாசு பயத்துல ஊரையும் கட்டிப்போட்டிருக்காங்க. இப்ப அதெல்லாம் உடைஞ்சு அங்க எந்த பேய் பிசாசும் இல்லைன்னு ஜனங்க நினைக்க ஆரம்பிச்சிருக்காங்க.”

“நல்ல விஷயம்தான்... நீயும் புறப்பட்டு வா! இங்க நீ இல்லாம ஏகப்பட்ட பேப்பருங்க டேபிள்ல தேங்கிப்போச்சு.”

“சரி சார்... பேண்ட் சட்டையெல்லாம் காயட்டும். ட்ரெயினும் நைட்லதான் இருக்கு. எப்படியும் நாளைக்குக் காலைல நான் ஆபீசுக்கு வந்துடுவேன்...”

ராஜேந்திரன் பேசி முடித்துவிட்டுத் திரும்பினான். தீனதயாளன் வாத்தியார் பார்த்துக்கொண்டே இருந்தார். அவர் கண்களில் ஒருவித சோகம். அவனுக்கும் புரிந்தது.

"என்ன சார்... நான் எங்க எடிட்டர்கூட பேசிகிட்டு இருந்ததைக் கேட்டுகிட்டிருந்தீங்களாக்கும்?"

"ஆமாம் தம்பி. அப்ப ராத்திரி கிளம்பப் போறீங்களாக்கும்?"

"நிச்சயமா... எனக்கு இங்க இனி என்ன வேலை சார்...?"

"அதுவும் சரிதான்... விஷயம் போலீஸ் கைக்குப் போயிடிச்சு. இனி அவங்க பார்த்துக்குவாங்க. ஏதோ நீங்க இங்க வந்ததுல எங்க ஊர்ல நிலவிக்கிட்டிருக்கிற பேய் பிசாசு நம்பிக்கை எல்லாம் ஒண்ணுமில்லாம போயிடிச்சே. அந்த மட்டுல ரொம்ப சந்தோஷம் தம்பி!"

"எனக்கும் அந்த ஒரு விஷயத்தில் திருப்திதான் சார். ஆனா ஒரு விஷயம்தான் உறுத்திக்கிட்டே இருக்கு..."

"எது தம்பி?"

"உங்க ஊர் நாட்டாமைக்காரர் கோவிந்த நாயக்கர் பொண்ணுக்கு இந்தத் தடவையாவது கல்யாணம் நடந்துடணும்..."

"அதான் ருத்ராவே கல்யாண ஏற்பாட்டை தாராளமா பண்ணிக்குங்கன்னு சொல்லிட்டாரே, அப்புறம் என்ன?"

"அது ஒரு ஆறுதலுக்குச் சொன்ன வார்த்தையா இருக்கலாம். ஏன்னா அந்தப் பொண்ணு தற்கொலை செய்துக்கக் கூடாது பாருங்க..."

"அப்ப ராஜமாணிக்கம் மேல ருத்ராவுக்கு சந்தேகம் இருக்கா?"

"ஒரு பழைய குற்றவாளிங்கற முறையில் எப்படி சார் சந்தேகப்படாம இருக்க முடியும்?"

ராஜேந்திரனின் கேள்வி வாத்தியாரையும் யோசிக்க வைத்தது.

✦✦✦

குத்துக்காலிட்டு அமர்ந்திருந்தாள் தேன்மொழி. அறை முழுக்க ஒரே இருட்டு. அறை ஜன்னல் கதவு வழியாக மட்டும் மாலை வெய்யில் லேசாக கசிந்து கொண்டிருந்தது.

அறைக்கு வெளியே ராஜமாணிக்கம் பற்றி நாயக்கரும், அவர் மனைவியும் பேசிக்கொண்டிருப்பது காதில் விழுந்தது.

“எந்த நேரத்துல இந்த புள்ளையை நீ பெத்தியோ தெரியல, கல்யாணம்னா எங்கிட்டிருந்தோ வில்லங்கம் வந்துடுதே?”

“அதாங்க எனக்கும் புரியல. ஜெயிலுக்குப் போனவன்னுகூட பாக்காம ராஜமாணிக்கத்துக்கு நம்ம பொண்ணைக் கொடுக்கப்போயும் விதி துரத்துதே...”

“நான் திருந்திட்டேன். நான் இப்ப ரொம்ப நல்லவன் மாமான்னு தேஞ்ச ரிக்கார்டு மாதிரி இந்த பய சொல்றத நம்பறதா வேண்டாமான்னே தெரியலயே...”

“ஏங்க... கொஞ்ச நாளைக்கு கல்யாணத்த பத்தி பேசாமதான் இருப்போமே... இப்ப என்ன ஆயிடப்போகுது?”

“அடிப்போடி கூறுகெட்டவளே... இன்னும் பதினோரு நாளைக்குள்ள உன் மக கழுத்துல தாலி ஏறாட்டி அவளுக்கு இந்த ஜென்மத்துல தாலி கிடையாதுன்னு ஜோசியர் சொன்னதை நீ மறந்துட்டியாக்கும்?”

நாயக்கர் கேட்க, அவர் மனைவி வஞ்சியம்மாளும் பதிலுக்கு ஆயாசப்பட, அவர்களது பேச்சு தேன்மொழியின் கண்களில் கண்ணீரை உருளவிட்டுக் கொண்டிருந்தது.

நெடுநேரம் அப்படியே அமர்ந்திருந்தவள் ஒரு முடிவோடு எழுந்தாள். ஓசைப்படாமல் அந்த அறையை விட்டு நீங்கியவள் வீட்டுப் பின்பக்கமாக நடந்து வயல்வரப்பில் இறங்கினாள். திரும்பித் திரும்பிப் பார்த்துக்கொண்டே நடந்தவள் ஒரு குறிப்பிட்ட மரத்தடியில் நின்று அந்த மரத்தடியையே பார்த்தாள்.

“நான் நிச்சயம் உன்னைக் கட்டிக்குவேன். அதுக்காக உங்கப்பாகிட்ட சல்லிக்காசு வாங்கமாட்டேன். என் உடம்புல தெம்பு இருக்கு. மனசுல தைரியம் இருக்கு. நிச்சயமா உன்னை ராணிமாதிரி வெச்சுக்குவேன். நீ அதிர்ஷ்டசாலி தேன்மொழி.

கவலைப்படாம இரு..." என்று அந்த மரத்தடியில்தான் கணேசன் அவளிடம் வீரவசனம் பேசியிருந்தான்.

இப்போது அவன் பம்பாய் பக்கம் திரிவதாக ராஜமாணிக்கம் கூறுகிறான். ஆனால் ருத்ரா, நாயக்கரிடம் பேசும்போது அவன் கொலை செய்யப்பட்டு விட்டதாகக் கூறியது அவள் நினைவில் நெளிந்தது.

தனக்கும் அதிர்ஷ்டமில்லை.

தன்னை மணக்கிறேன் என்று சொன்னவனைப் பற்றியோ இரண்டுவிதமான தகவல்கள்! அந்த நேரத்தில் அந்த மரம் அவளுக்குள் கணேசன் நினைப்பையும் உருவாக்கி அவளை மேலும் ஆயாசப்படுத்தியது.

இறுதியாக ஒரு பாழுங்கிணற்றருகே வந்தவள் உள்ளே பார்த்தாள். பச்சை பிடித்த பாழும் நீர். அந்தக் கிணறு பல உயிர்களைக் குடித்த கிணறு. அதனால்தான் நீரை விவசாயத்துக்குக்கூட யாரும் பயன்படுத்துவதில்லை.

அப்படி ஒரு கிணற்றுக்குள் ஒரேயடியாக குதித்து உயிரை விட்டுவிடத் தயாரானாள்.

அதற்காக தயாரானபோது, "அக்கா..." என்று ஒரு குரல்!

அதிர்ந்து திரும்பிய தேன்மொழியின் எதிரே ராமசாமியின் மகளான சின்னப்பேச்சி.

குத்துவிழியும், அம்புப் பார்வையுமாக!

13

"மாபெரும் விஞ்ஞான வளர்ச்சியை அடைந்துவிட்ட அமெரிக்கா மற்றும் ஐரோப்பா முதலிய நாடுகளில் கூட இறந்த பிறகு ஒருவரது உயிர் என்னவாகிறது? என்கிற கேள்விக்கான விடை ஒரு கேள்விக்குறியாகவே உள்ளது. அதேசமயம் இவ்விஷயத்தில் தீவிர ஆய்வுகளை மேற்கொண்டவர்களும் அங்கே இருந்து வரத்தான் செய்கின்றனர். கோஸ்ட், ஈவில், பீஸ்... டெவில்... என்கிற பெயர்களில் எல்லாம் அங்கே குறும் பத்திரிகைகள் வெளியாகி இது குறித்த சிந்தனைகளை உண்டாக்கின.

ஜேம்ஸ் பெக்கர் என்கிற ஒரு விஞ்ஞானி சாகும் தருவாயில் உள்ள ஒரு மனிதனை ஒரு துளி காற்றுகூட இல்லாத கண்ணாடி அறையில் அடைத்து வைத்து, அவரை செயற்கை சுவாசமுறையில் சஞ்சரிக்கச் செய்து உயிர் பிரியும் தருவாயில் அவர் உடம்பில் இருந்து பிரிவது காற்றா, இல்லை வெப்பமா, இல்லை வேறு ஏதாவதா என்றெல்லாம் கண்காணித்தார். அதற்கேற்ப ஒரு துளி காற்று பட்டாலும்கூட கண்ணாடிச்சுவரில் காற்று பட்ட இடம் ஒரு நிறம் கொள்ளும்படி எல்லாம் செய்திருந்தார். ஆனாலும் இந்த மாதிரி ஆய்வுகள் எல்லாம் தோல்வியில் முடிந்து உயிர் என்கிற ஒரு விஷயம் இன்றுவரை நூறு சதவீதம் விளங்கிக்கொள்ள முடியாத ஒரு புதிராகவே உள்ளது!"

சின்னப்பேச்சியின் குரல் தேன்மொழியை ஆச்சரியத்துடன் திரும்பிப் பார்க்க வைத்தது.

பேச்சியிடம் மாறாத அதே குத்துப் பார்வை!

அழுக்கேறிய நூல் பாவாடை, அரைக்கை ரவிக்கை, வாரப்படாத கலைந்த தலை.

ஒரு சுட்டெடுத்த மண் பொம்மை ஒன்று நிற்கிற மாதிரி கூட இருந்தது.

தேன்மொழி மெல்லத் திரும்பி வந்தாள்.

"என்னக்கா... சாகப்போறீங்களா?" சின்னப்பேச்சி மெல்லிய குரலில் மிக நிதானமாக கேட்ட அந்த தொனியில் ஓர் ஏளனமும் ஒளிந்திருந்தது.

"பே... பே... பேச்சி நீ எங்க புள்ள இங்க வந்தே?"

"ஏன் வரக்கூடாதா?"

"அது... அது இல்லை... நான் இங்க... நான் இங்க வந்தது உனக்கு எப்படி தெரியும்...?"

"ஏன் தெரியாது தேன்மொழி... நான்தான் ஒரு பேயா இந்த ஊரை சுத்திச் சுத்தி வந்துகிட்டிருக்கேனே...?"

சட்டென்று சின்னப்பேச்சி குரல் ஓர் ஆண் குரலாக மாறி ஒலித்தது. அந்த குரல் அவள் நன்கு கேட்ட குரலும் கூட...

"என்ன தேன்மொழி பாக்குறே... நான்தான் ராமசாமி வந்துருக்கேன்..." - திரும்பவும் சின்னப்பேச்சியிடம் அந்த ஆண் குரல்.

"ரா... ரா... ராமசாமி அண்ணனா?"

"ஆமாம்மா... உங்க வயக்காட்டுல அம்புட்டு வேலைகளையும் இழுத்துக்கட்டி செஞ்ச அதே ராமசாமி தான்..."

"அண்ணே... அண்ணே... நீங்க எப்படி...?"

"நம்ப முடியாதுதான்... என் பொண்ணு உடம்புக்குள்ள என்னால நுழைய முடிஞ்சு, நான் அவ உடம்பைப் பயன்படுத்தி என் குரலால பேசறதுங்கறது நம்பமுடியாத ஒண்ணு தான்..."

“அண்ணே... அண்ணே... அப்படின்னா நீங்க?”

“விக்கிரமாதித்த ராஜா கூடுவிட்ட கூடுபாய்வார்னு கதை சொல்லி கேட்டுருக்கேன். ஆனா நான் கிட்டத்தட்ட இப்ப அப்படித்தான் வந்துருக்கேன் தேன்மொழி...”

“அண்ணே... அண்ணே...”

தேன்மொழி உடம்பு மெல்ல நடுங்க ஆரம்பித்தது... முகத்தில் பொட்டுப்பொட்டாக வியர்க்கவும் செய்தது. அவள் பயப்படத் தொடங்கிவிட்டது நன்றாகத் தெரிந்தது. பொழுதும் கறுத்து இருண்டுகொண்டு வந்தது. அம்பாசமுத்திரம் உள்ள திக்கில் வானில் ஒரு மின்னல் பூச்சி ஒன்று சடசடவென்று வளைந்து நெளிந்து ஓடி மழை வரப்போகிறது என்றது.

“பயப்படாதே தேன்மொழி... பயப்படாதே... நீ என் மகமாதிரி... நான் உனக்கு நல்லது செய்யத்தான் வந்திருக்கேன்...”

“அண்ணே... பேச்சி...”

“நான் பேச்சி இல்ல... ராமசாமி, பாவம் என் மக. இவளை நான் அனாதை ஆக்கிட்டேன்...”

“அ... அண்ணே... என்னென்னமோ சொல்றீங்களேண்ணே...”

“எங்கம்மா... நான் இன்னும் எதுவுமே சொல்லலையே...”

“எ... எ... என்னண்ணே சொல்லப்போறீங்க?”

“நீ தற்கொலை செய்துக்காதே. அப்புறம் என்ன மாதிரிதான் அமைதி இல்லாம சுத்திச் சுத்தி வரும்படி ஆயிடும்...”

“.....”

“என்ன தேன்மொழி... நான் சொல்றதுல உனக்கு நம்பிக்கை இன்னும் வரலையா?”

“அண்ணே... இப்ப நான் இருக்கற அதிர்ஷ்டக்கட்டையான நிலைக்கு ஆவியா சுத்தி வர்றது ஆயிரம் மடங்கு மேலண்ணே...”

“பைத்தியம் மாதிரி பேசாதே... உனக்கு நிச்சயமா நல்லபடி கல்யாணம் நடக்கும்... அது இப்ப விசயம் இல்ல. இனி நான் சொல்லப்போறதுதான் விஷயம்...”

“என்னண்ணே சொல்றீங்க?”

“தேன்மொழி... நல்லா கேட்டுக்க! இந்த ஊர்ல இதுவரை மூணுபேர் கொல்லப்பட்டிருக்காங்க... இன்னும் ஆறுபேர் கொல்லப்பட இருக்காங்க...”

“அண்ணே ஏ... ஏ...!”

“பயப்படாதே... பதட்டப்படாதே... இந்த விஷயத்தை போலீஸ்காரர்கிட்ட போய் சொல். அந்தக் கைதி கொல்லப்படலைன்னும் சொல்... மேற்கொண்டு ஏதாவது தெரியணும்னா என்னை...”

சட்டென்று மின்சார தொடர்பு அறுந்துபோன தொலைக்காட்சி பெட்டிபோல ஆனாள் சின்னப்பேச்சி. க்ஷணத்தில் குணம் மாறினவளாக, “அக்கா... தேன்மொழிக்கா... நா... நா... நா எப்படிக்கா இங்க?” என்று தேன்மொழியிடம் திருப்பிக் கேட்டாள். அந்த ஆண்குரல் இப்போது இல்லை.

தேன்மொழிக்கு தலையைச் சுற்றியது.

தன்னிடம் அதுவரை பேசிய ராமசாமிக்கு என்னானது...? ஏதோ சொல்ல வந்தானே...? ஏன் சொல்ல முடியாமல் போனது? ஒருவேளை அவனது ஆவி சின்னப்பேச்சியை விட்டு விலகிவிட்டதா?

மளமளவென்று அவளது மனமேடையில் கேள்விகள்!

“அக்கா... எனக்குப் பயமா இருக்குதுக்கா... ஐயோ பக்கத்தால பேய்க்கிணறு... அக்கா வாக்கா போயிடலாம்...” சின்னப்பேச்சி அரற்ற ஆரம்பித்தாள். தேன்மொழியும் அவளுடன் அங்கிருந்து நகரத் தொடங்கினாள்.

அவளுக்குள் இப்போது ராமசாமி சொன்ன, “இன்னும் ஆறுபேர் கொல்லப்பட இருக்காங்க...” என்கிற அந்த விஷயம்

அச்சமூட்டியபடி ஒரு பாம்பைப்போல படம் விரிக்கத் தொடங்கியிருந்தது.

✦✦✦

கொடியில் காய்ந்துவிட்ட தனது துணிமணிகளை எடுத்து வந்து தனது பேக்கில் பத்திரமாக மடித்து வைத்துக் கொண்டிருந்தான் ராஜேந்திரன்! பார்த்துக்கொண்டே இருந்தார் வாத்தியார்.

அவர் முகத்தில் மெல்லிசாய் ஓர் ஏக்கம்.

கெடிகாரத்தில் ஏழு மணியைக் காட்டிக் கொண்டிருந்தது.

"கடைசி பஸ் எத்தனை மணிக்கு சார்?" என்றவனை...

"வந்துகிட்டேயிருக்கும் தம்பி... இப்ப புறப்பட்டா சரியா இருக்கும்" என்றார்.

அவனும் தன் பொருட்களை எல்லாம் எடுத்துக்கொண்டான். ஞாபகமாய் சார்ஜில் போட்டிருந்த செல்போனை சார்ஜருடன் சேர்த்து எடுத்து வந்து, தனது இடுப்பு பெல்ட்டில் உள்ள தோல் கூட்டுக்குள் அதை அடக்கிக்கொண்டான்.

அப்படியே நிமிர்ந்தவன் தீனதயாள வாத்தியாரை ஒரு நன்றி கலந்த பார்வை பார்த்தான்.

"என்னமோ தெரியல தம்பி... என் மனசுக்குள்ள ஒரு இனம்புரியாத குழப்பம்..."

"ஏன் சார்... நான் போறது உங்களுக்குப் பிடிக்கலையா?"

"அப்படிச் சொல்ல முடியாது... ஆனா நீங்க இருந்த நாலைஞ்சு நாளும் என்னால மறக்கமுடியாத நாளுங்க..."

"எனக்கும்தான் சார்... இந்த கிராமம் ரொம்பவே முன்னேற வேண்டியிருக்கு. இருந்தும் உங்களைப்போல சிலர் இந்த மாதிரி கிராமங்கள்ள இருக்கிறதை நினைக்கும்போது, இன்னிக்கு இல்ல நாளைக்கு இந்த கிராமம் முன்னேறிடும்கற நம்பிக்கை எனக்கு இருக்கு..."

"சந்தோஷம் தம்பி... புறப்படுங்க..."

ராஜேந்திரன் தன் தோல் பேக்கை தோளுக்கு ஏற்றிக்கொண்டு வீட்டை விட்டு வெளியில் வந்தான். தூரத்தில் எரியும் தெருவிளக்கு வெளிச்சம் லேசாக வழியைக் காட்டியபடி இருந்தது. தெரு நாய் ஒன்று குறுக்கில் ஓடியது. மாடு ஒன்று மூத்திரம் பெய்யும் சப்தம் அந்த அமைதியில் துல்லியமாகக் கேட்டது.

அவனும் வீதியில் இறங்கி திரும்பியவனாக அவரைப் பார்த்தான்.

"அப்ப நான் வரேன் சார்..."

"போய்ட்டு வரேன்னு சொல்லுங்க. நீங்க இந்தக் கிராமத்துக்கு அடிக்கடி வந்து போய்கிட்டு இருக்கணும்..."

"நல்லது சார்... போய்ட்டு வரேன்..."

"போய்ட்டு வாங்க... மறந்துடாம எங்க ஊர் ரோடுங்க பத்தியும், ஆத்துத் தண்ணிக்கு வழியில்லாம குளத்து தண்ணியை வெச்சே காலம் கழிச்சுக்கிட்டு வர்றதையும் உங்க பத்திரிகைல எழுதுங்க..."

"நிச்சயமா..." சொல்லிக்கொண்டே நடந்தான் ராஜேந்திரன். தெரு நாய் ஒன்று அவன் கூடவே நடந்தது. வழியில் ஒரு இடத்தில் ஒரே சகதி. இருட்டு நேரம் வேறு... அருகில் தெருவிலேயே கட்டில்போட்டுப் படுத்திருக்கும் பெருசு ஒன்று ராஜேந்திரனைப் பார்த்து, "அப்படி சுத்தி வயக்காட்டுல இறங்கி கிழக்காவே போங்க. தார்ரோடு வந்துடும். வரப்போற பஸ்ஸை அங்கேயே பிடிச்சுடலாம்..." என்றார்.

கேட்காமலே வழியைச் சொன்ன அந்த கிராமத்து நல்ல நெஞ்சத்துக்கு மனதுக்குள் நன்றி சொல்லிக்கொண்டே அவர் சொன்ன திசையில் நடந்தான். அந்த நாயும் ஏதோ எஜமானனைப் பின்தொடரும் ஒரு பணியாளன்போல அவனைத் தொடர்ந்தபடி இருந்தது.

வயற்காட்டில் அறுவடை முடிந்து அடிப்பாகக் கதிர்பகுதிகள் திண்டுதிண்டாய் காலை இடறப் பார்த்தன. பார்த்துப் பார்த்து

நடக்க சிரமமாக இருந்தாலும் நடந்தான். நாய் அவனுக்கு முன்பாக ஓடியது.

திடீரென்று அது குரைக்க ஆரம்பித்தது.

அது குரைத்த திசையில் மெல்லிய கருப்பாய் இரு உருவங்கள் வந்து கொண்டிருப்பதும் தெரிந்தது. இருளில் அவர்கள் யார் என்றுதான் தெரியவில்லை.

நாயிடம் குரைப்புச் சப்தம் அதிகமாகிக்கொண்டே போனது. மிக அமைதியான ஒரு தெரு நாய் அசாத்ய அசுரகதிக்கு மாறி அந்தக் கத்து கத்தவும், ராஜேந்திரன் உள்ளுணர்வு சுதாரித்து நிமிரப் பார்த்தான், அதற்குள் அந்த இரு உருவங்களும் அருகில் வந்துவிட அவர்களைப் பார்த்தான். தேன்மொழியும், சின்னப்பேச்சியும்தான் அவர்கள்! நாய் சின்னப்பேச்சி மேல் பாயப்பார்த்தது. ஆனால் சின்னப்பேச்சி திரும்பவும் ஒரு மாதிரி கூர்மையாகப் பார்த்திடும் பழைய அந்தக் குத்துப் பார்வைக்கு மாறி அந்த நாயை வெறித்தாள். அதுவரை "பயமா இருக்குக்கா... சீக்கிரமா நடங்க..." என்று சொல்லிக்கொண்டே வந்தவள் நாயிடம் துளியும் அச்சமின்றி நிற்பது தேன்மொழியையே திகைக்க வைத்தது.

"ஸ்சூ... போ... அடப்போன்னா..." - ராஜேந்திரன் இடையில் புகுந்து நாயை விரட்டிவிட்டுப் பார்த்தான். அது சின்னப்பேச்சியைத் துரத்தத் தொடங்க, அவளும் ஊருக்குள் ஓடத் தொடங்கினாள்.

தேன்மொழி மட்டும் அப்படியே நின்றுவிட்டாள்.

அவளது பார்வை ராஜேந்திரன் மேலேயே இருந்தது. அது அவனையும் என்னவெல்லாமோ செய்தது.

"நீங்க?" - அவள்தான் ஆரம்பித்தாள்.

"என் பேர் ராஜேந்திரன். செல்வம் பத்திரிகையோட சப் எடிட்டர் நான். கேள்விப்பட்டிருப்பீங்களே."

"ம்... ம்...! நல்லவேளை... நான் வழியிலேயே உங்கள பார்த்துட்டேன்..."

“என்னங்க சொல்றீங்க?”

“சொல்றேங்க... என்னை சுத்தி ஏன்தான் இப்படி எல்லாம் நடக்குதுன்னுதான் தெரியல...”

“நீங்க விஷயத்துக்கு வாங்க...”

“ஆமா நீங்க என்ன ஊருக்குக் கிளம்பிட்ட மாதிரி தெரியுதே...”

“ஆமாம்...” அவன் ஆமோதிக்கும்போதே தொலைவில் கடைசி பஸ் வருவது அதன் ஹெட்லைட் வெளிச்சத்தில் தெரிந்தது. புளியமரத் தழைகளின் இண்டு இடுக்குகளிலும் பஸ் வெளிச்சம் பாய்ந்து பரவுவதைப் பார்த்த ராஜேந்திரன்...

“பஸ் வந்துடுச்சிங்க... நான் புறப்படறேன். ஆமா எதாவது ரொம்ப முக்கியமான விஷயங்களா?” என்று கேட்க, அவளும் பஸ்ஸைப் பார்த்தபடியே “ஆமாங்க ரொம்ப முக்கியமான விஷயம். சொன்னா நீங்க எவ்வளவு தூரம் நம்புவீங்களோ தெரியாது...” என்றாள்.

“அதை நீங்க முதல்ல சொல்லி முடிங்க... அப்புறம் நான் சொல்றேன்...”

“சொல்றேங்க... இதுவரை இந்தக் கிராமத்துல மூணு கொலைங்கதான் நடந்திருக்கு... இன்னும் ஆறு கொலைகள் பாக்கி இருக்காம்... செத்துப்போன ராமசாமி அண்ணன் இதோ இப்ப ஓடிப்போச்சே சின்னப்பேச்சி... அவ உடம்புக்குள்ள வந்து நான் தற்கொலை பண்ணிக்கப்போன இடத்துல சொன்னாருங்க...”

தேன்மொழி சொல்லி முடிக்க, ராஜேந்திரனிடம் ஸ்தம்பிப்பு. ஊருக்குள் முகப்பில் நின்று பயணிகளை இறக்கிவிட்ட அந்தப் பேருந்தும் புறப்பட்டு விட்டிருந்தது! மழையும் பெய்ய ஆரம்பித்திருந்தது.

14

“உயிரைப் பற்றிய ஆராய்ச்சிகளில் நிலவி வருகிற ஒரு புதிருக்கு அளவே இல்லை. இறந்த பிறகு ஒருவரது உயிர் மறுஜென்மம் எடுக்கிறது அல்லது ஆவியாக அலைகிறது என்பதற்கு நிரூபிக்க முடியாத, ஆனால் பிரத்யேகமாக பலரது அனுபவங்கள் திகழ்கின்றன.

தமிழகத்தைச் சேர்ந்த நீதியரசர் ஒருவர் மனைவி, அவரது மரணத்திற்குப் பின் பலர் முன் தோன்றி நீதியரசருக்குள்ள பல சிக்கல், சிடுக்குகளை அவிழ்த்திருக்கிறார். இதை அவரும் ஒரு புத்தகமாகவே எழுதியுள்ளார்.

பல குடும்பங்களில் இறந்தவர் ஆன்மா கண்களுக்குப் புலப்படும் அதிசயம் நடந்தேறியுள்ளது. மேல் நாடுகளில் பல புகைப்பட சான்றுகளும் இம்மட்டில் உள்ளது. ஆனால் விஞ்ஞானப் பார்வை கொண்டோர் இப்படிப்பட்ட அனுபவங்களையே உளவியல் கோளாறாகப் பார்க்கின்றனர். ஒருமுறைக்குப் பலமுறை நிரூபிக்க முடிந்தால் மட்டுமே இவ்விஷயத்தை விஞ்ஞானிகள் ஏற்பார்கள். ஆனால் அப்படி ஒரு நிரூபணத்திற்கு வாய்ப்பே இல்லை என்றுதான் கூற வேண்டும்.

நல்லவேளை...! விஞ்ஞானிகள் சுவாசித்து வாழ்பவர்களாக இருக்கிறார்கள். இல்லாவிட்டால் அவர்கள் காற்றைக்கூட இல்லை என்று கூறிவிடுவார்கள் என்று சான்றோர்கள் சிலர் வேடிக்கையாகக் கூறுவதுண்டு!”

மழை வலிமையாகப் பெய்ய ஆரம்பித்தது! இருட்டு மூட்டம் போட்டதுபோல் திரண்டு வந்து ராஜேந்திரனையும், தேன்மொழியையும் மூடி மறைத்தது.

இருவருமே உடனடியாக ஒதுங்க ஓர் இடம் தேடினர். அந்த இருளில் பார்க்க முடிந்த தூரத்தில் ஒரு குடிசையும், குடிசையை ஒட்டி வைக்கோல்போரும் வானத்தில் ஓடிய மின்னலின் வெளிச்சத்தில் இருவர் கண்களிலும் பட்டது.

ராஜேந்திரன் வேகமாக அந்தக் குடிசையை நோக்கி ஓடினான். தேன்மொழிக்கு வேறு வழி தெரியவில்லை. அவனைப் பின்தொடர்ந்து ஓடினாள்.

குடிசை திறந்துதான் இருந்தது. உள்ளே மெல்லிய காடாவிளக்கு. ஓரமாய் ஒரு கட்டில். கட்டிலின் மேல் கிழவி ஒருத்தி.

இருவரும் உள்ளே நுழைந்து, மழை நனைவிலிருந்து முதலில் தப்பித்தனர். தேன்மொழி தன் தாவணி முந்தானையால் முகத்தைத் துடைத்துக்கொண்டே கட்டில் கிழவியைப் பார்த்தாள். ஓர் ஆழ்ந்த பெருமூச்சும் விட்டாள். அதை ராஜேந்திரனும் பார்த்தான்.

"தற்காலிகமா மழைக்கு இங்க ஒதுங்கிட்டோம். இந்த பாட்டி எதுவும் சொல்லலையே... உங்கள தெரியுமா?" என்று ராஜேந்திரன் குடிசைக்குள் பேச்சை ஆரம்பித்தான்.

"இது ராமாயிக் கிழவி. கண்ணும் தெரியாது! காதும் கேட்காது. இந்தக் கிழவிக்கு ஒரே ஒரு பொண்ணு. அதைக் காணல. கடைசி பஸ்ஸும் வந்துட்டுப் போயிடிச்சு. அது ஒருவேளை பஸ்ஸை விட்டுட்டு நடந்து வந்துக்கிட்டு இருக்குதோ என்னவோ?" என்றாள் தேன்மொழி.

"ஒரு வகையில் நமக்கு இது ஏற்ற இடம்தான்."

ராஜேந்திரன் அப்படிச் சொல்லவும் ஒரு கொடுக்குப் பார்வை பார்த்தாள் தேன்மொழி.

“தப்பா புரிஞ்சுக்காதீங்க... நீங்க வயக்காட்டுல சொன்ன விஷயங்கள் எதுவும் சாதாரண ரகமில்லை. அதை எப்படி எடுத்துக்கறதுன்னும் இப்ப எனக்கு தெரியல. அதைப்பத்தி தொடர்ந்து பேச இந்த இடம் ஏத்த இடம்னு சொன்னேன்...”

“அப்பாடா! நான் பயந்துட்டேன்...”

அவளது மார்பிரண்டும் தழைந்து சரிந்தது.

“ஆமா இனி பஸ் வராதா... அவ்வளவு தானா?”

“ஆமாம்...”

“அப்ப நான் சென்னை போன மாதிரி தான்...”

“ஓ... நீங்க ஊருக்குக் கிளம்பிட்டீங்கல்ல?”

“போய்த்தானே ஆகணும். வந்த வேலை முடிஞ்சிடிச்சின்னு நினைச்சேன். ஆனா நீங்க சொன்னதைப் பார்த்தா இனிதான் எனக்கு நிறைய வேலை இருக்கற மாதிரி தெரியுது.”

“எனக்கும் ரொம்ப பயமாயிருக்கு... என்னைச் சுத்தி ஏன்தான் இப்படி எல்லாம் நடக்குதுன்னு தெரியல.”

“தைரியமா இருங்க. ஆமா அந்த சின்னப் பொண்ணோட எங்க போனீங்க நீங்க. அவ செத்துட்ட ராமசாமி மக சின்னப்பேச்சி தானே?”

“ஆமாம்... அவளுக்குள்ளதான் ராமசாமி அண்ணன் வந்து பேசினார். அச்சு அசலா அவரோட குரல்ல... இப்ப நினைச்சாலும் எனக்கு குல நடுங்குது.”

“அது என்ன எல்லா ஆவியும் அந்தப் பொண்ணு உடம்புக்குள்ளேயே வருது?”

“எல்லா ஆவியும்னா?”

தேன்மொழி கேள்வியைப் போட, ராஜேந்திரன் அதற்கு கணேசனின் ஆவி இதற்குமுன் அவளுக்குள் வந்ததைக் கூறலாமா, வேண்டாமா என்கிற மாதிரி பார்த்தான். அவன் பார்வையும், தயக்கமும் அவளை நிரடியது.

“நீங்களும் அந்தப் பொண்ணுகிட்ட ஆவிங்களோட பேசினீங்களா?” - அவள் திரும்பவும் கேட்டாள்.

“ஆமாம்...”

“இன்னும் யார் யார் ஆவி எல்லாம் வந்துச்சு?”

“அது எதுக்குங்க... இந்த ஆவி சமாச்சாரமெல்லாமே பொய்யி... அது ஒருவித ஏமாத்து வித்தைன்னு போலீஸ் இன்ஸ்பெக்டர் ருத்ரா சொல்றாரு. கடைசில நான்கூட அப்படித்தான் நினைச்சேன். ஆனா இப்ப நீங்க சொல்லியிருக்கற விஷயங்களைக் கேட்ட பிறகு எனக்கு என்ன செய்யறதுன்னே தெரியல.”

“ராமசாமி அண்ணன் இந்த விசயத்தை உங்ககிட்ட, அப்புறம் போலீஸ்கிட்டல்லாம் சொல்லச் சொன்ன மாதிரிதான்க எனக்குப் படுது. பாதியில் அண்ணன் ஆவி போயிடிச்சு. சின்னப்பேச்சியும் அவ குரல்ல பேசி அழுவ ஆரம்பிச்சிட்டா...”

“போலீஸ்கிட்ட என்ன சொல்லச் சொன்னார் ராமசாமி?”

“கொலை செய்யப்பட்டது கைதி இல்லன்னு சொன்னார்... அது நல்லா ஞாபகம் இருக்கு ”

“அப்படின்னா கைதி - உயிரோட இருக்கான்னு அர்த்தம் ஆகுது!”

ராஜேந்திரன் அப்படி யூகித்தபோது வெளியே மழையிடம் ஒரு கூடுதல் வேகம். வானமளவு கண்ணாடி மையத்தில் கல்லடிபட்டு சுக்கு நூறாக நொறுங்கினதுபோல ஓர் இடி சப்தம். அந்த இடியும்கூட அவர்கள் ஒதுங்கியிருக்கும் குடிசைக்கு வெகு வெகு சமீபத்தில்தான் விழுந்திருக்க வேண்டும். அந்த அடர்வான சப்தம் தேன்மொழியை முதலில் பயத்தில் தள்ளி, பிறகு ராஜேந்திரன் மேல் தள்ளிவிட்டது.

அவனை அப்படியே உடும்புபோல பற்றிக்கொண்டாள். அவள் வரையில் அது ஒரு முதல் ஆண் ஸ்பரிசம்!

அவனுக்கும் அது மிகமிக இதமாக இருந்தது.

கட்டிலில் கிழவி இரும்புக் கிண்ணத்தாழியில் பாக்கை போட்டு இடித்தபடி இருந்தாள். அவளுக்கு இடி இடித்ததோ, மழை பொழிவதோ எதுவுமே தெரியவில்லை.

இருவரும் பலப்பல நொடிகள் அப்படியே கட்டிக்கொண்ட நிலையிலேயே இருந்தனர். பின் மெல்ல விலகுவதற்காக தேன்மொழி இறுக்கத்தைத் தளர்த்தினாள்.

அப்படியே மெல்ல மெல்ல வெட்கவயப்பட்டவள், தப்பு செய்து விட்டவள் போல வேகமாக பல அடி இடைவெளி விட்டு தூரப்போயும் நின்றாள். ராஜேந்திரனும் மெல்ல சுயநிலைவயப்பட்டான். அந்த நொடியில் அவன் செல்போனும் சிணுங்கியது. அதற்கு காதைக் கொடுத்தான்.

மறுமுனையில் ருத்ரா.

“ராஜேந்திரன் என்ன ஊருக்குக் கிளம்பிட்டீங்களா?”

“ஆமாம் சார்... நானே இப்ப உங்களுக்கு போன் பண்ண நினைச்சேன். நல்லவேளை நீங்களே கூப்பிட்டுட்டீங்க...”

“அவ்வளவுதானா உங்க இன்வெஸ்டிகேஷன்?”

“என்ன சார் கேள்வி இது... நான் என்ன போலீஸ்காரனா இதே விஷயமா யோசிச்சிகிட்டு திரிய? கதை, கட்டுரைன்னு மற்ற பணிகளையும் பார்க்க வேண்டியிருக்கே...”

“உங்க பாடு ஜாலி ராஜேந்திரன். நீங்க பாட்டுக்குக் கிளம்பிட்டீங்க. ஆனா என்வரைல இனிதான் நிறைய வேலைகள் இருக்கு...”

“என்ன சார்... புதுசா ஏதாவது தகவல் கிடைச்சிச்சா?”

“கிடைச்சிருக்காவா... கேட்டா அசந்து போயிடுவீங்க?”

“இங்க நானும் உங்களுக்கு ஒரு புது தகவல் சொல்லப்போறேன். அதைக் கேட்டா நீங்களும் அசந்துடுவீங்க?”

“என்ன ராஜேந்திரன். ஊருக்குள்ள அந்த மரியதாஸ் மாதிரி எவனாவது, எதாவது சொன்னானா?”

“சொல்றேன்... நீங்க சொல்ல வந்ததை சொல்லி முடியுங்க...”

“சொல்றேன், அவசரப்பட்டுட்டு உங்க பத்திரிகையில போட்டுடாதீங்க.”

“அவ்வளவு பரபரப்பான விஷயமா சார்?”

“கிட்டடத்தட்ட அப்படித்தான்...”

“அப்ப சொல்லுங்க சார்.”

“சொல்றேன். எனக்கு இந்த விஷயத்துல உங்க உதவியும் கொஞ்சம் வேணும்.”

“நான் என்ன சார் செய்யணும்?”

“உங்க பயணத்தை கேன்சல் பண்ணிட்டு ஆயக்குடியிலேயே நான் சொல்றவரை நீங்க இருக்கணும்.”

“இருந்து...?”

“மற்ற விஷயங்களை நான் காலைல நேர்ல வந்து சொல்றேனே...”

“கஷ்டம் சார்... என்னோட எடிட்டர் பேசாம இந்த பத்திரிகை வேலையை ரிசைன் பண்ணிட்டு போலீஸ்ல சேர்ந்துடுன்னு கூசாம சொல்லுவார் சார்.”

“சொல்ல மாட்டார். அவர்கிட்ட நான் இப்பதான் பேசினேன்.”

“அப்படியா சங்கதி... ஆமாம் உங்க டிபார்ட்மெண்ட்ல இல்லாத ஆட்களா சார்... ஒரு பத்திரிகையாளன் என்னை போய் இருக்கச் சொல்றீங்களே?”

“காரணம் இருக்கு ராஜேந்திரன், ப்ளீஸ்...”

“சரி சார். நீங்க இன்னும் என்னை அசத்தற அந்த விஷயத்தைச் சொல்லவே இல்லை.”

“சொல்றேன்... காத்தான் கரட்டுல நாம் கண்டெடுத்த கைதியோட பாடி கைதி இரும்பாடியோட உடம்பே இல்லை.” - அடுத்த கணம் ராஜேந்திரனும் விக்கித்தான்.

ருத்ரா சொன்ன அந்த விஷயம், ராமசாமி ஆவி சொன்னதாக தேன்மொழி சொன்ன விஷயத்தோடு அப்படியே பொருந்திப்போகவும் ராஜேந்திரன் அடுத்து தேன்மொழியைத்தான் படுவேகமாகப் பார்த்தான்.

"ராஜேந்திரன் என்ன பதிலையே காணோம்?"

"சார்..."

"என்ன ராஜேந்திரன்?"

"நான் உங்களுக்குச் சொல்ல நினைச்ச விஷயமும் இதே தான்..."

"ஐ ஸீ. உங்களுக்கு எப்படி?"

"நீங்க இனி ஆவியெல்லாம் பொய்னு சொல்ல முடியாது சார்?"

"என்ன ராஜேந்திரன் திரும்பவும் ஏதாவது ஆவியோட பேசினீங்களா?"

"நான் பேசலை... ஆவியே அந்த ராமசாமியோட பொண்ணான சின்னப்பேச்சிக்குள்ள வந்து பேசியிருக்கு. செத்துப்போனது கைதி இல்லைன்னு சொன்ன ராமசாமி ஆவி, அதைவிட ஒரு பெரிய வெடியையும் வெடிச்சிருக்கு..."

"அது என்ன?"

"இன்னும் ஆறு பேர் இந்த ஊர்ல வரிசையா கொல்லப்பட இருக்காங்களாம்!"

"வாட்?"

"ஆமாம் சார்... ஜஸ்ட் இப்பதான் ஒரு பத்து நிமிஷம் முந்தி இந்த விஷயமெல்லாம் என் காதுக்கு வந்தது. நான் சென்னை போக பஸ் பிடிக்க வரும்போது வழியில் இந்தத் தகவல்கள் என்னைத் தேடி வந்தது. இதனால் நான் பஸ்சையும் விட்டுட்டேன். இனி நான் போக நினைச்சாலும் போக முடியாது..."

ராஜேந்திரன் தேன்மொழியைப் பார்த்துக்கொண்டே, ஆனால் சாதுர்யமாக அவளைத் தவிர்த்துவிட்டு பேசினான். அவளும்

அவன் தன்னைத் தவிர்த்தபடி பேசுவதை ஆச்சரியமாக கவனித்தபடியே இருந்தாள்:

"ராஜேந்திரன் இதை எல்லாம் உங்களுக்குச் சொன்னது யார்?"

"நீங்க நேர்ல வாங்க சார்... விலாவரியா பேசலாம்."

"ஓ.கே. நாளைக்கு மாலை எட்டு மணிக்கெல்லாம் நான் வாத்தியார் வீட்டுக்கு வந்துடறேன். ரெடியா இருங்க..."

"சரி சார்..." - ராஜேந்திரன் செல்போனை முடக்கி பாக்கெட்டில் போட்டபடி நிமிர்ந்தான்.

தேன்மொழி தன் மான்விழிகளால் அவன் மேலேயே கண்ணாக இருந்தாள், மழையும் சற்று குறைந்த மாதிரி இருந்தது.

"போலீஸ்காரங்ககிட்ட தானே பேசினீங்க?" - அவள்தான் கேட்டாள்.

"ஆமாம், விஷயம் இப்ப போலீசுக்கும் போயாச்சு..."

"இத்தனை வருஷத்துல எங்க ஊருக்குள்ள போலீசே வந்ததில்லை..."

"இனி பர்மனென்ட்டா ஒரு போலீஸ் ஸ்டேஷன் வந்தாலும் ஆச்சர்யப்படுறதுக்கில்லை. போகட்டும், உங்ககிட்ட நான் சில கேள்விகள் கேட்கலாமா?"

"என்ன?"

"நீங்க கட்டிக்கப்போற அந்த ராஜமாணிக்கம் எப்படி?"

அவன் அப்படிக் கேட்ட அடுத்த நொடி அவள் கண்களில் மளுக்கென்று கண்ணீர்.

"தேன்மொழி நான் ஏதாவது தப்பா கேட்டுட்டேனா?"

"ஆமா... அந்த ராஜமாணிக்கத்தை நான் கட்டிக்கப்போறதா உங்களுக்கு யார் சொன்னது?"

"ஊரே பேசிக்குதே... ஏன் உங்கப்பா கூட சொன்னாரே?"

"கடவுளே வந்து சொன்னாலும் நான் அதுக்கு கழுத்தை நீட்டமாட்டேன். அது மனுஷனேயில்லை. அது ஒரு மிருகம்...

அதனாலதான் நான் தற்கொலை பண்ணிக்க போனேன். ஆனா சின்னப்பேச்சி வந்து எல்லாத்தையும் கெடுத்துட்டா..."

"ஓ... நீங்க சின்னப்பேச்சியைச் சந்திச்சது இப்படித்தானா?"

"ஆமாம்... வீட்ல வேற இப்ப தேடிக்கிட்டு இருப்பாங்க. இங்க உங்களோட என்னை அந்த ராஜமாணிக்கம் பார்த்தா ராத்திரி தூக்கத்துலையே என் கழுத்துல தாலியைக் கட்டிடும். அதுக்கு முந்தி உங்களை வெட்டியும் போட்டுடும்."

"கவலைப்படாதீங்க... நீங்க மேஜர்தானே?"

"அப்படின்னா?"

"உங்களுக்கு பதினெட்டு வயது முடிஞ்சிடிச்சுதானே?"

"மிச்சம்...?"

"அப்ப உங்க வயது?"

"அது ஆயிடிச்சி இஷ்டத்துக்கும்... வர்ற ஐப்பசி மாசம் வந்தா இருபத்தி ஆறு முடிஞ்சு, ஏழு ஆரம்பம். என் வயசுல ராசாத்திங்கறவளுக்கு எட்டாங்கிளாஸ் படிக்கற பையனே இருக்கான்..."

தேன்மொழியின் பதிலில் அவள் கல்யாணக் கனவுகளில் ஆழப் புதைந்துகிடப்பதை ராஜேந்திரனால் நன்றாகவே உணர முடிந்தது.

"கவலைப்படாதீங்க தேன்மொழி. உங்களுக்கு இஷ்டம் இல்லாத ஒரு கல்யாணத்தை யாரும் பண்ணி வைக்க முடியாது. நான் இருக்கேன் உங்களுக்கு...!"

ராஜேந்திரன் எந்த அர்த்தத்தில் சொன்னானோ தெரியாது, தேன்மொழி சற்று சிரித்த முகத்துடன் அவனைப் பார்த்தாள். அப்படியே, "இனி எங்க ஊர்லதானே இருப்பீங்க...?" என்று சற்று ராகமாக இழுத்தாள்.

"ஆமாம்... இனி ஒவ்வொரு நாளும் த்ரில்தான், ஆவிங்க ஒரு பக்கம், எதிரி ஒரு பக்கம். என் வரைல ஜமாய்க்கப் போறேன்."

"எனக்குப் பயமா இருக்குங்க..."

"நான் இருக்கேன் பயப்படாதே..." - அதுவரை மரியாதையில் பேசியவன் சட்டென்று ஒருமைக்கு மாறினான், அவளுக்கும் அது இன்ப அதிர்ச்சியாகத்தான் இருந்தது. திரும்பவும் அவனை மவுனமாக வெறித்தாள். அவன் அவளை நெருங்கி கண்களின் முன் கைகளால் சொடுக்கினான். அவளும் மெல்ல கலைந்தாள். வெட்க வயமும் பட்டாள். அதேசமயம் அந்த குடிசை முகப்பில் ஓர் உருவம். இருவருமே ஒரு சேர திரும்பிப் பார்த்தனர். வெறித்த விழிகளுடன் ராஜமாணிக்கம்!

"ஐய்யோ...!"

தேன்மொழிக்கு நெஞ்சுக்குள் அடைத்த மாதிரி இருந்தது. ராஜேந்திரனும் சற்று திகைக்கத்தான் செய்தான்.

ராஜமாணிக்கமோ குத்துப் பார்வை பார்த்தபடி நின்றுகொண்டே இருந்தான்!

நொடிகள் கடந்தன.

அவனிடம் மட்டும் அசைவேயில்லை.

ராஜேந்திரன் துணிச்சலுடன் அவன் முன் சென்று, "என்ன ராஜமாணிக்கம்... எதுக்கு இந்த வெறிப்பு. தேன்மொழியும், நானும மழைக்குதான் இங்க ஒதுங்கினோம்..." என்று பதில் கூற, அதற்கு எந்த மறுபதிலும் அவனிடம் இல்லை.

"ராஜமாணிக்கம்... பேசுங்க, என்னாச்சு உங்களுக்கு?" - ராஜேந்திரன் ஒரு தூண்டுதலோடு அவனைத் தீண்டவும், அதனால் தள்ளப்பட்டது போல ராஜமாணிக்கம் உடம்பு ஒரு மரம்போல முன்னால் விழுந்தது. விழுந்த உடம்பில் உயிரும் இல்லை.

முதுகில் ஆழமாகப் பதிந்த நிலையில் ஒரு கட்டாரி!

15

“மேல்நாடுகளில் நன்கு படித்த மக்களிடம்கூட ஆவியுலகம் சார்ந்த நம்பிக்கைகள் மிக மிக வலுவாகவே உள்ளன. ‘கோஸ்ட் க்ளப்’ என்கிற அமைப்புகள் அங்கே மிக பிரபலம். அதில் நூற்றுக்கணக்கில் உறுப்பினர்கள் உள்ளனர். கருப்பு ஆடைகள் அணிந்து சனிக்கிழமைகளில் கூடுவது அவர்கள் வழக்கம். அப்போது ஆவியுலகில் உள்ள ஆவிகளை தங்களை நோக்கி வரவழைக்க நடுநாயகமாய் ஒருவர் முயலுவார். அது கிட்டத்தட்ட நம் ஊரில் அருள்வந்த ஒருவர் சாமியாடுவது போலவே இருக்கும். அதேபோல ஆவி இறங்கியபின் அவரிடம் எல்லோரும் கேட்கும் கேள்விகளும், அதற்கு அவர் பதில் கூறும் விதமும் கிட்டத்தட்ட நம் அருள்வாக்கு சாமியார்களிடம் நமது ஜனங்கள் கேட்கும் கேள்விகள் போலவே இருக்கும்.

அதேசமயம் இப்படிப்பட்ட விஷயங்களை சாடி இகழ்கின்றவர்களும் அங்கே உண்டு... ஆனால் இதனால் எல்லாம் அங்கே ஒருவரிடமும் ஒரு மாற்றமும் பெரிதாக ஏற்பட்டதில்லை. இறப்புக்குப்பின் உள்ள விஷயங்கள் பற்றி அங்கே விதம்விதமான நம்பிக்கைகள் நிலவுகின்றன. ஒருவர் இந்த உலகம் வெகு விரைவில் அழியப்போகிறது என்று கூறி முந்திக்கொண்டு என்னுடன் வருபவர்களுக்கு நான் சொர்க்கத்தைக் காட்டுகிறேன் என்று கூறி பல நூறுபேரை விஷம் அருந்த வைத்து கூட்டாக தற்கொலை செய்துகொண்டார். அந்த சம்பவம் உலகையே திரும்பிப் பார்க்க வைத்தது!”

முதுகில் கத்தியோடு முன்னால் விழுந்த ராஜமாணிக்கம், ராஜேந்திரனிடமும், தேன்மொழியிடமும் அசாத்தியமான ஒரு பீதியை உருவாக்கினான்.

தேன்மொழி கத்தக்கூட சக்தி அற்றுப்போய் ராஜேந்திரன் பின் போய் ஒளிந்துகொண்டாள்.

இருவரிடமும் பிரக்ஞையே இல்லை. புறத்திலும் பெரிதாக சப்தம் எதுவும் கேட்கவில்லை. இருந்தும் ராஜேந்திரன் மெல்ல பிரக்ஞை மீண்டவனாக ராஜமாணிக்கத்தைத் தாண்டிக்கொண்டு குடிசைக்கு வெளியில் வந்தான். இருள் கூடு கட்டியிருந்தது.

சுவர் கோழிகள் காதைத் திருகிக் கொண்டிருந்தன.

எட்டிய தொலைவுக்கு யாருமே கண்ணில் படவில்லை. அந்தச் சூழலே ராஜமாணிக்கம் அங்கே எப்படி வந்திருக்க முடியும் என்கிற கேள்வியைத்தான் ராஜேந்திரனுக்குள் எழுப்பியது.

இங்கே வந்தபின் முதுகில் கத்தி பாய்ந்ததா, இல்லை கத்தி பாய்ந்த நிலையில் அவன் வந்தானா? என்றும் அவனுக்குள் கேள்விகள் குறுக்கில் ஓடிற்று.

“தேன்மொழி...”

“உம்...”

“நீ உடனே வீட்டுக்குக் கிளம்பு. இங்க என்னைப் பார்த்ததையோ, பேசினதையோ, இதோ இந்த ராஜமாணிக்கம் இப்படி இங்க பிணமா கிடக்கறதையோ பத்தி நீ மூச்சுவிடாதே. இன்ஸ்பெக்டர் ருத்ராவுக்கு நான் தகவல் கொடுத்துக்கறேன். நீ சொன்ன மாதிரி ஆறு கொலைல ஒரு கொலை நடந்து முடிஞ்சாச்சி. இன்னும் அஞ்சு பாக்கி இருக்கு. ஆனா இனி ஒரு கொலை நடக்கக்கூட இடம் கொடுக்கக் கூடாது. அது இனி என்பாடு. கமான்... நீ முதல்ல இங்க இருந்து கிளம்பு...”

“நீங்க...?”

“அதுபத்தி நீ கவலைப்படாதே. நீ இப்ப இங்க இருக்கறதும், நான் உன்கூட இருக்கறதும் தப்பா சிலர் யூகிக்க வழிவகுக்கும்...”

"சரி... நான் கிளம்பறேன்."

"கிளம்பறது முக்கியமில்லை... இதை மனசுல நீ ரகசியமா சுமக்கறது எனக்கு ரொம்பவே முக்கியம். உங்கப்பா, அம்மாகிட்டகூட நீ உணர்ச்சிவசப்பட்டுட கூடாது. ராமசாமி ஆவி பேசின விஷயத்தையும் நீ யார்கிட்டேயும் சொல்லாதே, தேன்மொழி நல்லா கேட்டுக்கோ. உன்னைச் சுற்றி எதுவுமே நடக்கலை... உனக்கு எதுவும் தெரியாது. இதுதான் இப்ப உன் நிலை!"

ராஜேந்திரனிடம் தென்பட்ட அழுத்தம் அவளை வெறிக்க வைத்தது. தேங்கி நின்றாள்.

"தேன்மொழி..."

"உம்!"

"கிளம்பு..."

"உம்..."

"தயவுசெய்து எக்ஸைட் ஆகாதே. நான் இருக்கேன்... உம்..."

"நீங்க இருக்கீங்களா... அப்படின்னா?"

"நான் இருக்கேன்னா இருக்கேன்தான். என்னால இப்ப உன் மனநிலையைப் புரிஞ்சுக்க முடியாது. தயவுசெய்து தைரியத்தோட இரு. தப்பான முடிவுக்கு இன்னொரு முறை போயிடாதே. திரும்பவும் சொல்றேன். நான் இருக்கேன்...!"

"வேண்டாம் ராஜேந்திரன். கிட்டத்தட்ட கணேசனும் இப்படித்தான் சொன்னார். அவர் என்ன ஆனார்னே தெரியல... தப்போ சரியோ என்மேல வெறித்தனமா இருந்த ராஜமாணிக்கம் உயிரும் போயிடிச்சு. இப்ப நீங்க சொல்றீங்க உங்களுக்கும்..."

"பைத்தியம்... இவங்களுக்கும், எனக்கும் நிறையவே வித்தியாசம் இருக்கு. எனக்கு எதுவும் ஆகாது. ஆனாலும் மீண்டு வர எனக்குத் தெரியும். நீ முதல்ல கிளம்பு. இது நாம பேசிக்கிட்டு நிக்கற வேளை இல்லை..."

"ராஜேந்திரன்..."

"என் மேலே ஆணை... நீ மூச்சு விடக்கூடாது. புறப்படு. அதேசமயம் உனக்கு நான் உறுதி தரேன். உன் கல்யாணம் நிச்சயம் நல்லபடி நடந்தே தீரும்."

ராஜேந்திரன் அவளைப் பிடித்து ஊரை நோக்கித் தள்ளிவிட்டான். அவளும் அவனைத் திரும்பித் திரும்பி பார்த்தபடியே நடந்து சென்று இருளில் மறைந்தாள்.

அதன்பின் அவனும் அங்கிருந்து வேகமாக வேறு திசையில் நடக்க ஆரம்பித்தான்!

வீட்டுக் கூரை முன்னால் மழை நீர் சொட்டிக்கொண்டிருந்தது. தவளைகள் கச்சேரியைத் தொடங்கியிருந்தன. வாத்தியார் தீனதயாளன் சிமெண்ட்டுத் திண்ணை முன் கட்டிலைப் போட்டு படுக்கையை விரித்துக் கொண்டிருந்தார். தெரு நாய் ஒன்று குலைக்கும் சப்தம் கேட்டுத் திரும்பிப் பார்த்தார். தோளில் தொங்கும் பேக்குடன் ராஜேந்திரன் திரும்பி வந்து கொண்டிருந்தான்.

அவருக்கும் ஒரு புதிய தெம்பு வந்த மாதிரி இருந்தது.

"தம்பி..."

"நானேதான் வாத்தியாரே."

"ஊருக்கு போகலியா?"

"பஸ்ஸை விட்டுட்டேன்... அதான் திரும்பி வந்தேன்..."

"பஸ்ஸை விட்டுட்டீங்களா... நீங்க போய் ரொம்ப நேரம் கழிச்சுதானே பஸ்ஸே வந்தது. நீங்க இந்நேரம் அம்பாசமுத்திரம் போயிருப்பீங்கன்னுல்ல நினைச்சேன்..."

"இல்ல சார்... ஆமாம் சார்..."

ராஜேந்திரன் குரலில் தடுமாற்றம் தெரிந்தது.

"என்ன தம்பி... புதுசா எதாவது குழப்பமா?"

வாத்தியார் சரியாகவே நெருங்கி வந்தார்.

"அது வந்து... உள்ற வாங்க சொல்றேன்."

அவரோடு ராஜேந்திரன் வீட்டினுள் நுழைந்தான் - மரக்கதவை இழுத்துத் தாழிட்டான். வாத்தியாரும் அணைக்கப்பட்ட கோலி பல்புக்கு உயிர்கொடுத்தார். மஞ்சளாய் பரவிய வெளிச்சத்துக்கு நடுவில் ராஜேந்திரன் முகம் ஒருவித பரபரப்போடு இருப்பது தெரிந்தது.

"என்ன தம்பி... புதுசா எதாவது பிரச்சனையா?"

"ஆமாம் வாத்தியாரே... நடக்கக்கூடாதது நடந்துடிச்சு."

"அப்படின்னா?"

"சொல்றேன்... அதுக்கு முந்தி இன்ஸ்பெக்டர் ருத்ரா சார்கூட கொஞ்சம் பேசிடுறேன்."

ராஜேந்திரன் தன் செல்போனில் அவருக்காக முயலத் தொடங்கினான்.

ஆனால் அவ்வளவு சுலபத்தில் சிக்னல் கிடைக்கவில்லை.

"இந்த செல்போன்களுக்கு நம்மை எப்ப எப்படி கழுத்தறுக்கணும்னு நல்லா தெரியும்போல..." - என்று கையை எரிச்சலுடன் ஒரு உதறு உதறிக்கொண்டான்.

"என்ன தம்பி நடந்துச்சு?" - வாத்தியாரும் அறுந்த பல்லி வால்போல துடிக்கத் தொடங்கினார்.

ராஜேந்திரனும் வீட்டை விட்டுப் புறப்பட்டுச் சென்றதில் இருந்து, தங்களைத் தேடி வந்து ராஜமாணிக்கம் பிணமாக காலடியில் விழுந்தது வரை கூறி முடித்தான்.

வாத்தியார் அப்படியே இடிவிழுந்த பாறைபோல பிளந்து போய்விட்டார்.

"வாத்தியாரே..."

"தம்பி..."

“என்ன வாத்தியாரே நம்ப முடியலயா?”

“இல்லை... இந்த ஊருக்கு என்ன வந்துச்சு, ஏன் இப்படி எல்லாம் நடக்குதுன்னே தெரியலியே...”

“நடந்தது கம்மி. இனி நடக்க வேண்டியதுதான் அதிகம். அதை யோசிச்சு பாருங்க...”

“அப்ப இன்னும் அஞ்சு கொலைங்க நடந்துடும்னு நீங்க நம்பறீங்களா?”

“நடக்க விடக்கூடாது. இது முதல் கட்டம், அடுத்து எதுக்கு இந்தக் கொலைங்கங்கறது அடுத்த கட்டத்துல கண்டுபிடிக்கப்பட வேண்டிய விஷயமாகும்.”

“எனக்கு நெஞ்சை அடைக்குது தம்பி... ராஜமாணிக்கத்தையே ஒருத்தன் கொன்னுட்டான்னா அவன் எவ்வளவு பெரிய கில்லாடியா இருக்கணும்.”

“நிச்சயமா. பிணம் இப்ப அந்தக் குடிசை வீட்ல கிடக்குது. நான் எதுவும் தெரியாத மாதிரி வந்துட்டேன். தேன்மொழியையும் போகச் சொல்லிட்டேன்.”

“நல்ல காரியம் பண்ணினீங்க. ஆனா பாவம் அந்தப் பொண்ணு. இது இப்படி ஒரு துரதிர்ஷ்டக்கட்டையா இருக்க வேண்டாம்.”

“அது துரதிர்ஷ்டக்கட்டை எல்லாம் இல்ல வாத்தியாரே, அவ ரொம்ப அதிர்ஷ்டசாலி. அதை நீங்க போகப்போக தெரிஞ்சிக்குவீங்க.”

“என்ன தம்பி சொல்றீங்க?”

“அவ விஷயமா பிறகு பேசுவோம். முதல்ல நான் ருத்ராகிட்ட இந்த விஷயத்தைச் சொல்லணும். என் எடிட்டருக்கும் நான் வர கொஞ்ச நாளாகும்னு ஒரு தகவல் கொடுக்கணும்.”

“அதுவும் சரி... நீங்க முதல்ல ருத்ராபதிக்கு போன் போடுங்க... அவன் வரட்டும். முதல்ல ஊருக்குள்ள போலீஸ்காரங்க வந்து

குவியணும், இல்லாட்டி சொன்ன மாதிரி அடுத்தடுத்து இன்னும் அஞ்சு உசுருங்க போயிடும்...?"

வாத்தியாரும் தூண்டிவிட ராஜேந்திரன் கதவைத் திறந்துகொண்டு வெளியில் வந்தான். செல்போனில் திரும்பவும் முயன்றான். நல்லவேளையாக இம்முறை சிக்னல் கிடைத்து ருத்ராவும் அகப்பட்டார்.

"சார்..."

"சொல்லுங்க ராஜேந்திரன்."

"சார் உடனே ஒரு படையோட கிளம்பிவாங்க. நடக்கக்கூடாத விபரீதம் ஒண்ணு நடந்து முடிஞ்சிடிச்சு."

"என்ன ராஜேந்திரன்?"

"நாம நினைச்சமாதிரியே ராஜமாணிக்கம் குற்றவாளியில்ல..."

"அதான் தெரியுமே..."

"அவர் இப்ப உயிரோடவும் இல்ல... அது தெரியுமா?"

"ராஜேந்திரன்..."

"ஆமாம் சார்... பாடியைப் பார்த்துட்டுதான் பேசறேன். இன்னும் ஆறு பேர் கொலை செய்யப்பட இருக்காங்கன்னு ராமசாமி சொன்னதுல ஒருத்தன் காலி..."

"என்ன கொடுமை இது... இதெல்லாம் யாரோட வேலை?"

"சார் நான் பத்திரிகைக்காரன். நீங்க வந்துதான் இதைக் கண்டுபிடிக்கணும். சீக்கிரமா வாங்க..."

"சந்தேகமேயில்லை... இது அந்த இரும்பாடி வேலைதான்."

"இரும்பாடி... யூ மீன் தப்பி ஓடின கைதியா?"

"அவனேதான்..."

"ஆமாம்ல... அவன் உயிரோட இருக்கறதாதான் ராமசாமி ஆவியும் சொல்லிச்சு."

“உங்க ஆவிய தூக்கி உடப்புல போடுங்க. நான் ஜெயில்ல இருந்த இரும்பாடி ஃபைல வெச்சு, அதுல உள்ள அங்க அடையாளம் மற்றும் மச்சக் குறிப்புகளை வெச்சு கண்டுபிடிச்சுட்டேன். முகம் நசுங்கிக்கிடந்த உடம்புல அப்படி எந்தத் தடயங்களும் இல்லாம போயிடிச்சு. யாரையோ கொலை செய்து தன் உடுப்பை அந்தப் பிணத்துக்குப் போட்டு முகத்தையும் சிதைச்சுட்டான் இரும்பாடி. எல்லாம் நம்ம கவனத்தைத் திசை திருப்ப...”

“சரி சார்... இரும்பாடி தான் தப்பிக்க ஒரு கொலைவேணா செய்யலாம். எதுக்கு சார் வரிசையா கொலைகள்... ஒன்பது பேர் உயிரை எதுக்கு அவன் வாங்கணும்?”

“நல்ல கேள்வி. அந்தக் கேள்விக்குப் பின்னால ஒரு பெரிய மர்மமே இருக்கணும்னு நான் நினைக்கறேன்.”

“நீங்க வேகமா கிளம்பி வாங்க சார்... தாமதிக்கற ஒவ்வொரு நிமிடமும் இங்க யார் உயிர் எப்படிப் போகும்னு சொல்லவே முடியாது...”

ராஜேந்திரன் அவருக்கான வேகமான அழைப்போடு செல்போனை முடக்கியவன், சட்டென்று ராமசாமியின் ஆவி நினைப்பு வந்தவனாக...

“வாத்தியாரே... நான் இப்ப ஆவிகூடப் பேச விரும்பறேன்...” என்றான்.

“நினைச்சேன்... இப்ப நமக்கு இருக்கற ஒரே வழியே அதுதான்” என்று வாத்தியாரும் அதற்குத் தயாரானார்.

“உடல் தூய்மை, உள்ளத்தூய்மை இரண்டும் ரொம்ப முக்கியம்னு சொல்லியிருக்கீங்க. இருங்க கால், கை கழுவிவிட்டு வரேன்.”

ராஜேந்திரன் பேண்ட்டை அவிழ்த்துப் போட்டுவிட்டு லுங்கிக்கு மாறியவனாக கொல்லைப்புறம் நோக்கிச் சென்றான். கை, கால்களை வேகமாகக் கழுவிக்கொண்டு திரும்பி வந்தான். நெற்றிக்கு திருநீறும் பூசிக்கொண்டு திண்ணைமேல் பத்மாசனத்தில்

அமர்ந்தான். வாத்தியார் நோட்டையும், பேனாவையும் நீட்டினார். மழைத் தவளை சத்தம் தவிர வேறு ஒரு சிறு சப்தமும் இல்லை. ராஜேந்திரன் தன் மனதைப் பாடுபட்டு அடக்கி ஒரு மையப் புள்ளிக்குக் கொண்டுவந்தான்.

வாத்தியார் வெறித்தபடியே இருந்தார். நோட்டில் பேனா அசைகிறதா என்று இமைக்காதபடிக்குப் பார்த்துக்கொண்டே இருந்தார்.

ஒவ்வொரு நொடியும் ஒரு யுகக் கணக்கு போலத்தான் கழிந்தது. நல்லவேளை... பேனா அசைய ஆரம்பித்தது!

> "என்னை திரும்ப கூப்பிட்டதுக்கு நன்றி தம்பி... எல்லா பிரச்சனைகளுக்கும் காரணம் காட்டுல இருக்கற கட்டபொம்ம ராசா காலத்து புதையல்தான்!"

என்றதோடு பேனாவும் நின்றது. வாத்தியார் புதையல் என்கிற வார்த்தையில் அப்படியே நங்கூரம் போல ஊன்றி நின்றார்.

16

“ஆவிகள் உண்மையா, பொய்யா என்கிற சர்ச்சைக்கு சமீபத்தில் விஞ்ஞானப்பூர்வமாக ஒரு முற்றுப்புள்ளி வைக்கப்பட்டுள்ளது. ஆவிகள் பற்றிய புகைப்படங்கள் ஆவியுலக ஆய்வில் முக்கிய பங்கு வகிக்கின்றன. மெல்லிய வெண்புகை பரவிக்கிடப்பது போன்ற ஆவிப்படங்களை எடுக்க நுட்பமான கேமராக்கள் பயன்படுத்தப்படுகின்றன. அப்படிப்பட்ட கேமராக்களால் எடுக்கப்பட்ட புகைப்படங்களை ஆய்வு செய்த விஞ்ஞானிகள், அவை ஆவிகளின் படங்கள் அல்ல என்று சமீபத்தில் கண்டறிந்துள்ளனர்.

ஒரு நாற்காலியில் ஆவி ஒன்று அமர்ந்திருப்பதுபோன்ற ஒரு புகைப்படம். அது ஆவி வடிவம் அல்ல. அந்த நாற்காலியில் அமர்ந்திருப்பவர் எழுந்து சென்ற நிலையில் அங்கே நிலவிய வெப்பம்தான் அப்படி ஒரு புகைப்படமாக கேமராவில் பதிவாகியுள்ளது என்று பின் நிரூபிக்கப்பட்டது.

இதெல்லாம் மறுப்பவர்களின் செயல். ஆதரிப்பவர்களுக்கோ அவர்களது அனுபவங்களே சான்றாக விளங்குகின்றன. இந்தியாவைச் சேர்ந்த ஒரு வாலிபன் அமெரிக்கா சென்று அங்கேயே தங்கிவிட்டான். பணியின் பளு காரணமாகப் பல வருடங்களாக அவனால் இந்தியா திரும்ப முடியவில்லை. இடையில் அவன் தாய்க்கு உடல்நலமில்லாமல் போனது. அதனால் உயிரும் பிரிந்தது. இறுதிவரை அந்தத் தாய் தன் மகனைக் காணமுடியாத ஏக்கத்திலேயே உயிரைவிட்டாள்.

ஆனாலும் உயிர்பிரிந்த சில நிமிடங்களில் அமெரிக்காவில் உள்ள மகன்வீட்டுக் கதவைத் தட்டி, மகனை இன்ப அதிர்ச்சிக்குள்ளாக்கியுள்ளாள். மகனும் தன் தாய் தன்னைப் பிரிய மனமில்லாமல் எப்படியோ அமெரிக்கா வந்துவிட்டதாக நினைக்கும்போதே, தொலைபேசி அழைப்பு வந்து, அதன்மூலம் அவனது தாய் இந்தியாவில் காலமாகிவிட்ட செய்தி சொல்லப்பட, அவனும் அதிர்ந்துபோய் திரும்பிப் பார்த்தால் அங்கே அவன் தாய் இல்லை! இதை வெளியே சொன்னபோது அவ்வளவும் பிரம்மை என்று மற்றவர்களால் வர்ணிக்கப்பட்டது. ஆனால் அவன் தாய் இறக்கும்போது என்ன சேலை, ரவிக்கை உடுத்தியிருந்தாளோ அதே உருவில் தெரிந்ததால், அதை அந்த வாலிபன் கூறிட எல்லோருக்கும் வியப்பு.

மொத்தத்தில் ஆவி விஷயம் என்பது மட்டும் கடவுள் விஷயம்போலவே அனுபவத்தில் சிலருக்குள் இருக்கிறது. அனுபவித்திராதவர்களுக்கு அது இல்லைதான்!”

தீனதயாள வாத்தியார், ராஜேந்திரன் எழுதி நிறுத்திய புதையலுக்காக என்ற இடத்தில் ஸ்தம்பித்து நிற்க, ராஜேந்திரனிடம் ஓட்டம் தொடர்ந்தது.

“நமது காத்தான் கரட்டில் கட்டபொம்மன் காலத்து கஜானா தங்கம் பெரும் புதையலாகப் புதைந்துகிடக்கிறது. வெள்ளைக்காரர்கள் கட்டபொம்ம ராஜாவைத் தூக்கில் போட்ட சமயம், கட்டபொம்மனின் விசுவாசிகள் வெள்ளையர்கள் கையில் அவனது கஜானா சிக்கிவிடக்கூடாது என்று கருதி, அதை ஆங்காங்கே போட்டு புதைத்து வைத்தார்களாம்.

அதில் ஒரு பகுதிதான் நமது ஆயக்குடி காத்தான் கரட்டிலும் உள்ளது. அதை ஒருவர் அடைவதற்கு முன் எட்டுத் திக்கையும் வசப்படுத்த அஷ்டபலி என்ற ஒன்று கொடுக்க வேண்டும். பின் ஒன்பதாவதாக புதையல் உள்ள இடத்தில் ஒரு கன்னிப் பெண்ணைப் பலிகொடுத்துவிட்டு புதையலை எடுத்தாலே அந்தப் புதையல் எடுத்தவர்களை வாழ வைக்கும். எனவேதான் புதையலுக்காக உயிர்கள் கொல்லப்பட்டு வருகின்றன. இதைச் செய்பவன் இரும்பாடி என்கிற கைதி, அவனை இப்படி ஒரு விஷயத்துக்குப் பயன்படுத்திக்கொள்பவன் புதையல் பற்றித் தெரிந்து வைத்திருக்கும் ஒரு மாந்திரீகன் ஆவான். இந்த மாந்திரீகன் ஆயக்குடிக்குள்தான் இருக்கிறான். ராஜமாணிக்கத்தை இவன்தான் தன் வசப்படுத்தி பலிகளுக்கு ஆட்களைக் கேட்டவன். ஆனால் ராஜமாணிக்கம் தேன்மொழியைத் திருமணம் செய்துகொண்டு ஒதுங்கிவிட நினைத்தான். அந்த மாந்திரீகன் விடவில்லை. அவனை வசியப்படுத்தி ஆட்டிவைத்தான். என்னையும், கணேசனையும், ராஜமாணிக்கம் வேண்டும் என்று கொல்லவில்லை. ஒரு வகையில் அதற்கு அந்த மாந்திரீகன்தான் காரணம். எங்கள் இருவரின் ஆவியையும் தன்வசப்படுத்த அவன் துடித்தபடி உள்ளான். என் மூலம் நான் பேச முயன்றபோது, அவன்தான் தன் மந்திர சக்தியால் என்னைக் கட்டி இழுத்தவன். கணேசன் ஆவி அவன் வசம் அடங்கிவிட்டது. நான் தப்பித்து, தப்பித்து போய்க்கொண்டிருக்கிறேன். நல்லவேளை உங்கள் மூலம் எல்லா உண்மைகளையும் கூறிவிட்டேன். இனி எனக்கு எது ஆனாலும் கவலையில்லை.

அடுத்தமுறை நீங்கள் அழைக்கும்போது நான் வராவிட்டால் அதற்குக் காரணமும் அந்த மாந்திரீகன்

தான். அவன் இந்தப் புதையல் விஷயத்தில் யார் குறுக்கிட்டாலும் அவர்களை ஒழித்துக்கட்டி அவர்களையே அஷ்டபலியாக்க உள்ளான். எனவே கவனமாக...”

அதற்குமேல் பேனா இயங்கவில்லை. ராஜேந்திரன் உடம்பிலும் ஓர் உதறல். பேனா கை நழுவி மடியில் இருந்து உருண்டு கீழே விழுந்தது. ராஜேந்திரனும் சுய நிலைக்குத் திரும்பினவனாக வெறித்தபடி இருக்கும் வாத்தியாரைப் பார்த்தான்.

“தம்பி...”

“வாத்தியாரே...”

“என்ன தம்பி... ஆவிகிட்ட இருந்து விடுபட்டுட்டீங்களா?”

“ஆ... ஆமாம் வாத்தியாரே...”

“நீங்க எழுதினதைப் படிச்சுப் பாருங்க. எனக்கு அப்படியே கிறுகிறுன்னு வருது.”

வாத்தியார் நோட்டைக் காட்ட அவனும் படித்து முடித்தான். இறுதியில் “அவ்வளவும் புதையலுக்காகவா?” என்று ஒரு கேள்வியில் போய் நின்றான்.

“தம்பி... இந்த கட்டபொம்ம ராசா கஜானா தங்கப்புதையல் பத்தி நானும் கேள்விப்பட்டிருக்கேன். பொதுவா கிராமப் புறங்கள்ள புதையல் நம்பிக்கைகள் நிறையவே சுத்திக்கிட்டிருக்கும். ஆகையால நானும் அப்படிதான் நினைச்சேன்... ஆனா அது உண்மைன்னு இப்பத்தான் தெரியுது...” என்றார் ரகசியம் பேசும் குரலில்...!

“அப்ப இந்த விஷயமெல்லாம் உண்மைதான்னு நீங்க நம்பறீங்களா?”

“நீங்க கேக்கறத பார்த்தா உங்களுக்கு இந்த நோட்டை படிச்ச பிறகும் சந்தேகமா இருக்குதா?”

“எப்படி வாத்தியாரே சந்தேகப்படாம இருக்க முடியும்... நான் ஒரு பத்திரிகையாளனாச்சே...”

“டெல்லிக்கு ராஜாவானாலும் பெத்த தாய்க்குப் புள்ளைதான்னு ஒரு சொலவடை உண்டு. அந்த மாதிரி உத்யோகம் எதுவா இருந்தாலும் என்ன... அனுபவம்தானே தம்பி எப்பவும் பெருசு...?”

“அப்ப ருத்ராபதி சார் வரட்டும். காத்தான் கரட்டையே சுத்தி வளைச்சு தோண்டிப் பார்த்துடுவோம்.”

“அட என்ன தம்பி நீங்க... புதையலா இப்ப முக்கியம்? அடுத்தடுத்து யாரும் கொலை செய்யப்படாம இருக்கணும். அதுக்கு முதல்ல ருத்ராபதி எதையாவது பண்ணட்டும்...”

“அதுவும் சரிதான். முதல்ல ருத்ராபதி சார் வரட்டும். எனக்கென்னவோ இனி இந்தக் கிராமம் அவ்வளவு சுலபத்துல தூங்காதுன்னுதான் தோணுது...” என்று முத்தாய்ப்பாகப் பேசி ஒரு முற்றுப்புள்ளி வைத்தான் ராஜேந்திரன்.

✦✦✦

வீட்டு முற்றத்தில் ஒரு மூலையில் மழையில் நனைந்த வெள்ளைப் புறா போல நடுங்கிப்போய் அமர்ந்திருந்தாள் தேன்மொழி. அவளுக்கு சற்றுத் தொலைவில் நாயக்கரும், வஞ்சியம்மாளும் அழுத்தமான ஒரு கோபத்தோடு அமர்ந்திருந்தனர்.

சுவற்றில் மாட்டப்பட்டிருந்த பெண்டுல கெடிகாரம் மட்டும் ‘என் கடன் சப்தம் போட்டுக் கொண்டிருப்பதே’ என்பதற்கேற்ப, ‘ட்ரொய்க்... ட்ரொய்க்’ என்று வினாடிகளைக் கழித்துக் கொண்டிருந்தது.

அந்த கெடிகார சப்தத்துக்கு இடையில் வேலைக்காரன் ஒருவன் உள் நுழைந்து நாயக்கர் முன் பணிவாக நின்றான்.

“என்னடா... போன காரியம் என்ன ஆச்சு?”

“ஜோசியர் வீட்ல இல்லீங்க... சங்கரன்கோவில் வரை போயிருக்காராம். வந்தா உடனே கிளம்பி வரச் சொல்லியிருக்கேன்...”

"சரி நீ போ... வரட்டும் அந்த ஆளு! இந்தப் புள்ளைக்கு விடியுமா விடியாதா, உள்ளதைச் சொல்லுடான்னு ஒரு போடு போடறேன்..." என்றபடியே தன் நரைத்த மீசையை நீவிக்கொண்டார். வஞ்சியம்மாள் சுவற்றுப்பல்லியை வெறித்துக் கொண்டிருந்தாள். நல்லவேளை... ராஜேந்திரன் சொன்னபடியே ராஜமாணிக்கம் கொலையாகிவிட்டதைப் பற்றி மூச்சுக்கூட விடவில்லை தேன்மொழி.

மழைவிட்ட நிலையில் வீட்டுக்குள் நுழையும்போதே நாயக்கர் பார்த்துவிட்டார்.

"எங்க புள்ள போய்ட்டே... எங்கள உசுரோட வெச்சு கொல்ல தீர்மானிச்சிட்டியா?" என்று ஒரே கத்தல். தேன்மொழி வாயே திறக்கவில்லை. அதுவே அவள் போகக்கூடாத எங்கோ போய், பார்க்கக்கூடாத எதையோ பார்த்து விட்டதை நாயக்கருக்கு உணர்த்திவிட்டது.

நடுநடுவே நாயக்கர் பார்வை வாசல்புறம் பார்த்தது. அது ராஜமாணிக்கத்தைத்தான் தேடுகிறது என்பது தேன்மொழிக்குத் தெரிந்தது. ஆனால் அவன் கொல்லப்பட்டுவிட்டான் என்று சொல்ல முடியாதபடி தொண்டைக் குழிக்குள் ஓர் அடைப்பு.

வீட்டு கொல்லைப்பக்கம் இருந்து பசுமாடு எதனாலோ கத்தியது. அதற்கு தவிடும் புண்ணாக்கும் வைக்க வேலைக்காரன் தவறியிருக்க வேண்டும். சப்தம் கேட்க பொறுக்காமல் வஞ்சியம்மாள் எழுந்து கொல்லைப்பக்கம் பார்த்துக்கொண்டே போனாள். போகும்போது தேன்மொழியை முறைத்துக் கொண்டுதான் போனாள்.

தேன்மொழி தலையைத் தாழ்த்திக்கொண்டாள்.

மனசுக்குள் குளத்தங்கரை பிள்ளையாரைப் பிடித்துக்கொண்டாள்.

கொல்லைப்புறம் போன வஞ்சியம்மாள் தான் நினைத்தது போலவே மாட்டுத் தொட்டியில் தவிடு போடப்படாததைக் கவனித்து, அதற்காக தவிட்டு மூட்டை உள்ள பக்கம்

திரும்பியபோது திடுக்கிட்டாள். அங்கே பக்கமாய் ஒரு பஞ்சாரத்தில் அடைக்கப்பட்டிருக்கும் கோழிகள் இருந்த இடமே தெரியவில்லை. விடைக்கோழி நாலு, பெட்டை இரண்டு, குஞ்சுகள் ஒரு ஐந்தாறு என்று ஒரு பெரிய கோழி குடும்பத்தையே காணவில்லை. எங்கே அவைகள் போயிற்று என்று பார்வை துழாவியபோது கொல்லைப் படப்பையொட்டி யாரோ நிற்பதுபோல தெரிந்தது. வஞ்சியம்மாள் அப்படி நிற்பவனைத் தன் வேலைக்காரர்களில் ஒருவனாகத்தான் நினைத்தாள்.

“எலே... யாருடாது மாரியப்பனா, பெரியசாமியாடா? இந்த ராத்திரில படப்புகிட்ட என்னடா பண்றே? எங்கடா இங்க பஞ்சாரத்துல இருந்த கோழிங்க?” என்று கேட்டுக்கொண்டே அவன் அருகில் சென்றாள். ஆனால் அவள் அருகே செல்லச் செல்ல அந்த உருவம் சடாரென்று படப்பு வேலியைத் தாண்டிக் குதித்தது. அப்போது அதன் கைகளில் கோழிகள் தொங்கியபடி படபடத்தன.

வஞ்சியம்மாள் யாரோ திருடன் என்றுதான் நினைத்தாள். அந்த உருவமோ தொடர்ந்து ஓடப்பார்த்து சற்றும் எதிர்பாராதபடி ஓடும் வழியில் நடப்பட்டிருந்த கல்லுக்கால் மேல் மோதி அப்படியே சுருண்டு விழுந்தது.

“எலே களவாணிப்பயலே... நில்லுடா!. டேய் யாருடா, இங்க ஓடி வாங்கடா...” – வஞ்சியம்மாள் குரல் கொடுத்தபடியே வேலிப்படப்பையை அவளும் இழுத்து ஒதுக்கி தாண்டிச் சென்றாள்.

கல்லுக்கால் அருகே விழுந்துகிடக்கும் அந்த உருவத்தை மிக அருகில் சென்று குனிந்து பார்த்தவளுக்கு சப்த நாடியும் நொறுங்கிவிட்டது. புதர் போன்ற தலையும், முட்டை விழிகளுமாய் காட்சி தந்த அந்த உருவத்தின் முகம் அவளைக் கதிகலங்க வைத்துவிட்டது. அந்த உருவமும் படுவேகமாக குனிந்து பார்த்தவளைப் பிடித்து ஒரு தள்ளு தள்ளிவிட்டு கோழிகளையும் அப்படியே போட்டுவிட்டு எழுந்து ஓட ஆரம்பித்தது.

சப்தம் கேட்டு வேலைக்காரர்கள் வந்தும் பயனில்லை. அடர்ந்த இருட்டுக்குள் அந்த உருவம் எங்குப் போயிற்று என்றே தெரியவில்லை.

நாயக்கரும் வந்துவிட்டார்.

“ஏ புள்ள... என்ன புள்ள... எதுக்கு கத்துனே?”

“அது... அது...”

“அட சொல்லு... களவாணிப் பயன்னு கத்துன மாதிரி இருந்துச்சே...?”

“இல்லீங்க... களவாணிப்பயல நான் பாக்கல... நான் பார்த்த ஆளு ஒரு மந்திரவாதி மாதிரி இருந்தான்.”

“மந்திரவாதியா?” - நாயக்கர் வாயைப் பிளக்கும்போது, அவர் வீட்டு முன்னால் போலீஸ் ஜீப்பும், வேனும் ஹெட்லைட் வெளிச்சம் பாய ஓடிவரும் சப்தம்.

வீட்டுக்குள் இருந்தபடியே எட்டிப் பார்த்த தேன்மொழி அப்பாடா என்று ஒரு பெருமூச்சு விட்டாள். நாயக்கரும் முன்பக்கமாக வந்தார். போலீஸ் ஜீப்பும் நின்றது. உள்ளிருந்து ருத்ரா குதித்து இறங்கியவராக நாயக்கரை நோக்கி வந்தார்.

“என்ன சார் இந்த நேரத்துல?”

“என்ன நாயக்கரே, உங்களுக்கு எதுவும் தெரியாதா?”

“நீங்க கேக்கறது புரியலீங்களே... எனக்கு என்ன தெரியணும்?”

“அப்ப கொஞ்சம் எங்ககூட வாங்க...”

“எங்க சார்...?”

“வாங்க... நானே செய்தி கேள்விப்பட்டு இப்பதானே வந்துருக்கேன்.”

“என்ன சார் இது? இப்பதான் அந்தப்பக்கமா ஒரு மந்திரவாதி வந்துட்டு ஓடியிருக்கான். இந்தப்பக்கம் நீங்க வந்து உங்ககூட கூப்பிடறீங்க... என்ன சார் நடக்குது எங்க ஊர்ல?” நாயக்கர் பதறினார்.

“பதட்டப்படாதீங்க... கூட வாங்க. போகப்போக எல்லாம் தெரியும்” என்று, ருத்ரா அவரை ஜீப்பில் தன்னுடன் ஏற்றிக்கொண்டு கிளம்பினார்.

17

"ஆவிகளால் கைப்பற்றப்பட்ட மனிதர்களை நம்மவர்கள் பேய் பிடித்துவிட்டது என்பார்கள். பெய்தல் என்றால் அளித்தல் என்று ஒரு பொருள். மழை பெய்கிறது என்கிறோம். அதாவது அது நீரை பூமிக்கு அளிக்கிறது, என்று பொருள். இந்தப் பெய்தல்தான் பேய்தல் ஆகிறது. இப்படி ஆகும்போது அளித்தல் என்பதும் அழித்தல் என்றாகிவிடுகிறது. அதாவது ஒரு மனிதன் அழியத் தொடங்கி விடுகிறான். பேய் பிடித்தால் அழிவு நிச்சயம். அது அலையும் ஒரு ஆவியாக இருந்தால்தான் என்றில்லை. ஆசைப் பேய், காமப் பேய், பொறாமைப் பேய் என்று தீயவைகள் அனைத்தையும் பேய் என்று கூறி அதை ஒதுக்கச் சொல்வார்கள் நம் முன்னோர்கள்.

ஆவிப்பேய் மனிதர்களை விஞ்ஞானம் வேறு மாதிரி பார்க்கிறது. அது இப்படிப்பட்ட மனிதர்களை மனச்சிதைவு அடைந்தவர்களாகக் கருதுகிறது. அந்தச் சிதைவு காரணமாகவே அவர்கள் இயல்புக்கு மாறுபட்டு நடந்து கொள்கிறார்கள் என்கிறது.

இதை ஆவியுலக ஆய்வாளர்களும் ஒரு கோணத்தில் ஒப்புக்கொள்ளவே செய்கின்றனர். மனம் என்பது சப்தங்களின் சேர்க்கை. ஆவி என்பதும் சப்த அலைகளின் தொகுப்புதான். எனவே இது போய் ஒரு ஒழுங்கில் உள்ள இன்னொரு மனிதர்களின் மன அலைகளை ஆக்கிரமிக்கும் போது, அங்கே சிதைவு ஏற்படத்தானே செய்யும் என்று கேட்கின்றனர்."

ருத்ரா அழைக்கவும் கோவிந்த நாயக்கர் வேறு வழியின்றிப் புறப்பட்டார். ருத்ராவின் அழைப்பு வஞ்சியம்மாளைப் பலவிதமான கற்பனைகளில் மிதக்கச் செய்திருந்தது.

தேன்மொழி மட்டும் மௌனமாகப் பார்த்துக்கொண்டே இருந்தாள். அவளுக்குள் முதுகில் கத்தி பாய்ந்திட அந்தக் குடிசையில் விழுந்துகிடக்கும் ராஜமாணிக்கத்தின் தோற்றம் வந்து வந்து போய்க்கொண்டே இருந்தது. இன்னும் சிறிதுநேரத்தில் அவன் உயிர்விட்ட அந்த உண்மை வஞ்சியம்மாளுக்குத் தெரியவரப் போகிறது. அதன்பின் அவள் பதறிப்போய் எப்படி எல்லாம் அழுவாள் என்றும் தேன்மொழி அந்த வேளையில் எண்ணிப் பார்த்தாள்.

வயல்வெளிக் குடிசை!

ராஜேந்திரன் வழிகாட்ட, ருத்ராவும் இன்னும் சில போலீஸ்காரர்களும் அந்தக் குடிசை நோக்கி நடந்தபடி இருந்தனர். கோவிந்த நாயக்கரும் வேட்டியை வரிந்து கட்டிக்கொண்டு அந்த இரவு வேளையில் அவர்களோடு நடப்பது ஊரையே ஆச்சரியப்பட வைத்திருந்தது. சிலர் தீப்பந்தம் பிடித்தபடி ஆங்காங்கே நின்று நடப்பதைப் பார்க்கத் தொடங்கியிருந்தனர்.

"அதோ அந்தக் குடிசைதான்..." – ராஜேந்திரன் கைகாட்ட, ஒரு போலீஸ்காரர் டார்ச் லைட்டின் வட்ட ஒளியைப் பாய்ச்சினார். பாய்ந்த வெளிச்சத்தில் குடிசைக்குப் பக்கமாக உள்ள வைக்கோல்போர் பளிச்சென்று தெரிந்தது. அருகில் கூம்பு வடிவில் சோளத்தட்டுகளால் வேயப்பட்ட குடிசை. குடிசை முகப்பை நெருங்கும்போது உள்ளே கிழவி பாக்கு இடிக்கும் சப்தம் கேட்டது.

மற்றபடி பெய்திருந்த மழையின் நசநசப்பும் தவளைகளின் கச்சேரி சப்தமும்தான் ஆக்கிரமித்திருந்தது. ராஜேந்திரன் முன் சென்று குடிசை முகப்பில் நின்று உள்ளே பார்த்தான். அவன் முன்பு பார்த்தபோது அமர்ந்திருந்த அதே இடத்தில் கட்டிலின்

மேல் கிழவி அமர்ந்திருந்தாள். மெல்லிய காடா விளக்கின் ஒளி குடிசைக்குள்...

தேன்மொழி சொன்னதுபோல் அந்தக் கிழவியின் மகள் வந்த மாதிரியே தெரியவில்லை. அதேசமயம் ராஜமாணிக்கம் பிணத்தையும், அது முன்பு விழுந்துகிடந்த இடத்தில் காணவில்லை!

ராஜேந்திரனுக்கு நெற்றியில் விண் என்று தெறித்தது. ருத்ராவும் கவனித்தார்.

"என்ன ராஜேந்திரன்?"

"பாடியைக் காணோம் சார்?"

"பாடியைக் காணோமா?" - அவர் கேள்வியைத் தொடர்ந்து கோவிந்த நாயக்கரும் முன் வந்தார்.

"என்னய்யா நடக்குது இங்க... கேட்டா எதுவும் சொல்லமாட்டேங்கிறீங்க. இங்க இந்த ஊட்டாண்ட வந்து பாடியைக் காணோம்னு வேற சொல்றீங்க... எனக்கு ஒண்ணும் புரியலியே..."

"ஐயா... உங்க மருமகனா வரப்போற ராஜமாணிக்கம் கொலை செய்யப்பட்டு இந்த இடத்துல உடம்பு கிடக்கறதா தகவல் வந்தது. ஆனா இங்க இப்ப உடம்பு இல்லை. இதை உங்ககிட்ட இங்க உடம்பைப் பார்த்தபிறகு சொல்வோம்னுதான் நான் எதுவும் சொல்லலை..."

ருத்ரா அந்த நள்ளிரவில் மெதுவாகப் பேசியது, கோவிந்த நாயக்கரை உலுக்கிவிட்டது.

"என்னாது... ராஜமாணிக்கம் கொலை செய்யப்பட்டானா...? இப்ப அவன் உடம்பை வேற காணோமா?"

"ஆமாம்யா... நீங்க தயவுசெய்து பதட்டப்படாதீங்க..."

"என்னய்யா சொல்றீங்க. இது என்ன சாதாரண விஷயமா? பத்து நாள்ள என் மகளுக்கும், அவனுக்கும் நான் கல்யாணம்

பண்ணவேண்டிய கட்டாயத்துல வேற இருக்கேன். இப்ப அவன் உயிரோட இல்லன்னா என்ன அர்த்தம்?"

கோவிந்த நாயக்கர் வெடித்துக் குமுறினார். பதிலுக்கு ருத்ரா ராஜேந்திரனைத்தான் பார்த்தார்.

"சார்... ராஜமாணிக்கம் பிணமா இங்க விழுந்தது சத்யமான உண்மை. நான் உங்களுக்குத் தகவல் கொடுத்து, நாம் இங்க வந்து பாக்கறதுக்குள்ள வேற என்னவோ நடந்துருக்கு..."

"நல்லா பாத்தீங்களா ராஜேந்திரன். அது ராஜமாணிக்கம் தானா?"

"சார் தயவுசெய்து நான் சொல்றத நம்புங்க. உங்களுக்கு சந்தேகமா இருந்தா தே..."

ராஜேந்திரன் தேன்மொழியை சாட்சிக்கு அழைக்க முயன்று சட்டென்று நாக்கை மடக்கிக் கொண்டான்.

"கமான்... ஏதோ சொல்ல வந்தீங்களே..."

"ஒண்ணுமில்ல சார்... நான் பார்த்ததைச் சொல்லிட்டேன். உங்களுக்கே தெரியும், நான் ஊருக்குக் கிளம்பிட்டபின் என்னை ராஜமாணிக்கம் பாடி கதி கலங்கடிச்சு..."

"அப்ப பிணம் இருக்கணுமே... அது என்ன தங்கமா... வைரமா... திருட்டு போக?"

"தெரியல சார்... சம்திங் ராங்."

அவர்களின் ஆவேசப் பேச்சுக்கு நடுவில் குடிசைக்குள் கிழவி நொட், நொட் என்று பாக்கு இடித்துக் கொண்டிருந்தாள்.

வெளியே ஒரு புயலே வீசிக்கொண்டிருப்பது அவளுக்குத் தெரியவேயில்லை. கண் தெரியாமல், காதும் கேட்காமல் போவதில் இப்படி ஒரு சௌகர்யமா?

கோவிந்த நாயக்கர் அப்படியே வைக்கோல்போர் மேல், மரம்போல் சாய்ந்துவிட்டார். அவருக்கு திரும்பவும் தேன்மொழி திருமணம் நடக்காமல் போய்விட்டதே என்கிற கவலை.

“ஆத்தா தேனு... எந்த நேரத்தில புள்ள பொறந்தே நீ! எல்லா செல்வமும் இருந்தும் உன்னைக் கட்டித்தர இந்த அப்பனால முடியலியே... நீ பாவியா... இல்ல நான்தான் பாவியா?” என்று அவரிடம் விசும்பலுடன் கூடிய முணுமுணுப்பு!

ருத்ராவையே அது என்னவோ செய்தது!

விடிந்து விட்டது!

ஜோதிடர் ஊருக்குள் நுழையும் முதல் சர்வீஸ் மினிபஸ்ஸில் அமர்ந்திருந்தார். ஆயக்குடி மெயின் ஸ்டாப்பிங்கில் இறங்கியவருக்கு ஆச்சரியம் காத்திருந்தது. திரும்பிய பக்கமெல்லாம் போலீஸ்! ஊர்க்காரன் ஒருவனிடம் கூட கேட்டார்.

“என்னய்யா இது... எதுக்கு இவ்வளவு போலீஸ்! யாராவது மந்திரி வந்திருக்காரா?”

“அட நீங்க ஒண்ணு... இந்த ஊரையே கொலைகாரன் ஒருத்தன் பிடிச்சு ஆட்டிக்கிட்டிருக்கான். நீங்க என்னடான்னா...?”

“கொலைகாரனா... ராஜமாணிக்கம் இருக்கிற இந்த ஊர்லையா?”

“ராஜமாணிக்கம் இப்ப இல்ல ஜோசியரே...”

“என்னய்யா சொல்றே?”

“அவனைக் குத்திக் கொன்னுட்டானாம் கொலைகாரன். அதாம் இம்புட்டு போலீசுங்க...”

ஜோசியருக்கு உச்சி மண்டை மேல் மரங்கொத்தி ஒன்று ஒரு கொத்து கொத்தியதுபோல இருந்தது.

“நெஜமாவா?”

“யாருக்குத் தெரியும். அவனைக் கொன்னுட்டதா சொல்றாங்க. ஆனா பொணத்தைக் காணலை...”

ஊர்க்காரர்கள் ஜோசியருக்குள் ஏராளமான கிலியை மூட்டினார்ப் போலத்தான் அவர் உணர்ந்தார்.

விறுவிறுவென்று நடந்தார்.

எதிரிலேயே இரண்டு நாய்கள் 'ஹ... ஹ... ஹ...' என்று நாக்கைத் தொங்கப் போட்டுக்கொண்டு வந்தபடி இருந்தன. போலீஸ் ட்ரெய்னராலேயே அவைகளைக் கட்டுப்படுத்த முடியவில்லை. அவர்களை இழுத்தபடி தெருவில் கோணல்மாணலாகவெல்லாம் ஓடியது. அதன் பின்னாலேயே ருத்ராவும், ராஜேந்திரனும் இருந்தார்கள். வாத்தியாரும் கூட இளைப்பெடுக்க அவர்களோடு ஓடிக் கொண்டிருந்தார்.

ஜோசியருக்கு எல்லாமே பெரும் புதிராக இருந்தது. ஊருக்குள் ஒருவர் முகத்திலும் சுரத்தில்லை. ஒருவன் நாய் வரும் வேகத்தைப் பார்த்து வீட்டுக்குள் ஓடினான். அதைப்பார்த்த போலீஸ்காரர் ஒருவர் அவனைப் போய் இழுத்து வந்து நாய் முன் நிறுத்தினார். அவன் நடுங்கினான். நல்லவேளை நாய் அவனை ஒன்றும் செய்யவில்லை. அவனும் நிம்மதிப் பெருமூச்சு விட்டான்.

ஜோசியர் பார்த்துக்கொண்டு நிற்கும்போதே நாய் கண்மாய்க்கரை பக்கம் ஓடியது. ஜோசியருக்கும் போய்ப் பார்க்க மனது துடித்தது. ஆனால் கோவிந்த நாயக்கர் உருவம் தடுத்தது. நடப்பதை எல்லாம் பார்க்கும்போது, அவர் துடித்துக் கொண்டிருப்பதை ஜோசியரால் நன்றாகவே யூகிக்க முடிந்தது. எனவே நாயக்கரைப் பார்ப்பதுதான் சரி என்று, நாயக்கரின் வீடு நோக்கி விரைவாக நடக்க ஆரம்பித்தார்.

✦✦✦

வீட்டு வாசலிலேயே கிராதிக் கதவு தாண்டி நாற்காலி ஒன்றில் அமர்ந்திருந்தார் நாயக்கர். அவரைச் சுற்றி ஒரே கூட்டம். ஜோசியர் வரவும் கூட்டம் சற்று விலகிக்கொண்டு நின்றது.

"ஐயா... என்னங்க இது காதுல என்னவெல்லாமோ விழுந்திச்சுங்களே...?" - ஜோசியர் ஒரு கேள்வியோடுதான் நாயக்கரை நெருங்கினார். நாயக்கர் பதில் ஏதும் சொல்லவில்லை. முறைத்துப் பார்த்தார்.

“ஏங்க அப்படி பார்க்கறீங்க?”

“பாக்காம...”

“நான் என்னங்க பண்ணேன்?”

“நீ என்னா பண்ணிணியா? பெருசா நாள் குறிச்சு கொடுத்தியேய்யா. இந்த தடவையும் என் மகளுக்குக் கல்யாணம் நின்னு போச்சேய்யா...”

“இல்லீங்க... நான் இந்த தடவை சரியாதாங்க கணிச்சேன். உங்க மகளுக்கு நிச்சயம் கல்யாணம் நடக்குமுங்க...”

“போதும்யா... போதும்! நீயும் உன் ஜோசியமும். அன்னிக்கு உன்மேல சுரைக்காய் விழுந்தப்பவே எனக்குத் தெரிஞ்சுபோச்சு... இப்ப பார்த்தியா? என் மருமகன் உடம்புகூட கிடைக்கலைய்யா...”

“ஐயா... ஒருவேளை ராஜமாணிக்கம் உயிரோட இருந்தா...”

“என்னய்யா சொல்றே... அவன் கத்தி பாஞ்சு செத்துக்கிடந்ததை அந்த பத்திரிகைக்கார பயமட்டும் பாக்கல, என் மகளும்தான் பாத்திருக்கா...”

நாயக்கர் சொன்ன நொடி ஜோசியர் திரும்பி ஜன்னல் பக்கம் பார்த்தார். தேன்மொழி எந்த சலனமும் இன்றி நின்று கொண்டிருந்தாள்.

“என்னால இப்பகூட நம்ப முடியலீங்க...”

“நீ நம்புனா நம்பு, நம்பாட்டி போ. ஆனா இனி இந்த ஊர் பக்கம் ஜோசியம்னு சொல்லிக்கிட்டு நீ வரக்கூடாது...”

“ஐயா...”

“போய்யா முதல்ல... நான் இப்ப இருக்கற மனநிலைல உன்னைக் குத்துனாலும் குத்திப்பிடுவேன். ஓடிப்போயிடு...”

நாயக்கர் போட்ட சப்தத்தில் பஞ்சாரத்து கோழிகள் எல்லாம் கூட படபடக்க கூடை மேல் எழும்பின. ஜோசியரும் வாடிய முகத்துடன் நடக்க ஆரம்பித்தார்.

ஆயக்குடியின் புழுதிபடிந்த தெருவுக்கு வந்தவர் எதிரில் திபுதிபுவென்று சிலர் ஓடி வந்து கொண்டிருந்தனர். ஜோசிரியரின் மேலேயே ஒருவன் மோதி கீழே விழுந்தான்.

"ஏய்யா இப்படி கண்ணுமண்ணு தெரியாம ஓடிவர்றீங்க. எதிரில மனுஷன் வர்றது தெரியல..."

"அட நீங்க வேற... கம்மாக்கரைல தோண்டத் தோண்ட பொணங்க. ஒரு பொணத்துக்குக் கூட தலை இல்லை."

விழுந்தவன் சொன்ன தகவல், ஜோசியரை ஓர் உலுக்கு உலுக்கியது. அவரும் அடுத்து கண்மாய்க்கரை நோக்கித்தான் ஓடினார்.

வரிசையாக இரண்டு பிணங்கள். இரண்டுக்கும் தலை இல்லை. மூன்றாவதாக ஒரு இடத்தில் தோண்டிக் கொண்டிருந்தார்கள். ருத்ராவும், ராஜேந்திரனும் ராஜமாணிக்கத்தின் முண்டத்தின் அருகில் கூடி ஏதோ பேசியபடி இருந்தனர்.

மாலை கரட்டுக்குள் போலீஸ் கூட்டம் சல்லடை போட்டு யாரையோ தேடிக் கொண்டிருந்தது. ஜோசியருக்கு எல்லாமே குழப்பமாக இருந்தது. அவரும் ராஜமாணிக்கம் உடம்பருகே சென்று பார்த்தார். வாட்டசாட்டமான அவன் உடம்பின் தலைப்பாகம் மட்டும் எங்கென்று தெரியவில்லை.

ஜோசியருக்கு குமட்டிக்கொண்டு வந்தது. வாத்தியார் அருகே போய் முகத்தைத் திருப்பிக்கொண்டார். வாத்தியாரும் கவனித்தார்.

அருகில் ஊர்க்காரரர் ஒருவர். "எதனால இப்படி எல்லாம் நடக்குது?"

ஊர்க்காரரரிடம் ஜோசியர் கேட்டார்.

"என்னத்த சொல்ல... எல்லாம் புதையல் படுத்தற பாடு..."

"புதையலா?"

"ஆமாம் ஜோசியரே... இந்த ஊர்ல புதையல் இருக்காம். அதை ஜெயில் கைதி குறிவெச்சுட்டான். அவனுக்கு ஒரு

மந்திரவாதி உடந்தை. எட்டுத்திக்குக்கு எட்டு பலி. அது போக ஒண்ணு! இதுவரை நாலுபலி முடிஞ்சாச்சு. இன்னும் அஞ்சுபலி பாக்கி இருக்கு. அந்த அஞ்சுபேர் யாரோ...?"

ஊர்க்காரரின் புலம்பல் ஜோசியரின் நெஞ்சைக் கரிக்கவிட்டது. கொஞ்சம் பயமாககூட இருந்தது.

தொடர்ந்து அங்கே இருக்கவும் அவருக்குப் பிடிக்கவில்லை. சட்டென்று வேகமானார். மினிபஸ் இருந்தால் பிடிப்பது... இல்லாவிட்டால் நடந்தே போய்விடுவது என்று தீர்மானித்து நடக்கத் தொடங்கினார். ஐந்து நிமிட நடையில் ரோடு வந்தது. ஆனால் பஸ் போய்விட்டிருந்தது. சரி... நடப்போம் என்று நடக்க ஆரம்பித்தார்.

ஆயக்குடியை விட்டே விலகி வெகுதூரம் வந்துவிட்ட நிலையில் சற்று களைப்பாக இருக்கவே ஒரு புளியமரத்தடியில் போய் ஒடுங்கினார். அது ஏகாண்டமான மரம். பல பிரிவுகளாக கிளைகள்! சமீபத்திய மழையால் மரம் பச்சை பிடித்து புஷ்டியாக தழைத்திருந்தது.

அதேசமயம் ஒரு கிளை மேல் கரிய முகத்துடன் ஒரு உருவம் கீழே நிற்கும் ஜோசியரையே பார்த்துக் கொண்டிருந்தது.

18

“இன்று எவ்வளவோ குற்றவாளிகள் கொலைகள் பல செய்திருந்தும் சட்டத்தின் இண்டு இடுக்குகளில் புகுந்து தப்பிவிடுகின்றனர். இவர்கள் வரையில் இவர்களால் கொல்லப்பட்டவர்கள் எந்தக் காலத்திலும் வந்து கோர்ட்டில், ‘என்னை கொலை செய்தவன் இவன்தான்’ என்று கூறப்போவதில்லை. அப்படி ஒருவேளை ஆவிகள் வந்து சாட்சி சொல்வது சாத்யமாகிவிட்டால் கொலை செய்வது என்பதே ஒரு நடவாத செயலாகிவிடும்.

இது நாள் வரையில் கோர்ட்டில் ஆவி வந்து சாட்சி சொல்வது போன்ற சம்பவங்கள் நடந்ததில்லை. நடந்தால் அதை சட்டரீதியாக ஏற்க வழி உண்டா என்பதெல்லாம் ஆராய வேண்டிய விஷயம்.

ஆனால், ஒரு வழக்கில் ஒருவனால் கற்பழித்துக் கொல்லப்பட்ட பெண்ணின் ஆவி நீதிபதி ஒருவருக்குள்ளேயே புகுந்துகொண்டு குற்றவாளிக்கு மரணதண்டனை என்று தீர்ப்பளித்தது. இத்தனைக்கும் வழக்கு சென்ற விதப்படி பார்த்தால் குற்றவாளி சட்டப்படி விடுவிக்கப்பட்டே தீரவேண்டும். நீதிபதியும் குற்றவாளி அல்ல என்று குற்றம்சாட்டப்பட்டவரை விடுவித்து விடுவார் என்று கருதியபோது, நீதிபதி தன்னையும் அறியாமல் மரண தண்டனை தீர்ப்பினை எழுதினார். இப்படி ஆவிகள் குறித்த விஷயங்களில் ஏராளமான புதிர்கள் ஒளிந்துள்ளன.”

ஜோதிடர் மார்த்தாண்டம் பிள்ளை அந்த மரத்தடியில் தலைக்கு மேல் ஓர் ஆபத்து இருப்பது தெரியாதபடி ஆழ்ந்த ஒரு பெருமூச்சினை விட்டார்.

கழுத்தோரம் கசகசவென்று வியர்த்து ஓடியது.

ஊதிவிட்டுக்கொண்டே துடைத்துக்கொண்டார். அந்த நொடியில், தான் சாய்ந்து நிற்கும் மரம் ஆடுவதுபோல உணர்ந்தவர் அண்ணாந்து பார்த்தார்.

அடுத்த நொடியே மேலே தெரிந்த மந்திரவாதி உருவத்தைப் பார்த்து வாயைப் பிளந்துவிட்டார்.

“ம... ம... மந்திர...” என்று ஏதோ சொல்லப் பார்த்து முடியாமல் போனது. அந்த மந்திரவாதியும் சொத்தென்று மேலிருந்து கீழே குதித்தான்.

புதர்போல வளர்ந்துகிடக்கும் தலை, கிடாய் கொம்பு போன்ற மீசை, மையிட்ட முட்டைபோல கண்கள், தாறுமாறான காவிப்பல் வரிசை, கழுத்தில் குறுத்தெலும்பிலான மாலை, மார்பில் காய்ந்த ரத்தத்திப்பிகள், ஒரு சிறிய தண்ணீர்ப் பானை போல தொந்தி, பச்சை நிற பெல்ட்டால் இடுப்பில் கட்டப்பட்டிருக்கும் கறுப்பு நிற வேட்டி...

அவனை ஜோதிடருக்கு நன்றாகவே தெரிந்திருந்தது.

“நீ... நீ... மாந்திரீகன் மார்நாடு தானே?”

“நானே தான் ஜோசியரே... நானேதான்!”

“இ... இங்க மரத்துமேல என்னய்யா பண்றே?”

“உனக்காகத்தான் காத்துகிட்டிருந்தேன்...”

“எ... எதுக்கு?”

“ஒன்பது பேர் கணக்கு. அதுல எட்டு திசைக்கு எட்டு பேர்தான் முதல்ல தேவை. ஒன்பதாவதா தேவைப்படறவ ஒரு கன்னிப் பொண்ணு. இப்போதைக்கு எட்டு பேர்ல இரண்டுபேரை கொன்று

ஈசானத்துலையும், அக்னியிலையும் பலிய முடிச்சிப்பிட்டேன். வாயுமூலைக்கு யாரைக் கொடுக்கறதுன்னு தவிச்சிக்கிட்டிருந்தேன். என் குலசாமி சுடலைமாடன் உன்னைய காட்டிப்பிட்டான்..."

"ஏய்ய்...!" பயமும், கோபமும் கலந்துவர ஜோதிடர் கத்தினார்.

"உஸ்ஸ்... கத்தப்படாது. நான் வித்தைக்காரங்கறது உனக்கும் தெரியும். ஓடப்பார்த்தே அப்படியே காலைக்கட்டி என் பின்னால வரும்படி பண்ணிடுவேன்..."

"மார்நாடு... வேணாம் என்னை விட்ரு..."

"அதானே முடியாது... நாளைக்கொரு பலி போட்டே தீரணும். ஒரு நட்சத்திரம் முடிஞ்சு மறு நட்சத்திரம் வர்றதுக்குள்ள இன்னிக்கு நான் என் பூசைய முடிக்கணும்..."

"வேண்டாம் மார்நாடு... உன்னைக் கையெடுத்துக் கும்பிடறேன். ஊருக்குள்ள போலீஸ் வந்து உக்காந்திருச்சு. ராஜமாணிக்கத்தையே கூட நீதான் போட்டுருக்கணும். நாயக்கர் கொதிச்சுப்போய் கிடக்கறார், உன்னால ஒண்ணும் பண்ண முடியாது. நானும் புதையல் அது இதுன்னு கேள்விப்பட்டேன். என் காதுலையும் விழுந்துச்சு. கரட்டை சுத்தி போலீஸ் உக்காந்துடிச்சு. உன்னால எப்படி அங்க போய் புதையல் எடுக்க முடியும்?"

"கரட்டுல புதையல்னு உனக்கு யார் சொன்னது?"

"அங்கல்ல இருக்குன்னு பேசிகிட்டாங்க..."

"சந்தோசம்... அப்படியே அங்கேயே தேடிக்கிட்டும் இருக்கட்டும். நீ இப்ப என் கூட வரே..."

"மார்நாடு... வேண்டாம் விட்ரு... விட்ரு... நீ என்னை விட்டுட்டா நான் உன்னைக் காட்டிக் கொடுத்துடுவேன்னு மட்டும் நினைச்சிடாதே. என் தொழில் மேல சத்யமா உன்னை பத்தி நான் மூச்சுவிடமாட்டேன்..." ஜோசியர் மிகக் கேவலமாகக் கெஞ்சினார்.

அவன் தன் இடுப்பு மடிப்பில் இருந்து சில சிட்டிகை விபூதியை அள்ளி எடுத்தான். அவர் கெஞ்சலை லட்சியமே செய்யாமல், அவர் முகத்துக்கு நேரே ஏதோ மந்திரத்தை முணுமுணுத்துவிட்டு ஊதினான்.

ஒரு வெண்புகை படலமாய் பரவியது. அது ஜோசியரை அதன்பின் எதுவும் பேசவிடவில்லை.

ஜோசியரும் ஒரு தாய்ப்பசுவின் பின்னால் செல்லும் கன்றுக்குட்டியைப் போல, அவன் பின்னால் போக ஆரம்பித்தார். அவன் சாலையை ஒட்டிய ஒரு கரும்புக்காட்டுக்குள் நுழைந்து ஜோசியருடன் காணாமலும் போனான்.

✦✦✦

தோண்டி எடுக்கப்பட்ட தலையில்லாத முண்டங்களுடன் வேன் ஒன்று போஸ்ட்மார்ட்டத்திற்காக நெல்லை நோக்கிப் புறப்பட்டது. செய்தியறிந்து லோக்கல் பத்திரிகை நிருபர்கள் படையெடுத்து வந்திருந்தனர். டி.வி.காரரர்களும், கேமராக்களுடன் ஆஜராயிருந்தனர்.

'புதையலுக்காக நரபலிகள்!

ஆயக்குடியே ஆடிப்போய் கிடக்கிறது...

கொலையாளி யார்?' என்று ஒரு நிருபர் தன் செல்போனில் கேள்விகளாய் கேட்டு எஸ்.எம்.எஸ். அனுப்பிக் கொண்டிருந்தார்.

சாத்தான் கரட்டை வளைத்து வளைத்து சிலர் போட்டோ எடுத்துக் கொண்டிருக்க, சூப்ரெண்ட் ஆஃப் போலீஸின் அம்பாஸடர் கார் அங்கே ஆவேசப் பிரவேசம் நடத்தியிருந்தது.

ருத்ரா ஓடிப்போய் சல்யூட்டுடன் எஸ்.பி. சிதம்பரராஜனை வரவேற்றார். இறங்கின ஜோரில் எஸ்.பி.யின் பார்வை ஊரைத்தான் ஒரு பார்வை பார்த்தது.

ஊர்க்காரரர்கள் ஒருவருடைய விழியில்கூட இமைப்பில்லை. சிதம்பரராஜன் அப்படியே கண்மாய், கரடு என்று இரண்டையும் பார்த்தார்.

"என்ன ருத்ரா... எவிடென்ஸ் ஏதாவது கிடைச்சிச்சா?" - என்று அவர் கேட்டதைப் பார்த்தால், அவர் இங்கே வரும் முன்பே ருத்ரா நடந்த அவ்வளவையும் கூறிவிட்டதுபோல்தான் தோன்றியது.

"இந்த நொடி உருப்படியா எதுவும் கிடைக்கலை சார். ஆனா எனக்கு நம்பிக்கை இருக்கு. நிச்சயம் ஏதாவது எவிடென்ஸ் கிடைச்சே தீரும்..." என்று தொழில்முறைப் பணிவோடு பதில் கூறினார் ருத்ரா.

"குட்... யார் இங்க பிரசிடெண்ட்?" - சிதம்பரராஜன் அழுதபடி அமர்ந்திருக்கும் கோவிந்த நாயக்கரைப் பார்த்துக்கொண்டே கேட்டார்.

"அவர்தான் சார்..."

"ஐ ஸீ... எங்க அந்த ஜர்னலிஸ்ட் பையன்?" அவர் ராஜேந்திரனைப் பற்றியும் கேட்டார்.

அதுவரை ஒதுங்கி நடப்பதை எல்லாம் எக்ஸ்ரே பார்வை பார்த்தபடி இருந்த ராஜேந்திரன், தானும் அவர் முன்னால் வந்தான்.

"வெல்கம் பாய்... எந்த பத்திரிகை?"

"செல்வம் சார்..."

"உங்க ஆசிரியர் ராஜபாஸ்கரன் தானே?"

"ஆமாம் சார்..."

"நான் அவருக்கு சீனியர் செட். எங்க காலேஜில்தான் உங்க ஆசிரியர் படிச்சார்..."

"ஓ... அப்ப அவரை உங்களுக்கு நல்லா தெரியும்னு சொல்லுங்க..."

"ஐ திங்க் ஸோ... ஓ.கே... நீங்க இங்க நடக்கற விஷயங்களைப்பத்தி என்ன நினைக்கறீங்க தம்பி?"

"இதுல நினைக்க என்ன சார் இருக்கு... எவ்வளவுதான் விஞ்ஞானம் ஒரு பக்கம் வளர்ந்துக்கிட்டே போனாலும் அதுக்குக்

கொஞ்சமும் சளைக்காம இந்த மாதிரி புதையல் நம்பிக்கைகள், அதுக்காக பலிகளும் நடந்துக்கிட்டுதான் சார் இருக்கு..."

"அப்படியே இந்த சிட் ஃபண்டுல பணம் கட்டி ஏமார்ற விஷயத்தையும் சேர்த்துக்குங்க..."

"வாஸ்தவம்தான் சார்!"

"ஓ.கே... நீங்க ஏதோ ஆவிகூட பேசினதாவும் கேள்விப்பட்டேன். அப்படியா?"

சிதம்பரராஜன் கச்சிதமாக முக்கியமான பாய்ண்ட்டிற்கு வந்தார். ராஜேந்திரன் உடன் ருத்ராவைத்தான் பார்த்தான்.

"அவரை எதுக்குப் பார்க்கறீங்க. அவர் அதை எல்லாம் நம்பத் தயாரில்லை. ஆனா நான் அதையும்தான் ஒரு பார்வை பார்த்துடுவோமேன்னு நினைக்கறேன்..."

"சந்தோஷம் சார்... சொல்லப்போனா நானும் ருத்ரா சார் மாதிரிதான். முதல்ல நம்பலை... ஆனா என் அனுபவம், இப்ப நான் அதை நம்பறேன்..."

"ஓ.கே... எனக்காக என் எதிரில நீங்க ஒரு தடவை ஆவிகூட பேசுங்க. குற்றவாளி யார்... அவன் இப்ப எங்க இருக்கான்னு மட்டும் உங்க ஆவி சொன்னாபோதும்."

சிதம்பரராஜன் சகஜமாகப் பேசியபடியே காரியத்திலும் கண்ணாக இருப்பதை ராஜேந்திரனும் புரிந்துகொண்டான்.

அடுத்து சிதம்பரராஜன் நேராக நாயக்கரிடம்தான் சென்றார். நாயக்கர் கண்கள் கலங்கி விட்டிருந்தன.

"வணக்கம்யா... கொலையான ராஜமாணிக்கம் உங்க மருமகனாகப் போறவர்னு கேள்விப்பட்டேன்..."

சிதம்பரராஜன் பக்குவமாக ஆரம்பித்தார்.

"ஆமாங்கய்யா... அவன் மட்டுமில்ல... அதுக்கு முதல்ல நான் பார்த்த கணேசனையும் பாவிங்க கொன்னுட்டாங்க. என் பொண்ணு வாழ்க்கைக்கு எதிரா ஒருத்தருக்கு ரெண்டு பேர்

கொல்லப்பட்டிருக்காங்க. நான் ஒரு ஈ, எறும்புக்குக் கூட துரோகம் செய்தது கிடையாதுங்க. எனக்கு இப்படி நடக்கலாங்களா?”

“உங்க வேதனை புரியுது... இனி கவலைப்படாதீங்க. அந்தக் கொலைக்கார நாயைப் பிடிச்சு ஊருக்குள்ள அமைதிய உருவாக்க வேண்டியது எங்க பொறுப்பு...”

“உங்களால ஊருக்கு வேணா அமைதி திரும்பலாம். என் மகளைப் பத்தி யோசிச்சுப் பார்த்தீங்களா?”

நாயக்கர் கேள்வி கனமான ஒரு பாறையாக சிதம்பரராஜன் மனதை அழுத்தியது.

“தைரியமா இருங்க. இப்ப என்ன கல்யாணமா ஆயிடிச்சு. வேற மாப்ளை பார்த்துட்டா போச்சு...”

“வேற மாப்பிள்ளையா... இவ்வளவுக்குப் பிறகும் எனக்கு மாப்ளை வருவாங்கறீங்க...?”

நாயக்கர் கேட்டபடியே எழுந்துவிட்டார். ராஜேந்திரன் அந்த நொடி ஆவேசமாக முன் வந்தான்.

“ஐயா... கவலைப்படாதீங்க. உங்க பொண்ணுக்கு நிச்சயம் கல்யாணம் நடக்கும். நீங்க போய் உங்க மருமகன் சாவுக்குச் செய்ய வேண்டியத செய்யுங்க...” என்றான்.

அவன் எந்த அர்த்தத்தில் சொல்லுகிறான் என்பது ருத்ராவுக்குப் புரிந்தது. அவனைப் பாராட்டுவதுபோல அவன் தோளை லேசாகத் தட்டிக்கொடுத்தார்.

ஆனால் நாயக்கர் அதிலெல்லாம் சமாதானமடையவில்லை. விசும்பி விசும்பி அழ ஆரம்பித்துவிட்டார். சிதம்பரராஜனும், அழட்டும் என்பதுபோல் விட்டுவிட்டு விலகி நடந்தார். ருத்ரா உடன் தொடர்ந்தார். ராஜேந்திரனும்...

“ருத்ரா... இந்த கண்மாய்க்கரை... அந்தக் கரடு... ரெண்டும்தான் குற்றங்களோட களங்களா?”

“ஆமாம் சார்... இரண்டு இடத்திலையும் இன்ச் பை இன்ச் தேடல் நடந்துக்கிட்டு இருக்கு. ஊருக்குள்ளையும் வீடுகளை

சர்ச் பண்ண சொல்லி, சப் இன்ஸ்பெக்டர் தணிகைவேலுவும், முத்துலிங்கமும் இப்ப சர்ச் பண்ணிக்கிட்டிருக்காங்க சார்..."

"இவ்வளவு தில்லா கொலை செய்யறவன் ஊருக்குள்ள ஒளிஞ்சிருக்க வாய்ப்பு இல்லை. அதுலையும் தப்பிச்சுபோன கைதி இரும்பாடிக்கு நம்ம போலீஸ் பவர் பத்தி நல்லாவே தெரியும். ஆகையால டெஃபனட்டா அவன் வெளியதான் எங்கையோ இருக்கணும்..."

"அஃப்கோர்ஸ் சார்... பக்கத்து கிராமங்களுக்கும் நம்ம விஜிலென்ஸ் போலீஸ் போயிருக்கு சார்... எனிடைம் குற்றவாளி பற்றி நமக்குத் தகவல் வரலாம்..."

"நான் சொல்ற வரை போலீஸ் பாதுகாப்பை இந்தக் கிராமத்தை விட்டு எடுக்க வேண்டாம். தற்காலிகமா இங்க ஒரு ஆபீஸ் இருக்கறது நல்லது. நாயக்கர்கிட்ட சொல்லி ஏதாவது வீடு காலியா இருக்கான்னு கேளுங்க."

"இருக்கு சார்... நான் அதை எல்லாம் கேட்டு வெச்சிட்டேன்..."

"குட்... இந்த வேகம் எல்லா விஷயத்துலையும் இருக்கட்டும். தம்பி ராஜேந்திரன் இப்ப நாம ஆவிகூட பேசணும். எப்படிப் பேசப்போறீங்க... அதுக்காக நாம எங்க போகணும்?"

சிதம்பரராஜன் பட்பட்டென்று விஷயத்துக்கு வந்தவராக ராஜேந்திரனிடம் இறுதியாக வந்து கொக்கி மாட்டினார்.

"சார்... இங்க நான் தமிழ் வாத்தியார் தீனதயாளன்கறவர் வீட்லதான் தங்கி இருக்கேன்... அங்கேயே போயிடலாம் சார்..."

"குட்... அப்ப நடங்க சீக்கிரம். கார்ல போகமுடியுமா?"

"இல்ல சார்... அதோ வாத்தியார் வீடு வந்திடிச்சு..."

"ஓ... பக்கத்துலதானா? என்ன ருத்ரா... நீங்க வந்து ஆவிகூட நாங்க பேசறத பாக்கறீங்களா? இல்ல..."

"நோ சார்... நான் ஸ்பாட்டுக்குப் போறேன்... நீங்க ஆழம் பாத்துட்டு வாங்க..."

ருத்ரா ஆழகாகவே சொல்லிவிட்டுத் திரும்பி நடக்கத் தொடங்கினார்.

◆◆◆

வாத்தியார் வீடு இருக்கும் தெருவே வீட்டு வாசலில் இருந்து பார்த்துக் கொண்டிருந்தது. ஒருவர் முகத்தில்கூட சுரத்தில்லை. வாத்தியார் சிதம்பரராஜன் வருவதைப் பார்த்துவிட்டு வாசலில் வந்து நின்றிருந்தார். சிதம்பரராஜன் நெருங்கவும் பணிவாக வணக்கம் சொன்னார்.

"இந்த ஊர்ல தப்பு நடக்குதுங்கறதை முதல்முதல்ல தைரியமா பத்திரிகைக்குச் சொன்ன நபர் இவர்தானே?"

சிதம்பரராஜன் வாத்தியாரைப் பார்த்தபடி சொல்லவும், ராஜேந்திரன் அதை வைத்தே அவருக்குத் தெரியாத விஷயமே எதுவும் இல்லை என்று புரிந்துகொண்டான்.

"உள்ள வாங்க சார்... என்னவோ தெரியல... தப்பாவே எல்லாம் நடந்துகிட்டு வருது... இனி ஒரு தப்பும் நடந்துடாதபடி சார்தான் நடவடிக்கை எடுக்கணும்..."

வாத்தியாரும் கோரிக்கை வைத்தார்.

"எடுக்கத்தானே வந்திருக்கேன். எந்த எஸ்.பி. ஆவிகூடல்லாம் பேச முன்வருவாரு? நான் வந்துருக்கேன்... நாளைக்கே பாருங்க பத்திரிகை, டி.வி.ல எல்லாம் குற்றவாளியைக் கண்டறிய ஆவியுடன் பேச முயன்ற எஸ்.பி.ன்னு என்னைக் கிழிக்கப்போறத..."

"அப்படி இல்ல சார்... இதுவரை ராஜேந்திரன் தம்பி மீடியமா இருந்து வாங்கின தகவல் எதுவும் தப்பாகலை சார். இந்தத் தடவையும் தப்பாகாது... நீங்க வேணா பாருங்க..." - என்றார் வாத்யார்.

ராஜேந்திரன் அவர்கள் பேசட்டும் என்று உள்ளே போய் மளமளவென்று கைகால்களைக் கழுவிக்கொண்டு ஒரு வெள்ளை

வேட்டியைக் கட்டிக்கொண்டு வந்து அமர்ந்தான். நெற்றியிலும் பளிச்சென்று திருநீறு!

வாத்தியார் நோட்டை எடுத்து வந்து நீட்டினார்.

“இது எதுக்கு?”

“இதுலதான் சார் ஆவி வந்து எழுதி விஷயத்தைச் சொல்லும்...”

“ஆச்சரியமா இருக்குதே... ஆவி எழுதுமா?”

“அது ஒருமுறை சார்... இங்க ஒரு சின்ன பொண்ணுக்குள்ள வந்து பேசவே செய்யும்...”

“ஓ... ஆவிகளுக்கு இப்படி பலவித பிளாட்ஃபார்மா?”

“ஆமாம் சார்... ராஜேந்திரன் தம்பி, நீங்க உடனே நம்ப ராமசாமிய கூப்பிடுங்க... சாரும் பார்க்கட்டும்.”

வாத்தியார் அவனைத் தூண்டிவிட்டு வாசல் கதவையும் மூடினார். ராஜேந்திரனும் அமர்ந்துகொண்டு தன் மனதை ஒரு புள்ளிக்குக் கொண்டுவரத் தொடங்கினான்.

நொடிகள் கரைய ஆரம்பித்தன.

ஆழ்ந்த நிசப்தம்... அவன் கையில் பேனா எழுதிடத் தயாராக இருந்தது.

சிதம்பரராஜன் கூர்ந்து பார்த்துக்கொண்டே இருந்தார்.

ஆனால் பேனாதான் அசைய மறுத்தது.

நொடிகள் நிமிடங்களை எட்டிப் பிடித்தன.

வாத்தியாருக்கே சற்று திகைப்பாகவும், எரிச்சலாகவும் கூட வந்தது. இறுதியில் ராஜேந்திரன் ஏமாற்றமுடன் கண் திறந்தான்.

“என்ன தம்பி...?”

“என்னன்னு தெரியல வாத்தியாரே... இந்தத் தடவை ராமசாமி ஆவி எனக்குள்ள வரமாட்டேங்குது. போன தடவையே அது அடுத்தமுறை நான் வர்றது கஷ்டம்; என்னை அந்த மந்திரவாதி

அடக்கிப்பிடிக்கப் பார்க்கறான்னு சொன்ன மாதிரி அவன் அடக்கிட்டானோ என்னவோ?" - என்றான்.

சிதம்பரராஜன் அடுத்த நொடியே சிரித்துவிட்டார். அது சரியான கேலிச்சிரிப்பு என்பது சிரிக்கும் விதத்திலேயே தெரிந்தது.

அப்போது தெருவில் ஒரு போலீஸ்காரர் சிதம்பரராஜனை நோக்கி வேகமாக வந்து கொண்டிருந்தார். அவரிடம் ஜோசியர் கொல்லப்பட்டு தலையில்லாத அவர் உடம்பு, கரும்புக்காட்டில் கிடக்கிறது என்கிற செய்தி!

19

"இறப்புக்குப் பின் உயிர் என்னாகிறது என்கிற கேள்விக்கான விடைகள் பலவிதமாய் இருக்க, இறந்துவிட்டதாகத் தீர்மானிக்கப்பட்டவர்களுக்குத் திரும்பவும் உயிர் வந்த சம்பவங்கள் நிறையவே பூமியில் நிகழ்ந்துள்ளன. ஒருவர் இறந்துவிட, அவரது உறவினர்கள் ஒன்றுகூடி அவருக்கான ஈம காரியங்களில் இறங்கினார்கள். சுடுகாட்டில் அவரை எரிப்பதற்கு கட்டைகளும் அடுக்கப்பட்டு கொள்ளியும் இடப்பட்டது. திகுதிகுவென்று தீ எரியும்போது திடீரென்று இறந்துவிட்ட பிணத்துக்கு உயிர் வந்து அது எரியும் விறகுகளைத் தள்ளிவிட்டபடி எழுந்து ஓடத் தொடங்கியது... அனைவரும் அந்தக் காட்சியைப் பார்த்து அதிர்ந்து போயினர்.

பின்னர் உயிர் பெற்று எழுந்தவர், தான் ஒரு ஒளிமயமான உலகில் பந்துபோல மிதந்து சென்றதாகவும், அப்படி செல்லும் வழியில் பல அரிய காட்சிகள் கண்ணில் பட்டதாகவும் கூறினார். திடீரென்று போன வேகத்தில் தான் திரும்பியதாகவும், கண் விழித்துப் பார்த்த பிறகேதான் திரும்ப உயிர் பெற்றது தெரிய வந்ததாகவும் கூறினார். தான் கண்ட காட்சிகள் நிச்சயம் கனவு இல்லை. ஏனெனில் அப்படி ஒரு உலகம் பற்றியோ, காட்சிகள் பற்றியோ தான் படித்ததோ கேள்விப்பட்டதோகூட இல்லை. எனவே தனக்கேற்பட்ட அனுபவம் மிக விசித்திரமானது என்று கூறினார். நிச்சயம் பூவுலகம் அல்லது வேறு உலகங்கள் உள்ளன என்று, தான் நம்புவதாகவும் கூறினார்.

இறப்புக்குப் பின்னால் இப்படி எவ்வளவோ மர்மங்கள்!"

ஓடி வந்த போலீசாருக்கு மூச்சிறைத்தது... இளம் தொந்தி வேறு! எஸ்.பி. சிதம்பரராஜனும் என்னய்யா என்று கேட்க, ஜோசியர் கொல்லப்பட்டு தலை இல்லா முண்டமாகக்கிடப்பதை அந்தப் போலீஸ்காரரும் கூறிட, வாத்தியார் தீனதயாளனிடம் வெலவெலப்பு தட்டியது. ராஜேந்திரனும் சற்று கதிகலங்கிப் போனான். அடுத்த நொடி சிதம்பரராஜன் பார்வை ராஜேந்திரனைத் துளையிடுவதுபோல இருந்தது. ஒரு பலத்த பெருமூச்சு வேறு. அதற்குமேல் அவர் அங்கே நிற்கவில்லை!

புழுதி பறக்க ஜீப் தேய்ந்து நிற்க, கரும்புக்காட்டு முகப்பில் நிற்கும் போலீஸ்காரர்கள் விறைப்பாகிட, சிதம்பரராஜன் ஜீப்பை விட்டு இறங்கிக் குதித்து வேகமாக நடந்தார். கரும்புக்காட்டில் நல்ல ஊட்டம். தோகைகளில் இளம்பச்சை நிறம். சிறுபிள்ளைகள் ஓடி விளையாடுவதுபோல காற்று காடு முழுக்க விளையாடிக் கொண்டிருந்தது.

வரப்பின் மேல் கிடந்தது ஜோசியரின் தலை இல்லா முண்டம். கழுத்தில் இருந்து ரத்தம் ஒரு பவுண்டன் போல பீறிட்டிருக்க வேண்டும் என்று தோன்றியது. ஏனென்றால் பத்தடிக்கு அப்பால் உள்ள சில கரும்புத் தோகைகள் முழுமையாக ரத்தத்தில் தோய்ந்து போயிருந்தன.

பார்க்கவே மிக விகாரமான காட்சி.

ஜோசியர் அங்குக் கிடப்பதை முதலில் பார்த்தவன் ருத்ராவிடம் குடையப்பட்டுக் கொண்டிருந்தான்.

"சார், நான் யதார்த்தமா கரும்புக்குத் தண்ணி பாச்ச வந்தேன் சார். கிணத்துல மோட்டார் சுவிட்சையும் போட்டேன். தண்ணி பெருகி வரப்புல குதிச்சு ஓடியும் வந்தது. ஆனா தண்ணி சிவப்பா இருக்கவும் பகீர்னுச்சு! அப்படியே தண்ணி பாயற வழியிலேயே ஓடிப்போய் பாத்தேன். இந்த இடத்துல இப்படி ஒரு முண்டம் கிடந்துச்சு. உடுப்பையும், சட்டையையும் வெச்சே ஜோசியர்னு கண்டுகிட்டேன். காலைலதான் ரோட்டு மேல போய்கிட்டிருந்தார். எங்க போறீங்கன்னு கேட்டேன். நாயக்கர் வரச்சொன்னதா சொன்னார்... ஆனா இங்க இப்படி கிடக்கறார்..."

“நீ இங்க இப்படி உடம்பைப் பார்த்தப்போ இங்க வேற யாரும் இல்லையா?”

“ஈ, காக்கா இல்லைய்யா...”

“நிஜமா?”

“சத்யமாய்யா...”

ருத்ரா அவனை சற்று தூர நிறுத்திவிட்டு திரும்பவும் முண்டம் அருகே வந்து பார்த்தார். ஒரு சண்டை நடந்து அதில் ஆவேசமாக தலை வெட்டப்பட்டது போலவே தெரியவில்லை. உட்கார வைத்து யாரோ தலையைப் பிடித்துக்கொள்ள சீராகத் துண்டிக்கப்பட்டதுபோல இருந்தது.

எங்கும் எந்தவிதமான காலடித் தடயங்களையும் காண முடியவில்லை. ருத்ரா நோட்டமிடும்போதே சிதம்பரராஜனும் வந்துவிட்டார்.

ருத்ராவுக்கு அவரைப் பார்க்கவே முடியாதபடி ஏதோ ஒன்று தலையை அழுத்தியது.

“என்னய்யா... என்ன நடக்குது இங்க?”

“சாரி சார்...”

“என்ன சாரி...? ஒரு பக்கம் நீங்க... இன்னொரு பக்கம் நான். பத்தாததுக்கு ஊர்பூரா போலீசு. இதுக்கு நடுவுல இன்னொரு கொலை. கொலைகாரன் நம்மை எல்லாம் எவ்வளவு கேனயனா நினைக்கறான் பாத்தீங்களா ருத்ரா...”

“சார் எனக்கு என்ன சொல்றதுன்னே தெரியல சார். எது எப்படி இருந்தாலும் இனி அடுத்து ஒரு அசம்பாவிதம் நிச்சயம் நடக்காது சார்...”

“போதும் ருத்ரா... உங்களுக்கு 24 மணி நேரம்தான் டைம். அந்தக் கொலைகாரன் யாருன்னு எனக்குத் தெரிஞ்சாகணும்...”

“சார்... அது நிச்சயமா அந்தக் கைதி இரும்பாடிதான். அதுல எனக்கு எந்த சந்தேகமும் இல்லை. கூட ஒரு மந்திரவாதியும்

இருக்கான். இது புதையலுக்காக நடக்கற கொலை சார்... பாருங்க... தலையை மட்டும் காணோம். அங்க கண்மாய்க்கரைல கண்டெடுத்த டெட்பாடிங்க கிட்டேயும் முண்டம்தான் இருந்தது. தலை கிடைக்கல..."

"ஏற்கெனவே பத்திரிகைக்காரங்க குடை குடைன்னு குடைஞ்சுகிட்டு இருக்காங்க. இதுல இது வேற... சட்ட மன்றத்துல கேள்வி கேட்டு கிழிக்கப்போறாங்க. முதலமைச்சர் நான் இப்ப உங்ககிட்ட சொன்னதைத்தான் என்கிட்ட சொல்லப்போறார்..."

"சார்... 24 மணி நேரத்துல இரும்பாடியையும், அந்த மாந்திரீகனையும் நான் நிச்சயம் பிடிக்கறேன். சார், அவங்க இந்த ஊருக்குள்ளதான் எங்கையோ ஒளிஞ்சிகிட்டிருக்காங்க..."

"அப்படின்னா போய் தேடுங்க..."

சிதம்பரராஜன் எகிறிக் குதித்தார். அங்கே வாத்தியாரும், ராஜேந்திரனும் கூட வந்திருந்தனர். ராஜேந்திரன் மவுனமாகப் பார்த்துக் கொண்டிருந்தான். ருத்ரா சிதம்பரராஜனிடம் டோஸ் வாங்குவதைப் பார்த்தபடி இருந்தவனுக்குள் ஒரே குடைச்சல். பாவம் அவர் என்றுதான் நினைத்தான். ருத்ரா அவனை நெருங்கி வந்தார். அவனும் வெறித்தான். ருத்ரா அவனிடம் எதுவும் பேசவில்லை. வாத்தியாரைத்தான் பார்த்தார்.

"என்ன சார் இது... காப்பான் பெருசா, கள்ளன் பெருசான்னா... கள்ளன்தான் பெருசுன்னு சொல்வாங்க. இங்க நடக்கறத பார்த்தா அந்த சொலவடைதான் மெய் மாதிரி தெரியுது சார்..."

வாத்தியாரின் புலம்பலில் ஒரு ரசனை இருந்தது.

"ஆமா... நாயக்கர் இப்ப எங்க இருக்கார்?"

"அவரு... அவரு... அந்த மருமகப்பிள்ளை உடம்பைப் பாக்க ஆஸ்பத்திரிக்குப் போயிருக்கார்னு கேள்விப்பட்டேன்."

"நான் இப்ப அவரைப் பார்க்கணுமே..."

"நான் பார்த்தா வரச் சொல்றேன் சார்..."

வாத்தியாரின் பதிலில் சுரத்தே இல்லை.

“என்ன ராஜேந்திரன்... உங்க ஆவிகிட்ட கேட்டு அந்த இரும்பாடியும், மாந்திரீகனும் எங்க ஒளிஞ்சுக்கிட்டிருக்கான்னு சொல்லுங்களேன்...” என்று அவனிடமும் கொக்கி போட்டார்.

ராஜேந்திரன் ருத்ராவின் கிண்டலைப் புரிந்தவன்போல சிரித்தான்.

“இது சிரிக்கற விஷயமா ராஜேந்திரன்...?”

“இல்லதான் சார்... அதேசமயம் இது ஒண்ணும் அனுபவிச்ச சிரிப்பு இல்லை... இது ஒருவித புதிர் சிரிப்பு...”

“உங்க சிரிப்பு எப்படி வேணும்னா இருக்கட்டும். ஆவி என்ன சொல்லிச்சு?”

“அது வந்தால்ல சொல்ல...”

“அப்படின்னா?”

“சாரி சார்... இன்றைய என்னுடைய ஆவி முயற்சிக்கு வெற்றி கிடைக்கல...”

“இல்லாத ஆவியைக் கூப்பிடற முயற்சி எப்பவுமே தோல்விலதான் முடியும் ராஜேந்திரன்.”

“சார்... இப்ப எதுக்கு சார் அந்த சர்ச்சை... நீங்க அடுத்து என்ன செய்யப் போறீங்க?”

“ஜோசியர், நாயக்கர்கிட்ட என்ன பேசினார்ங்கறது தெரியணும்... இவர் கண்மாய்க்கரை பக்கம் வந்ததை நான் பார்த்தேன். அப்பவே இவர் முகத்துல சுரத்தே இல்லை.”

“இப்படி பேசிக்கிட்டே போனா எப்படி சார்? உங்களுக்குதான் ஏராளமான வழிகள் தெரியுமே...”

“தெரியும் சார்... அதெல்லாமும் இந்த நொடி இங்க செயல்பட்டுக்கிட்டுதான் இருக்கு...”

“சார்... குற்றவாளி பிடிபடறது இருக்கட்டும். முதல்ல அடுத்தடுத்து கொலைங்க நடக்காம இருந்தாலே போதும் சார்.”

"நடக்காது... உறுதியா நடக்காது சார்! அதுக்கு என்ன செய்யணுமோ செய்துட்டேன்..."

அவர் சொல்லிக் கொண்டிருக்கும் போதே கன்னியாகுமரி மாவட்டத்தில் இருந்து ஒன்றுக்கு நான்கு நாய்கள் பாய்ச்சலாக ஒரு ஜீப்பின் பின்னால் இருந்து குதித்து இறங்கின. கூடவே அதன் டிரெய்னர்கள்.

அந்த நாய்கள் வீடு வீடாகப் புகுந்து பார்க்கத் தயாராகிவிட்டன. சப்-இன்ஸ்பெக்டர் ஒருவர் வந்து அதற்கான ஏற்பாடுகளில் இறங்கிவிட, அவைகளில் முதலாக ஒரு நாய், வாத்தியார் வீட்டுக்குள்ளேயே புகப் பார்த்தது. அதற்காக அவரது தெரு நோக்கி ஓடியது.

"தாராளமா... போய்ப் பார்க்கட்டும்" என்று அவரும் கூறினார்.

"சார் இந்த நாய்கள் மேலெல்லாம் எனக்கு நம்பிக்கை போச்சு சார்" என்றான் ராஜேந்திரன்.

"சரி நீங்கதான் ஒரு நல்ல வழி சொல்லுங்களேன்..."

"சொல்ல மாட்டேன், செய்தே காட்றேன். சார் இனி உங்களுக்கு உங்க வழி... எனக்கு இனி தனி வழி சார்..." - ராஜேந்திரனிடம் ஒரு ஆவேசம் தெரிந்தது.

அந்த ஆவேசம் குறையாமல் ஜோசியர் உடம்பைப் பார்த்தபடியே அங்கிருந்து நழுவத் தொடங்கினான். அவ்வளவு கூட்டத்துக்கும் நடுவில், அந்த கரும்புக்காட்டில் அதன் வயல்காட்டுக்குள் நின்று மாந்திரீகனின் உருவம் வெறித்துக் கொண்டிருந்தது.

ஜோசியரின் மரணச் செய்தி தேன்மொழியையும், அந்த கரும்பு வயல்பக்கம் இழுத்து வந்திருந்தது. கரும்பு வயலுக்குள் நின்றுகொண்டிருந்த மாந்திரீகனும் அவ்வளவு பேரிலும் அவளைத்தான் பார்த்தான். அவன் உதடிரண்டும் 'கன்னி பலிக்கு ஆள் கிடைச்சிடுச்சு...' என்றும் முணுமுணுத்தது.

20

“ஆவிகள் விஷயத்தில் அதிகம் பாதிக்கப்படுவது வீடுகள் தான்! லண்டனில் வெலிங்டன் என்னும் பகுதியில் அரண்மனை போல ஒரு வீடு. வெகுகாலமாக அது பூட்டியே இருந்தது. அதை விலைக்கு வாங்கி அங்கே குடிவர யாருக்கும் துணிவில்லை. காரணம்... அந்த வீட்டில் வாழ்ந்த குடும்பத்தினர் கூட்டமாகத் தற்கொலை செய்து கொண்டனர். அதன் பிறகும் அவர்கள் உயிருடன் இருந்தபோது வாழ்ந்தது போலவே வாழ்ந்து வருகிறார்கள் என்கிற நம்பிக்கைதான் பயத்திற்குக் காரணம்.

அதற்கேற்ப வீட்டினுள் சிரிப்பு சப்தம், ஓடும் சப்தம், பாடும் சப்தம், என்று பலவித சப்தங்கள் கேட்பதாக அக்கம்பக்கத்தில் குறிப்பிட்டனர். எப்பொழுதும் இதுபோன்ற விஷயங்களின் மறுபக்கத்தைப் பார்க்க நினைக்கும் கூட்டம் ஒன்று இருக்குமே...? அவர்களில் சிலர் அதை அறிய அந்த வீட்டிற்குள் நுழைந்து தங்கினர். அவர்கள் இருந்தவரையில் அவர்களால் எதையும் உணரமுடியவில்லை. இறுதியில் அந்த வீட்டின் ஆவி பயம், ஒரு கட்டுக்கதை என்று கருதி அந்த வீட்டை விலைக்கு வாங்கிக் குடியேறினர். அதன் பிறகே பல உண்மைகள் தெரிய வந்தன.

அந்த வீடு யாருக்குப் போய் சேர வேண்டுமோ அவரது எதிரிகள் கிளப்பிவிட்ட வதந்திதான் அது! இதனால் ஆவி பயம் என்பதே பொய்யாகி விடவில்லை. அதற்குச் சான்றாகவும் சம்பவங்கள் உள்ளன.”

கரும்புக்காட்டுக்குள் இருந்து ஊடுருவும் இருவிழிகளை யாருமே பார்த்த மாதிரி தெரியவில்லை. துப்பறிய வந்த மோப்ப நாய்கள்கூட கரும்புக் காட்டுப்பக்கம் எதற்காகவும் போனதாகத் தெரியவில்லை.

தேன்மொழியும் தலையில்லாத ஜோதிடர் உடம்பைப் பார்த்து மிரண்டு போயிருந்தாள். அதற்கேற்ப அவள் ஊர்க்கார பெண் ஒருத்தியின் பின்னால் பதுங்கி, அவ்வப்போது எட்டி எட்டிப் பார்த்துக் கொண்டிருந்தாள். அவளை ருத்ராவும் கவனித்து விட்டார்.

ருத்ராவின் நாடி நரம்பெல்லாம் துடித்துக் கொண்டிருந்தது. எஸ்.பி. சிதம்பரராஜன் தொடர்ந்து அங்கு இருக்கப் பிடிக்காமல் கோபமான முகத்தோடு தன் காரை நோக்கித் திரும்பத் தொடங்கியிருந்தார்.

சிறிது தூரம் சென்றவர் திரும்பி ருத்ராவைப் பார்க்கவும், ருத்ரா அவரை நோக்கி ஓடினார்.

"ருத்ரா... இருபத்திநாலு மணி நேரம்னா இருபத்திநாலு மணி நேரம்தான் உங்களுக்கு டைம். அதுக்குள்ள அந்த இரும்பாடி, அவனோட சேர்ந்து கொலைகளைச் செய்யற அந்த மந்திரவாதி... இந்த இரண்டு பேரும் அகப்பட்டே தீரணும். எந்த சால்ஜாப்பும் எனக்குச் சொல்லக் கூடாது. அவசியப்பட்டா எவ்வளவு ரவுண்ட் வேணாலும் சுட்டுக்கோங்க. உயிரோட இல்ல பிணமா எனக்கு அவங்க கிடைச்சே தீரணும். இல்லே, ரிசைன் பண்ணிட்டுப் போயிடுங்க..." சிதம்பரராஜன் குரலில் கோபம் கொப்பளித்தது. அது தேன்மொழியின் காதில்கூட கேட்டது. அதன் விளைவாக ருத்ராவின் மேல் ஒரு பரிதாபம்கூட உருவாகிவிட்டது.

அதே நொடி, "எலே தேனு இங்கையா இருக்கே நீ..." என்று ஒரு குரல்!

திரும்பினாள்.

அவள் வீட்டில் வேலை பார்க்கும் ராங்கியம் என்னும் வேலைக்காரி. அவளிடம் ஒரு பதட்டம் தெரிந்தது.

“என்ன ராங்கியம்?”

“இங்க என்ன புள்ள பண்றே... அங்க உங்க அம்மா தேடிக்கிட்டு இருக்குது...”

“ஜோசியரைக் கொன்னுட்டதா காதுல விழவும், என்ன ஏதுன்னு பார்க்க வந்தேன்.”

“பைத்தியக்கார புள்ள... ஊரே அமளிதுமளிப்பட்டு கிடக்குது. நீ இங்க இப்படி சொல்லாமகொள்ளாம தனியா வந்தா என்ன புள்ள அர்த்தம்?”

“இதோ இப்பவே கிளம்பிடறேன். தயவுசெஞ்சு என்னைய இங்க பார்த்ததா மட்டும் சொல்லாதே... நான் இப்படியே கரும்புக்காட்டுக்குள்ளார பூந்து ஊரணி வழியா போய் வடக்குத் தெருவுக்குள்ள நுழைஞ்சு அப்படியே வீட்டுக்கு போயிடறேன்...”

“இல்ல புள்ள... நீ என் கூடவே வா. உன்னை கையோட பிடிச்சு இழுத்துக்கிட்டு வரும்படிதான் அம்மச்சி சொன்னாங்க...”

“இல்ல ராங்கியம்... உன்கூட வந்தா நான் இங்க வந்தது தெரிஞ்சிடும். நீயும் அம்மாகிட்ட பொய் சொல்ல பயப்படுவே. என்னை விட்ரு... அஞ்சு நிமிசத்துல நான் கரும்புக்காட்டுக்குள்ள பூந்து போயிடறேன்...”

தேன்மொழி பேச்சோடு பேச்சாக பக்கத்தில் கரும்புக்காட்டு வரப்புக்குள் புகுந்து விட்டாள். ராங்கியத்துக்கு ஏமாற்றமாகிவிட்டது. அப்போது அங்கே ராஜேந்திரனும் வந்து சேர்ந்திருந்தான். ஒரு மான்போல தேன்மொழி கரும்புக்காட்டுக்குள் புகுந்து மறைவதையும் பார்த்தான். அப்படியே ருத்ராவை நெருங்கினான்.

ருத்ரா முகம் அனலில் வாட்டிய கத்திரிக்காய்போல இருந்தது.

“சார்...”

“சொல்லுங்க ராஜேந்திரன்...”

“என்ன சார் இது... இவ்வளவு போலீஸ் இருக்கும்போதே கொலைங்க நடக்குது?”

“அங்குதான் எனக்கும் குழப்பம்...”

“நிச்சயமா இது ஒரு ஹ்யூமன் டெரரா இருக்க சான்ஸே இல்லை சார்...”

“அப்படின்னா?”

“அது எவ்வளவுதான் பெரிய கொலைகாரனா இருந்தாலும் போலீஸ் ஊர் முழுக்க குவிஞ்சிருக்கற நிலையில் அடுத்தடுத்த கொலைகளுக்குத் துணியவே மாட்டான். அதுக்கு அவனோட எச்சரிக்கை உணர்வு இடம் தராது...”

“அப்ப இந்தத் துணிச்சலுக்குக் காரணம்?”

“நிச்சயமா கண்மூடித்தனமான ஒரு மாயமந்திரமான போக்குள்ளவங்க வேலைதான் இது...”

“மாயமாவது மந்திரமாவது... மண்ணாங்கட்டி!”

“அப்படி சொல்லாதீங்க... கொஞ்சம் அந்தக் கோணத்துலயும் பாருங்க...”

“லுக் ராஜேந்திரன்! கிராமம்னா புதையல் இருக்கறதும், அதை எடுக்கணும்னா பலி கொடுக்கணும்கறதும் காலம் காலமா காதுல விழுந்துக்கிட்டு வர்ற விஷயங்கள். சில இடங்கள்ள பலியும் கொடுத்துருக்காங்க... ஆனா ஒரு இடத்துலகூட எனக்குத் தெரிஞ்சு புதையலை யாரும் எடுக்கலை...”

“சார், நானும் அதை ஒத்துக்கறேன். இப்ப இங்க நடக்கற பலிகள் நிச்சயமா புதையலை எடுத்துத்தர போறது இல்லைதான். ஆனா அந்த நம்பிக்கைலதான் குற்றவாளி தப்பு செய்துகிட்டே போறான்...”

“அவன் எந்த நம்பிக்கைல செய்தாலும் சரி... எங்கக்கிட்ட இருந்து தப்ப முடியாது...”

“என்ன சார் நீங்க... நீங்க வந்துட்டுப்போன பிறகுதான் ஒரு கொலைக்கு இரண்டு கொலைங்க நடந்துருக்கு. அவன் தப்ப முடியாதுன்னா என்ன அர்த்தம்?”

“லுக் ராஜேந்திரன்... மனித சக்தியோட எல்லைன்னு ஒண்ணு இருக்கு... அந்த அளவுக்கு இங்க எங்க போலீஸ் பவரை முடுக்கிவிட்டிருக்கோம். இப்ப என்னால இங்க இருந்துக்கிட்டே இந்த ஊர்ல எந்தத் தெருவுல என்ன நடந்துகிட்டிருக்குன்னு சொல்ல முடியும். அந்த அளவுக்கு நான் ஷார்ப்பா இருக்கேன். கொலைகாரன் அஞ்சு மைல் சுற்றளவுல இல்லை...”

“அவன் யார்னே தெரியாத நிலையில் எப்படி சார் அவன் இல்லைன்னு சொல்றீங்க?”

“ரொம்ப சிம்பிள் ராஜேந்திரன்! கைதி இரும்பாடியோட போட்டோ இங்க இருக்கற ஒவ்வொரு போலீஸ் கிட்டேயும் இருக்கு, அந்த மாந்திரீகனும் நிச்சயம் நம்மைப்போல இருக்க வாய்ப்பு இல்லை. இவங்கள நோட் பண்றதா கஷ்டம்?”

“அப்ப இரும்பாடியோட சேர்த்து மாந்திரீகன்தான் கொலை செய்யறான்னு நீங்க ஒத்துக்கறீங்களா?”

“அதுல எனக்கு சந்தேகம் இல்லை. அவனை இந்த ஊர் பிரசிடென்ட் நாயக்கரோட மனைவி வஞ்சியம்மாளும் ஒரு ராத்திரி பார்த்துருக்காங்களே?”

“சரி சார்... அஞ்சு மைலுக்கு வெளியே போய் தேடலாம் இல்லையா?”

ராஜேந்திரன் கேள்விக்கு ருத்ரா ஒரு சிரிப்பு சிரித்துவிட்டு, தன் இடுப்பு பிஸ்டலை எடுத்து நெற்றிக்கு நடுவே வைத்து இரு கண்களை இடுக்கிக்கொண்டு துப்பாக்கியின் நுனிப்பாகத்தைப் பார்த்தார்.

“சார்... இந்த சிரிப்புக்குள்ள ஏராளமான அர்த்தம் இருக்கற மாதிரி எனக்குத் தோணுது சார்...”

“பத்திரிகையாளர் இல்லையா... அதான் சிரிச்ச உடனே உங்களுக்குப் புரிஞ்சிடிச்சு...”

“அதுக்குள்ள நிறைய அர்த்தம் இருக்குங்கறது வாஸ்தவம்... ஆனா அது எப்படிப்பட்ட பொருள் கொண்டதுன்னுதான் விளங்கிக்க முடியலை.”

"நிஜமா முடியலையா?"

"முடியலை சார்..."

"இந்த மாதிரி கேஸ்ல ஒரே மாதிரியான பார்வை ஒரு துப்பறிவாளருக்குக் கூடாது..."

"அதை நான் ஒத்துக்கறேன். பலவித பார்வைகள் இருக்கறது நல்லதுதான். என் கேள்விக்கு நீங்க இன்னும் பதில் சொல்லலையே சார்..."

"ராஜேந்திரன் அஞ்சு மைல் சுற்றளவுதான் கொலை செய்யறவங்க இல்லைன்னு சொன்னேன்... ஆனா இதே ஊரைச் சேர்ந்த ஒருத்தரோட மேற்பார்வைல அவரோட பாதுகாப்புல அவங்க இருக்காங்கன்னு நான் சொன்னா உங்களுக்கு அதிர்ச்சியா இருக்குமோ?"

ருத்ரா கேட்ட கேள்வி ராஜேந்திரனை முதல் முறையாக படு சுறுசுறுப்பாக்கியது.

"சார்ர்ர்...!"

"உடனே யார் சார் அதுன்னு கேட்டுடாதீங்க. ஒருத்தன் இருக்கான். இது அவன் வேலை. அவன் புதையல் இருக்கறதைப் பார்த்துட்டவன்னும் நான் சொன்னா உங்களுக்கு இன்னும்கூட அதிர்ச்சியா இருக்குமா? இல்லையா?"

"சார்ர்ர்...!"

ராஜேந்திரன் வியக்க, ருத்ரா அப்படியே தொடர்ந்தார்.

"திருநெல்வேலியில் ஒரு ஆசாரி கைக்கு சுமாரா ஒரு நாற்பது தங்க நாணயங்கள்... ஒவ்வொண்ணும் பத்து கிராம் வெயிட்! உருக்கி பிஸ்கெட்டா மாத்தச் சொல்லி அவர் கைக்குப்போய் சேர்ந்திருக்கு. அதுல பிரிட்டிஷ் காலத்து முத்திரையும் இருந்துருக்கு. அந்த நபர் அதுல சில காசுகளை எடுத்து வெச்சிக்கிட்டு பதிலுக்கு தன்வசமுள்ள தற்கால தங்கத்தைச் சேர்த்து பிஸ்கட் செய்தும் கொடுத்துட்டான். தான் எடுத்து வெச்சிருந்த பிரிட்டிஷ் கால காசை புராதன கலைப்பொருட்களை சேர்க்கற

ஒருத்தருக்கு பலமடங்கு கூடுதல் விலைக்கு வித்திருக்கான். அந்த நபரும் இந்த மாதிரி காசு நீ எவ்வளவு தந்தாலும் நான் வாங்கிக்கறேன்னு சொல்லவும், அவன் புத்தி குறுக்கு வழியில் ஓடியிருக்கு. கடைல தங்கம் வாங்கி அதே மாதிரி காசுகளைத் தானே செய்து அது புராதன காசுன்னு சொல்லி வித்திருக்கான். ஆனா அதை வாங்கின நபர், அது புராதன காசு இல்லைன்னு கண்டுபிடிச்சு அவன்கிட்ட சண்டை போட்டுருக்கார். விஷயம் பெரிய சண்டையா மாறி போலீஸ் ஸ்டேஷன்ல புகார் கொடுக்கற அளவுக்கு வளர்ந்துடுச்சு.

இந்த ஆயக்குடில புதையல் இருக்குங்கறதுக்கு ஒரு ஊர்ஜிதமான ஆரம்பமும் இங்கதான் ஆரம்பமாச்சு! போலீஸ் விசாரணைல அந்த நபர் தன்கிட்ட ஒருத்தர் நாற்பது தங்க நாணயங்களைக் கொடுத்து உருக்கி பிஸ்கெட்டா செய்யச்சொன்ன தகவல் தெரியவந்தது. அவர் யாருன்னு கேட்டபோது ஆள்பேர் தெரியாது... ஆனா நேர்ல பார்த்தா அடையாளம் காட்டமுடியும்னான்.

நாங்களும் விடலை... இந்த ஊர்ல இருக்கற சந்தேகப்படும்படியான நபர்களை செல்போன் மூலமாவோ போட்டோ எடுத்து சேவ் பண்ணி வெச்சிருந்தோம். அதை எல்லாம் அவனை ஸ்டேஷனுக்குக் கூட்டிகிட்டு வந்து ஒரு பெரிய ஸ்லைடா போட்டு காண்பிச்சோம். அப்படி காண்பிச்ச நபர்களில் கொலை செய்யப்பட்ட ராஜமாணிக்கமும் ஒருத்தன்! அந்த நபரும் ராஜமாணிக்கம்தான் தன்கிட்ட தங்க நாணயங்கள் தந்த நபர்னு சொன்னான்..."

ருத்ரா அத்தோடு நிறுத்திவிட்டு, தனது இடையீடு செய்த வயர்லெஸ் செய்திக்குக் காது கொடுத்தவராக சற்று ஒதுங்கிச் சென்றார்.

ராஜேந்திரன் கிட்டடத்தட்ட ஸ்தம்பித்து விட்டிருந்தான். அங்கே வந்து ருத்ராவைப் பார்க்கும் முன் வரை போலீஸ் இலாகா மேல் ஒரு கோபம் இருந்தது. எல்லோரும் சைக்கிளில் டபுள்ஸ்

போகின்றவனைப் பிடிக்க மட்டும்தான் லாயக்கு என்கிற ஒரு கருத்தும் இருந்தது.

இப்போது அது தலைகீழாக மாறிவிட்டிருந்தது.

ருத்ரா ஒரு சூப்பர்மேன் போல, அவன் வரையில் தோற்றமளிக்கத் தொடங்கியிருந்தார். ருத்ராவும் வயர்லெஸ் பேச்சை முடித்துக்கொண்டு திரும்பி வந்தார்.

“என்ன ராஜேந்திரன்... நான் ரொம்ப முன்னுக்குப்பின் முரணா பேசறேனா...?” என்று வேறு கேட்டார்.

“அப்படி தெரியலியே சார்...”

“அப்ப நீங்க சரியா யோசிக்கலைன்னு அர்த்தம்.”

“யோசிக்கலையா?”

“ஆமாம். நான்தான் கொஞ்சம் முந்தி உங்கக்கிட்ட பலர் மூடத்தனமா பலி கொடுத்துருக்காங்க... ஆனா யாரும் புதையல் எடுத்தது இல்லைன்னு சொன்னேன்... ஆனா இங்க இப்ப புதையல் எடுத்துட்டதா சொல்லிக்கிட்டிருக்கேன்...”

“உண்மைதான்... ஆனா நீங்க இன்னும் முழுசா சொல்லி முடிக்கலையே சார்...”

“அப்ப நான் சொல்லிட்டா இந்த ஊரைச் சேர்ந்த அந்த ஒருத்தனை நீங்களும் என்கூட சேர்ந்து தேடுவீங்கன்னு சொல்லுங்க...”

“நிச்சயமா... நீங்க முழுசா சொல்லி முடியுங்க சார். இந்தக் கிராமத்துப் புதிருக்குத்தான் எத்தனை எத்தனை பக்கங்கள்?”

“சரியா சொன்னீங்க. நல்லா கேட்டுக்குங்க. அந்த நாற்பது தங்க நாணயங்கள்தான் கட்டபொம்மன் கஜானா தங்கம், இந்த ஆயக்குடில காத்தான் கரட்டுல இருக்குங்கற நம்பிக்கையைப் பெருசாக்கியிருக்கு...”

“அப்படின்னா... அந்த தங்க நாணயங்கள் வேற... புதையல் வேறயா சார்?”

"ஆமாம்... ஏதோ ஒரு வகைல ராஜமாணிக்கம் கைக்கு அந்த தங்க நாணயங்கள் கிடைச்சிருக்கு... அந்தச் சமயத்துலதான் இரும்பாடியும் ஜெயில்ல இருந்து தப்பிச்சு ராஜமாணிக்கம் உதவியோட காத்தான் கரட்டுல தங்கியிருக்கான். உடனே இரண்டு பேரும் சேர்ந்து புதையல் எடுக்கற அடுத்தகட்ட நடவடிக்கைக்குத் தயாராயிட்டாங்க. அப்ப அவங்களுக்கு உதவி செய்ய வந்தவன்தான் மாந்திரீகன் மார்நாடுங்கறவன்."

"ஓ... மாந்திரீகன் யாருன்னு கூட தெரியுமா சார் உங்களுக்கு?"

ருத்ரா அமத்தலாக அதற்கொரு சிரிப்பு சிரித்தார்.

"சார்... நீங்க எஸ்.பி. சார்கிட்ட டோஸ் வாங்கிட்டு முழிச்சிட்டு இருக்கறதாதான் நான் நினைச்சேன். ஆனா ஏகப்பட்ட தூரம் இந்த கேஸ்ல போயிருக்கீங்களே."

"ஆனாலும் இரண்டு உயிரைப் பறிகொடுத்துட்டோமே... என்ன தெரிஞ்சி என்ன பிரயோஜனம்?"

"இவ்வளவு தெரிஞ்ச உங்களுக்கு அதை ஏன் சார் தடுக்க முடியாம போச்சு?"

"உள்ளூர்க்காரன் ஆதரவு இருக்கும்போது எப்படி ராஜேந்திரன் தடுக்க முடியும்?"

"வீடுவீடா பூந்து உங்க போலீஸ் தேடிச்சே. அப்ப அவங்க மாட்டியிருக்கணுமே?"

"நல்ல கேள்வி... நானும் இந்தப் புள்ளியிலதான் சிக்கிக்கிட்டு யோசிச்சிக்கிட்டே இருக்கேன்... ஆமா உங்க ஆவிக்குக் கூடவா அவங்க உள்ளூர்ல இருக்கறது தெரியல?"

"என்ன சார் கிண்டலா?"

"நீங்க சீரியஸா எனக்குப் பதில் சொல்லுங்க... நான் இந்த விஷயங்களை எஸ்.பி.கிட்ட கூட பரிமாறிக்கல. உங்கக்கிட்டதான் பேசறேன். ஒரு பத்திரிகைக்காரரான உங்களால எனக்கு ஏதாவது க்ளூ கிடைக்கலாம் இல்லையா?"

“என்மேல் உங்களுக்கு இவ்வளவு நம்பிக்கையா?”

“ஆழமா யோசியுங்க ராஜேந்திரன். நிச்சயம் உங்க புத்திக்கும் காரணம் தட்டுப்படலாம்...”

ருத்ரா நன்றாகவே அவனைத் தூண்டிவிட்டார். அவன் மூளைக்குள்ளும் பொறிபறக்கத் தொடங்கியது. அப்படியே ஜோதிடர் சடலமும் மார்ச்சுவரிக்குக் கிளம்பிக் கொண்டிருந்தது!

✦✦✦

கரும்புக்காட்டின் முடிவில் ஊருணிக்குளம் வர, அதையும் கடந்து வடக்குத் தெருவில் கால் வைக்கப்போன தேன்மொழியின் காலில் நறுக்கென்று ஒரு முள் தைத்ததில், அப்படியே ஓர் ஓரமாக அமர்ந்து முள்ளை எடுக்கப் பார்த்தாள் அவள். அப்போது மிக மிக சமீபத்தில் ஒரு பெரிய வைக்கோல் படப்பைக் குடைந்துகொண்டு உள்ளிருந்து மாந்திரீகன் உருவம் அவளைப் பார்த்தது! அது படப்பு வைக்கோலை விலக்கிக்கொண்டு அவளை நோக்கியும் நடந்தது. தேன்மொழிக்கு அருகிலும் சென்றுவிட்ட மாந்திரீகனை, அவளும் நிமிர்ந்து பார்த்துவிட்டு துணுக்குற்றாள். மாந்திரீகனோ மெஸ்மரிசக்காரர்கள் போல அவளையே வெறித்தான். அவளால் சில நொடிகளுக்கு மேல் தாக்குப்பிடிக்க முடியவில்லை.

“என் பின்னாலேயே வா...” - என்றபடி அவன் திரும்பி வைக்கோல்போர் நோக்கிச் சென்றான். அவளும் மறுபேச்சின்றி பின்தொடர்ந்தாள்.

21

“இந்த உலகில் ஒரு மனிதன் எல்லா விஷயங்களையும் அனுபவித்துப் பின் உணர்ந்து பார்த்து, அதன் பிறகே உண்மையை ஒப்புக்கொள்ளுதல் என்பது சாத்யமில்லை. பெண் இனத்தால் மட்டும்தான் பத்து மாதம் கர்ப்பம் தாங்கி பிள்ளை பெற முடியும். அந்த அனுபவம் ஓர் ஆணுக்கு எந்த நாளும் கிடைக்காது. பிரசவ வேதனையை அவன் தன்னால் முடிந்த அளவு கற்பனை செய்து பார்த்து விளங்கிக்கொள்ளலாம். அப்பட்டமாய் அந்த அனுபவத்தை அடைந்திட இயற்கை அனுமதிக்கவில்லை என்பதுதான் உண்மை.

ஆவியுலக அனுபவங்களையும் இந்தப் பட்டியலில் வைக்கலாம். சிலர் வரையில் ஆவிகள் கண்ணில் படுவதும், அவைகளோடு பேசுவதும் சிலருக்கு மிகச் சாதாரண விஷயமாக உள்ளது. சிலருக்கோ எவ்வளவு முயன்றாலும் அது சாத்யப்படுவதில்லை.

சாத்தியப்படாதவர் சாத்தியப்பட்டவரை சந்தேகப் பார்வை பார்ப்பது சுலபம். ஒரு குடும்பத்தில் அண்ணன் தம்பிகள் என்று இருவர். இவர்களின் தந்தை உயில் எழுதாமலே இறந்துவிட்டார். அதேசமயம் பலருக்குக் கடன் வேறு கொடுத்திருந்தார். யார் எவ்வளவு தரவேண்டும் என்பது அவர் மட்டுமே அறிந்த ரகசியம். இந்நிலையில் தம்பிக்காரர் ஆவிகளுடன் பேசும் முறை பற்றி அறிந்து தந்தையுடன் தொடர்புகொண்டார். தந்தையும்

ஆவிவடிவில் வந்து தம்பி கேட்ட கேள்விகளுக்குப் பதில் கூறினார். அதேசமயம் அண்ணன் அவ்வாறு முயன்றபோது அவர் வர மறுத்துவிட்டார்...!

காரணம்...?"

மாந்திரீகனின் உருவத்தின் பின்னால் எந்த மறுப்பும் இன்றி தொடர்ந்து சென்றாள் தேன்மொழி. அவனும் வைக்கோல் படப்பை நெருங்கி அதைக் குடைந்து உள் நுழைந்தான். தேன்மொழியையும் உள் இழுத்துக்கொண்டான்!

இந்தச் சம்பவத்தைப் பார்க்க அங்கே ஒருவர்கூட இல்லை. வைக்கோல் படப்பும் மூடிக்கொண்டு விட்டது!

✦✦✦

அந்த வீடு பார்க்க சுமாராக இருந்தது. அரைவட்ட சாண் நீள சுட்ட ஓடுகளால் வேயப்பட்ட வீடு அது. கூரைமேல் ஒரு சுரைக்கொடி வளர்ந்து பராமரிப்பில்லாமல் பட்டுப்போயிருந்தது. காற்று பலமாக வீசும்போதெல்லாம் அதன் ஒரு முடிவுப்பகுதி சர்ப்பம்போல் நிமிர்ந்து எழுந்து ஆடியது.

வீட்டு முன்னால் பெரிய கடப்பைக்கல் திண்ணை. இருபது பேர் வரை தாராளமாய் அமரலாம். மையத்தில் தாயக்கட்டம் ஆட தோதாக கல்லிலேயே கட்டங்கள் வெட்டப்பட்டிருந்தன. திண்ணையைக் கடந்து உள்ளே சென்றால் பெரிதாக ஒரு ஹால். அதன்பின் ஒரு நெல் குதிர், அப்படியே இரும்புப் பூண் கைப்பிடி போட்ட கதவுகளோடு சில அறைகள். அவற்றில் நிறைய ஆணி அடிக்கப்பட்டிருந்தது. ஒரு இடத்தில் எம்.ஜி.ஆர். காலண்டர் ஒன்று, சுவரோடு ஒட்டப்பட்டிருந்தது. அங்கங்கே சிலந்தி வலைத் தொட்டில். அதன் மையத்தில் புளியங்கொட்டை சைசில் அமர்ந்திருக்கும் சிலந்திப் பூச்சிகள்.

அந்த வீட்டுக் கதவைத் திறந்துவிட்டிருந்த நாயக்கர் வீட்டு வேலைக்காரன் சிங்காரம் என்பவன் தன்னோடு அந்த வீட்டைப் பார்க்க வந்திருந்த ருத்ராவை 'அவ்வளவு தாங்க' என்கிற மாதிரி பார்த்தான். கூடவே ராஜேந்திரன்!

"இந்த வீடு நல்லா இருக்கு... டாய்லெட் பின்னால இருக்குல்ல?" - ருத்ரா கேட்டார்.

"கக்கூசை தானே கேக்கறீங்க..."

"ஆமாம்..."

"பின்னால இருக்குதுங்க. கிணறும் இருக்குதுங்க. எல்லாத்துக்கும் கிணத்துல தண்ணிய இறைச்சிக்கிடணும். பக்கத்துலையே பெரிய தொட்டி இருக்குதுங்க. அதை முழுசா ரொப்பிக்கிட்டா ஐம்பது பேருக்குக்கூட அந்த தண்ணீர் போதுங்க."

"நல்லது... இந்த வீட்டையே தற்காலிகமா நாங்க பயன்படுத்திக்கிறோம். நீங்க போய் நாயக்கர்கிட்ட சொல்லிடுங்க..."

"என்ன சார்... இந்த வீடுதான் இனி ஆயக்குடி போலீஸ் ஸ்டேஷனா?"

"ஆமாம் ராஜேந்திரன். முப்பது, நாற்பது பேர் ஊரைவிட்டுப் போகாம இங்கேயே இருந்து குளிக்கக் கொள்ள, உடைமாத்திக்க ஒரு இடம் கட்டாயமா இப்ப தேவை..."

"வாஸ்தவம்தான். இதை அப்படியே நிரந்தரமாகூட நீடிக்கலாம் தானே?"

"அது என் கைல இல்லை. பை த பை... உங்களுக்கு உங்க வழி, எனக்கு என் வழின்னு கரும்புக்காட்டுல பேசினபோது சொன்னீங்களே ஞாபகம் இருக்கா?"

ருத்ரா எங்கே வருகிறார் என்பது ராஜேந்திரனுக்குப் புரியவில்லை.

"ஆமாம் சார் சொன்னேன்... இப்ப அதை நீங்க ஞாபகமா கேட்கக் காரணம்?"

“என் வரைல எஸ்.பி. சார் விதிச்ச கெடுவுல இரண்டு மணிநேரம் முடிஞ்சுபோச்சு ராஜேந்திரன். இன்னும் இருபத்தியிரண்டு மணி நேரத்துல குற்றவாளிகளை நான் பிடிச்சாகணும். அதேசமயம் இன்னொரு கொலை இந்த ஊர்ல நடந்துடக்கூடாது.”

“புரியுது சார்... என்வழியில் என்னைப் போகச் சொல்றீங்க. ஒருத்தருக்கு இரண்டு பேர் குற்றவாளிகளைத் தேடறது நல்லதுங்கறது உங்க அபிப்ராயம்... அப்படித்தானே?”

“ஆமாம்... உங்களுக்கு தோண்ற வகைல நீங்க போங்க. பை த பை அவசரத்துக்கு நீங்க என்னை காண்டாக்ட் பண்ண என்னோட சீக்ரெட் செல் நம்பரைத் தரேன் குறிச்சிக்குங்க...”

ராஜேந்திரனும் குறித்துக் கொண்டான்.

“ஆல் த பெஸ்ட் ராஜேந்திரன்...”

“நானும் உங்களுக்கு என் வாழ்த்துக்களைத் தெரிவிச்சிக்கறேன் சார்...”

ராஜேந்திரன் அவரிடம் கைகுலுக்கி விட்டு விடைபெற்றுக் கொண்டான். அவன் அந்த வீட்டு வாசலைத் தாண்டும்போது ஆயக்குடியைச் சேர்ந்த ஒரு பெண் இடுப்பில் குழந்தையோடு பரிதாபமாக எதிர்ப்பட்டாள். அவள் முகத்தில் அப்பிப் பூசியதுபோல ஒரு சோகம். அவளைப் பார்க்கவும், ராஜேந்திரன் சற்று தேங்கி நின்றான். பின்னாலேயே வந்த ருத்ரா அந்த பெண்ணைப் பார்த்தார்.

“கும்புட்றேங்கய்யா...”

“என்னம்மா விஷயம்?”

“நான் இதே ஊரைச் சேர்ந்தவளுங்க. என் வீட்டுக்காரர் கட்டட வேலை பாக்கறாரு. குத்தாலம் பக்கம் ஒரு வீடு கட்டிக்கிட்டு இருந்தாரு. சாமான்லாம் அவங்க வாங்கித் தந்துடுவாங்க. கட்டித்தர்றது மட்டும் எங்க வீட்டுக்காரருங்க...”

“இப்ப இதை எல்லாம் எதுக்கும்மா என்கிட்ட சொல்லிகிட்டு இருக்கே?”

"இல்ல... நம்ம ஊருக்கே போலீஸ் ஸ்டேசன் வந்துடுச்சி. நீ போய் புகார் கொடுக்கறதுன்னா அங்க போய் கொடுன்னு என் தெருக்காரங்கதான் சொன்னாங்க. அதான் வந்தேன்..."

"புகாரா... என்ன புகாரும்மா?"

"என் வீட்டுக்காரரை பத்து நாளா காணலீங்க! பேரு பங்காருங்க. நான் குத்தாலத்துல அவர் ஊடு கட்டிக்கிட்டு இருக்கறதா நினைச்சுக்கிட்டிருந்தேன். ஆனா அங்க இருந்தே இன்னிக்கு என் வீட்டுக்காரரைத் தேடிக்கிட்டு ஆள்வரவும்தான் எனக்கு விசயம் தெரியும்..." அவளது கண்கள் பேச்சோடு பேச்சாக கண்ணீரையும் சிந்தின.

ருத்ரா முகத்தில் சலன ரேகைகள்!

"ஆமா உன் புருஷன் வேற எங்கையும் போகலைன்னு உனக்கு நல்லா தெரியுமா?"

"போக ஏதுங்க போக்கிடம்? எல்லா சொந்தக்காரங்களும் உள்ளூர்லையே இருக்கும் போது..."

"இதுக்கு முந்தி இந்த மாதிரி எப்பவாவது?"

"அவரால என்னை விட்டுட்டுகூட இருக்க முடியும். தா... இந்தப் பெண்ணை விட்டு இருக்க முடியாதுங்க. அவர் உசுரே இந்தப் பொண்ணு தான்... அவர் எங்களைப் பிரிஞ்சு நாலு நாள் கூட இருந்ததில்லீங்க..."

"சரிம்மா அவரோட அடையாளம், அப்புறம் பேர், விவரம் எல்லாத்தையும் ஒரு புகார் கடிதமா எழுதிக் கொண்டு வா... நான் அதை இந்த ஏரியா கண்ட்ரோல்ல உள்ள போலீஸ் ஸ்டேஷனுக்கு அனுப்பி நடவடிக்கை எடுக்கச் சொல்றேன்..."

"அப்ப இந்த போலீஸ் ஸ்டேஷன்?"

"இது போலீஸ் ஸ்டேஷன் இல்லம்மா... சும்மா தங்கியிருக்கோம். யாரோ தப்பா சொல்லியிருக்காங்க."

"எனக்கு எழுதப் படிக்க தெரியாதுங்க. எங்க கல்யாணப் போட்டோ இருக்குது. அதைத் தரேன்... அதை வெச்சு..." அவள்

பேசிக்கொண்டு வயிற்றின் முன்பக்க புடவைச் சுருக்கத்தில் இருந்து அங்கே செருகி வைத்திருந்த போட்டோவை எடுத்து நீட்டினாள்.

அதில் மாலையும் கழுத்துமாக அவளும் அவனும்! சிரித்த முகம்... அரைக்கை பட்டுச் சட்டை அணிந்திருந்தான். மீதமுள்ள கை பாகத்தில் தேமல்போல திட்டுத்திட்டாக வெண்ணிற பரவல்கள்.

"என்னம்மா இது?" - ருத்ரா அவன் கையைக் காட்டி கேட்டார்.

"அது தேமலுங்க... பொறந்தப்ப இருந்தே அவருக்கு இருந்துச்சாம்..." அவள் சொல்ல, ருத்ராவுக்குள் மளுக்கென்று ஒரு தீப்பொறி. நெற்றி சுருங்கியது, மனதுக்குள் பரபரவென்று சில யூகங்கள்!

ராஜேந்திரனும் கூர்ந்து கவனித்தான்.

சட்டென்று கரண்ட் பெற்று எரியும் பல்புபோல அவர் முகத்தில் ஒரு பிரகாசம். அப்படியே அந்த போட்டோவோடு வாசற்புரம் ஓர் ஓரமாய் நின்று கொண்டிருந்த போலீஸ் ஜீப்பை நோக்கி ஓடினார். தாவி ஏறினார்.

"காளிமுத்து நேரா மார்ச்சுவரிக்குப் போ..." என்று அவர் சப்தமாகச் சொன்னது ராஜேந்திரன் காதுகளிலும் விழுந்தது.

"என்னங்க இது... போட்டோவோட சார் எங்க போறாரு..." அந்த பெண் ராஜேந்திரனிடம் கேட்டாள்.

"நீங்க கொஞ்சம் பொறுமையா இருங்கம்மா. அவர் வந்து விவரம் சொல்வாரு..." - என்று அவளிடம் கூறிவிட்டு ராஜேந்திரனும் வாத்தியார் வீட்டை நோக்கி நடக்கத் தொடங்கினான்.

✦✦✦

நாயக்கர் வீடு!

வீடு திரும்பியிருந்தாள் ராங்கியம். அவள் பார்வை குறுக்கு வழியில் வந்துவிடுவதாகச் சொல்லிவிட்டுச் சென்ற

தேன்மொழியைத்தான் வீட்டுக்குள் தேடியது. ராங்கியத்தைப் பார்த்துவிட்டு, "எங்கடி தேனு?" - என்று கேட்டபடியே அடுப்படியில் இருந்து வந்தாள் வஞ்சியம்மாள். ராங்கியம் சற்றுத் தடுமாறினாள்.

"உன்னைத்தான்டி... எங்க அந்த ஓடுகாலி?"

"ஆத்தா... தேன்மொழி இன்னுமா வரலை..."

"நான் உன்னைக் கேட்டா, நீ என்னைக் கேக்கறியா. நான் உன்னை அவளைக் கூட்டிகிட்டு வாடின்னு சொன்னேனா இல்லையா?"

"ஆத்தா... நான் கூப்பிட்டதுக்கு நான் போய்க்கறேன். நீ போன்னு சொல்லிட்டு கரும்புக்காட்டுக்குள்ள நுழைஞ்சிட்டா தேனு..."

"அவளை ஏன்டி போகவிட்டே... ஊரு இப்ப இருக்கற இருப்பு உனக்கு தெரியுமா, தெரியாதா?"

"ஆத்தா..."

"என்னடி ஆத்தா பாத்தான்னுகிட்டு. யாரு வீட்டுக்குள்ள அடங்கியிருக்கணுமோ அவ இப்படி கொஞ்சம்கூட பயமில்லாம ஊர் மேஞ்சா என்னடி அர்த்தம்?"

வஞ்சியம்மாள் சப்தம் போட்டு கத்திப் பேசியது வீட்டுக் கூடத்தில் அமர்ந்திருந்த நாயக்கர் காதுகளிலும் விழுந்தது. அவர் முன்னால் ராஜமாணிக்கம் சாவுக்குத் துக்கம் கேட்க வந்திருக்கும் உறவுக்காரர் கூட்டம்.

நாயக்கருக்கு வஞ்சியம்மாளின் கத்தல் தர்மசங்கடமாக இருந்தது. எழுந்து உள்ளே வந்து அவள் முன் நின்றவர், "ஏம்புள்ள இந்தக் கத்து கத்தறே?" என்றார்.

"உம்... நீங்க தவமிருந்து பெத்த கருவேப்பில்லை இப்ப ஊட்ல இல்ல. அந்த ஜோசியக்காரன் உடம்பு எப்படி கிடக்குதுன்னு பாக்க கரும்புக் காட்டுப்பக்கம் போயிருக்கா... எனக்கென்னன்னு இருந்துடட்டுமா?" வஞ்சியம்மாளின் கேள்வி நாயக்கரைக் கத்தியால் குத்தியது.

“அதுக்கு எதுக்கு புள்ள நாலு தெருவுக்குக் கேக்கற மாதிரி கத்தறே. வந்தா காலை ஒடிச்சி அறைல போட்டு பூட்டு... அத உட்டுட்டு...”

“நான் அவ காலை உடைக்கறது இருக்கட்டும். ராஜமாணிக்கம் உடம்பை போலீஸ்காரங்க எப்ப தருவாங்களாம்?”

“தலையில்லாத முண்டத்தை வாங்கி வந்து என்னத்த பண்றது? ஐஸ்பெட்டில போட்டு பெரிய ஆஸ்பத்திரியில வெச்சிருக்காங்க. ஒரு பொணத்துக்கு நாலு பொணம் வரிசையா... ஒண்ணுக்குக்கூட தலை இல்ல.”

“அப்ப தலை கிடைக்கற வரை இது சாவுத்தீட்டு ஊடுதானா?”

“வேற வழி...” நாயக்கர் அலுத்துக்கொண்டே திரும்பிச் சென்றார். வஞ்சியம்மாள் திரும்பவும் ராங்கியத்தைப் பார்த்தாள்.

“ஏ புள்ள இப்ப நீ அவளை எங்க இருந்தாலும் இழுத்துக்கிட்டுதான் வீட்டுக்குள் நுழையணும். இல்லாட்டி இந்தப் பக்கமே வராதே... போ...”

ராங்கியமும் ஒரு முடிவுடன் கிளம்பினாள்.

“களவாணிப்பய தலையை எடுத்துக்கிட்டு போய் என்னத்த பண்ணப்போறான். பெரிய மாயமால்ல இருக்கு நாயக்கரே...” - என்று துக்கம் கேட்க வந்தவர்களில் ஒருவர் புலம்புவது ராங்கியத்தின் காதிலும் விழுந்தது.

பாவம் அவர்கள்... அந்தப் பட்டியலில் தேன்மொழியும் சிக்கிக்கொண்டு விட்டது தெரியாமல் பேசிக் கொண்டிருந்தனர்!

✦✦✦

வாத்தியார் வீடு!

கொல்லையில் கிணற்றில் தண்ணீர் இறைத்து குளியலில் மூழ்கியிருந்தான் ராஜேந்திரன். அவனிடம் ஒரு புது வேகம். வாத்தியாரும் கவனித்தார்.

“என்ன தம்பி... இப்ப என்ன குளியல்?” - கேட்டார்.

அவனும் டவலைத் தேடி எடுத்து தலையைத் துவட்டிக்கொண்டே பதில் சொல்லத் தொடங்கினான்.

“வாத்தியாரே... நான் திரும்ப ஆவியோட பேசப்போறேன்...”

“அதான் போன தடவை பேச உக்காந்தப்ப அது வரலியே...”

“அப்ப நான் ராமசாமி ஆவியையும், கணேசன் ஆவியையும் கூப்பிட்டேன். அவங்கள அந்த ஆவி சொன்ன மாதிரி அந்த மாந்திரீகன் கட்டிப்போட்டுருக்கலாம். ஆனா இந்த தடவை நான் அவங்கள கூப்பிடப் போறதில்ல...”

“வேற யாரைக் கூப்பிடப் போறீங்க?”

“கடைசியா கொலையான ஜோசியரை!”

“ஜோசியரையா... ஆமா அவர் வருவாரா?”

“ஒரு முயற்சிதானே?”

“எஸ்.பி. சிதம்பரராஜன் வந்து கேக்கும்போது இந்த முயற்சியைச் செய்திருக்கலாமே...”

“அப்ப தோணலை. அதனால என்ன? ருத்ரா சார் ஒருபக்கம் படுவேகமா போய்கிட்டிருக்கார். இங்க என் பங்குக்கு நான் இப்படி முயற்சி செய்து பாக்கப்போறேன்...”

“என்ன பெரிய முயற்சி... புடலங்கா! போற உசுரு போய்கிட்டே தானே இருக்கு... இங்க யாரு கெட்டிக்காரங்கன்னே தெரியலியே...”

“நீங்க சலிச்சிக்கறதுல அர்த்தம் இருக்கு வாத்தியாரே. அதுக்காக போலீஸை அவசரப்பட்டு என்னை மாதிரியே தப்பா நினைச்சுடாதீங்க. ருத்ரா சார் ஒண்ணும் லேசுப்பட்ட ஆள் இல்ல. அவர் நிறையவே விஷயங்களைக் கண்டுபிடிச்சிட்டார்.”

“அப்படி என்னத்த கண்டுபிடிச்சாரு?”

“சொன்னா உங்களுக்குத் திகைப்பா இருக்கும். இருந்தாலும் சொல்றேன். கொலைங்க அவ்வளவும் புதையலுக்காகத்தான்.

அதை செய்யறவன் அந்த ஆயுள் தண்டனை கைதி இரும்பாடிங்கறவன்... அவனுக்கு உதவி மார்நாடுங்கற மாந்திரீகன்..."

"அதுசரி... அவங்கள இவ்வளவு போலீஸ் இருந்துமா பிடிக்க முடியலை... இப்ப அதுதானே கேள்வி?"

"அங்கதான் நீங்க யோசிக்கணும்... அவங்களுக்கு இந்த ஊர்ல யாரோ உதவி செய்துக்கிட்டு இருக்காங்க. அந்த உதவியால அவங்க தப்பிச்சிக்கிட்டு போறாங்க."

"ஊர்ல ஒரு வீடு விடாம போலீஸ் நாயுங்க பூந்து பார்த்துச்சே! அப்படி இருக்க எப்படி அவங்க தப்பிக்க முடியும்?"

"இந்த இடத்துலதான் லேசான குழப்பம். இதுக்கு பதிலை ஜோசியர் ஆவியால சொல்ல முடியுதான்னு பார்ப்போம்... இன்னொரு விஷயம்... புதையலை இனிமேதான் எல்லா கொலைகளையும் முடிச்சிட்டு அவங்க எடுக்கப்போறதா நீங்க நினைச்சா, தயவுசெய்து உங்க எண்ணத்தை மாத்திக்குங்க."

"என்ன தம்பி சொல்றீங்க?"

"முதல்ல ஜோசியர் ஆவியைக் கூப்பிடுவோம். மற்ற விஷயங்களைப் பிறகு பேசறேன். ருத்ரா சார் வேற அவசரமா மார்ச்சுவரிக்குப் போயிருக்கார். அதுவும் உங்க ஊர் பங்காருங்கறவன் போட்டோவோட..."

"யாரு கட்டிட மேஸ்த்திரி பங்காருவா?"

"அப்படித்தான் நினைக்கறேன்..."

"அவனுக்கென்ன?"

"ஆள் பத்து நாளா காணோமாமே... அவன் பொண்டாட்டி வந்து அவன் போட்டோவோட அழுதா..."

ராஜேந்திரன் சொல்லி நிறுத்த செல்லிடம் இருந்து அழைப்பு. ராஜேந்திரனும் பாக்கெட்டில் இருந்து எடுத்து செல்போன் திரையை பார்த்தான்.

ருத்ராதான் மறுமுனையில்!

"சார்..."

"ராஜேந்திரன் ஒரு பேட் நியூஸ்..."

"என்ன சார்..."

"தலை நசுங்கின நிலைல இரும்பாடியோட பாடின்னு ஒரு பாடியை சாத்தான் கரட்டுல பார்த்தோம் தானே?"

"ஆமாம் சார்... அதுதான் இரும்பாடி பாடி இல்ல. அது யார் பாடியோ தெரியலன்னு சொன்னீங்களே..."

"இப்ப தெரிஞ்சிடிச்சு... அது அந்த புகார் கொடுக்க வந்த பெண்ணோட புருஷனான பங்காருவோட பாடி...!"

"சார்ர்ர்...!"

"யெஸ்... மார்ச்சுவரில இருந்துதான் பேசறேன். அந்தப் பெண் சொன்ன அடையாளங்கள் அப்படியே இங்க அந்த இரண்டாவது பாடில ஒத்துப்போகுது."

"சார் இது அடுத்த அதிர்ச்சி... நீங்க சொல்ற கணக்குப்படி பார்த்தா முதல்ல இந்த பங்காரு, அடுத்து ராமசாமி. மூணாவதா கணேசன், நாலாவதா ராஜமாணிக்கம், அஞ்சாவதா ஜோதிடர்... சரிதானே?"

"எக்ஸாக்ட்லி... இதுல ராமசாமியை மட்டும் தலையை வெட்டி கொல்லலை. மற்றவங்கள்ள பங்காருவையும் தலையை வெட்டி கொலை செய்யல. தலையைச் சிதைச்சிருக்கான். அப்புறம்தான் தலை இல்லாத முண்டங்கள் உருவாகியிருக்கு..."

"என்ன சார் சொல்ல வர்றீங்க?"

"நான் சொல்றது இருக்கட்டும். இதைப் பார்க்கும்போது உங்களுக்கு என்ன தோணுது?"

"எனக்கு எதுவும் தோணலை சார்..."

"நல்லா யோசிச்சுப் பாருங்க. எனக்கென்னவோ இதெல்லாம் பலிகளை உத்தேசித்து நடக்கற கொலைகளா தெரியில..."

"அப்படின்னா..."

"புதையலை பலர் உதவியோட எடுத்தாச்சு. உதவி செய்தவங்களதான் கொன்னுக்கிட்டு வர்றாங்க..."

"இது என்ன சார் புது கோணம்?"

"இதுதான் என் கோணம். தலையை எடுத்துக்கிட்டு முண்டத்தைப் போட்டுட்டு போறது போலீசை குழப்பறதுக்காக."

"சார் நீங்க கிளம்பி வாங்க. நான் என் வழில போய் உங்க யூகம் சரியான்னு பாக்கறேன்..."

ராஜேந்திரன் பரபரப்பானான். விபூதி கொண்டு வந்து பூசிக்கொள்ளவும் செய்தான். திண்ணைமேல் துண்டை விரித்து, ஊதுபத்தியையும் கொளுத்தி வைத்துவிட்டு மடியில் நோட்டுடன் பேனாவை எழுதத் தயாராகப் பிடித்தபடியே மனதுக்குள் குவிந்துகிடந்த அவ்வளவு எண்ணங்களையும் விலக்கிவிட்டு ஜோதிடரை மட்டும் நினைக்கத் தொடங்கினான். வாத்தியாரும் சிண்டைப் பிய்த்துக்கொண்டார். "ஜோசியரே... வாய்யா... வந்து எங்க குழப்பத்தைத் தீர்த்து வை... வா! வா!" - அவர் உள்மனதும் மன்றாடியது. நல்லவேளை அது வீண் போகவில்லை. ஜோதிடர் ஆவி வந்துவிட்டது. ராஜேந்திரன் பேனாவும் எழுதத் தொடங்கியது.

22

"அந்தத் தந்தையின் ஆவியானது தன் இரு பிள்ளைகளில் ஒருவனோடுதான் பேசியது. இன்னொருவன் அழைத்தபோது வர மறுத்துவிட்டது. இதனால் சகோதரர்களில் ஒருவர் மட்டும் ஆவி விஷயத்தை உண்மை என்றும், இன்னொருவர் பொய் என்றும் கருதும் நிலை ஏற்பட்டது. உண்மையில் தந்தையின் ஆவிக்கு தன் மூத்த மகனிடம் பேசக்கூடாது என்பது விருப்பமில்லை. அதற்கு மூத்த மகனின் உடற்கூறு இடம் தரவில்லை. ஆம்! ஆவியுலக அனுபவம் பெறுவதற்கு உடற்கூறும், ஜாதக தசாபுத்தி மற்றும் அந்தரம் போன்றவைகளும் பெரும்பங்கு வகிக்கின்றன. உண்ணும் உணவு அதன் குணாம்சத்திற்கும் நெருங்கிய தொடர்பு இருக்கிறது. ஒருவர் மாமிசம், மது, புகையிலை என்று லாகிரி தொடர்பு அதிகம் உடையவராக இருந்தால் அதற்குக் காரணம் ஒருவித கிரகங்களின் சேர்க்கையே...

அப்படிப்பட்ட கிரகாதிபத்தியத்துக்கு நடுவில் ஆவியுலகில் நடமாடத் தொடங்கிவிட்ட ஆவிகளின் அலை அம்சங்கள் பொருந்திப்போவது மிகக்கடினம். அதைமீறி அவர்கள் உடம்பில் புகுந்து அவர்களை ஆட்டுவிக்க முயற்சிக்கும்போது உடம்பின் நாடித்துடிப்புகளும், சுவாசச்சீர்மையும் கெடுவதோடு உடம்பில் ஆதார சக்கரங்களாக உள்ள பல பகுதிகள் பாதிக்கப்படுகின்றன. சுவாதிஷ்டானம், மணிபூரகம் என்றெல்லாம் உடம்பில் பகுதி பகுதியாக யோகாம்சங்கள் உள்ளன.

யோகசக்தி மிகுந்தவர்களை ஆவிகள் ஆட்கொள்வது மிகமிகக் கடினம். ஆனால் அவர்களாக முயன்றால் அவர்களை ஆவிகள் ஆட்கொள்ள முடியும்.

இப்படி ஆவிகளுக்குப் பின்னால் பல சங்கதிகள் பொதிந்து கிடக்கின்றன!"

ராஜேந்திரனை ஆட்கொண்ட ஜோதிடரின் ஆவி அவனோடு பேச ஆரம்பித்தது. அந்த நோட்டிலும் ஜோதிடரிடம் கேள்விதான் பிரதானமாக இருந்தது. "சபாஷ் தம்பி... என்னைக் கூப்பிட்டதற்கு மிகவும் நன்றி. நீ எவ்வளவு கேள்வி வேண்டுமானாலும் கேள். நான் பதில் சொல்கிறேன்..." என்றதோடு ராஜேந்திரன் எழுதுவது நின்று அவனும் ஒரு சிலைபோல் அப்படியே அமர்ந்துவிட்டான்.

வாத்தியாருக்கு உதைப்பெடுத்தது. அவருக்கு அடுத்து என்ன செய்வது என்று தெரியவில்லை.

"தம்பி ராஜேந்திரன்... ஜோசியர் ஆவி வந்துடுச்சி. அது கேள்விங்க கேட்குது. கேட்டா பதில் சொல்றேன்னும் சொல்றார். இது நல்ல சந்தர்ப்பம்... உங்க சந்தேகங்களை எல்லாம் கேள்வியா கேளுங்க..."

வாத்தியார், ராஜேந்திரனை ஏதோ அவன்தான் கேட்க வேண்டும் என்பதுபோல பதட்டத்தோடு தூண்டிவிட்டார்.

அடுத்த நொடியே அவன் பேனா திரும்பவும் நோட்டின் மேல் ஓடியது.

"யார் அது?"

கேள்வியைப் படிக்கவும் வாத்தியார் வேகமாக பதிலளிக்கத் தொடங்கினார்.

"நான்தான் ஜோசியரே... தமிழ் வாத்தியார் தீனதயாளன்..."

"நல்லது வாத்தியாரே... எதுக்கு என்னைக் கூப்பிட்டீங்க?"

திரும்பவும் அவன் கையிடம் ஓட்டம். அதனால் ஒரு கேள்வி.

"ஜோசியரே... உங்களை யார் கொலை செய்தது. இந்த கிராமத்துல என்னதான் நடக்குது?"

"ஒவ்வொரு கேள்வியா கேளுங்க வாத்தியாரே..."

"சரி... உங்களை யார் கொலை செய்தது?"

"மாந்திரீகன் மார்நாடு..."

"எதுக்குக் கொலை செய்தான்?"

"நான் அவன் எடுத்துட்ட புதையலுக்கான பலி."

"என்னது புதையல் எடுத்தாச்சா?"

"ஆமாம். புதையலும் ஊருக்குள்ளதான் இருக்கு."

"இதுக்கு யாரெல்லாம் உடந்தை...?"

"அது சிதம்பர ரகசியம்... எனக்கே தெரியாது..."

"அப்ப நீங்களும் மனுசங்க மாதிரி தானா... உங்களுக்கு விசேஷ சக்தியெல்லாம் கிடையாதா?"

"எனக்கு என் மகன் கருமம் பண்ணி பிண்டம் போடப்போடத்தான் சக்தி வரும். என் மகன்கிட்ட என் உடம்பை ஒப்படைச்சு கருமம் பண்ணச் சொல்லுங்க."

"அவசியம் சொல்றேன்... இப்ப அந்த மார்நாடு எங்க ஒளிஞ்சிக்கிட்டு இருக்கான்..."

"ஏதோ ஒரு வைக்கோல்போருக்குள்றன்னு மட்டும் தெரியுது. ஆனா எந்த வைக்கோல்போர்னு தெரியல..."

"அதைச் சொல்றது அவ்வளவு கஷ்டமா?"

"அவன் வசியக்காரன். நாய், பூனை, பட்சி பாம்புன்னு சகலத்தையும் கட்டிப்போடத் தெரிஞ்சவன். அவன் உங்க கூடவே இருப்பான். ஆனா உங்களால உணர முடியாது..."

"அவனைப் பிடிக்க ஒரு வழி சொல்லுங்க..."

"எனக்கு இப்ப எந்த வழியும் சொல்லத் தெரியல. நானே வழி தெரியாம சுத்திச்சுத்தி வந்துக்கிட்டு இருக்கேன்."

"அப்ப உங்களுக்கு என்னதான் தெரியும்?"

"இன்னும் கொலைகள் நடந்தே தீரும். அதை யாராலையும் தடுக்க முடியாது. எட்டு திரையையும் அவன் பலி கொடுத்த தலைகளால் மூடி கபால பூஜை செய்து திரையைக் கட்டப்போறான். அப்படி கட்டின பிறகுதான் புதையலோட வெளிய போகமுடியும். இல்லேன்னா புதையலை காவல் காத்துக்கிட்ட வந்த குலதேவி ஜக்கம்மாவை அவன் சமாளிக்க முடியாது..."

"இதையெல்லாம் சொல்லத் தெரியுது. புதையல் எங்க இருக்குன்னு சொல்லத் தெரியலையா?"

"தெரியலியே... என் தலையை வெட்றதுக்கு முந்தி அவன் பேசினத வெச்சுதான் நான் இதைச் சொல்றேன். என்னையே அவன் ஜக்கம்மாவுக்குக் காணிக்கைன்னு சொல்லிதான் பலி போட்டான்..."

"அவன் சிக்கினா போலீஸ் அவனை பொலி போட்றுவாங்க..."

"அவன் தன் ஜாதகம் பத்தி தெரிஞ்சவன். வசியக்காரன். பெரிய ஆவி அருள் உள்ள ஒருவனாலதான் அவனை நெருங்க முடியும். மற்ற யாராலையும் அவனை எதுவும் செய்ய முடியாது..."

"இப்படி சொன்னா எப்படி ஜோசியரே... ஒரு பக்கம் போலீஸ் வலைவீசிக்கிட்டு இருக்கு. தினம் ஒரு பிணம் விழுந்தா என்ன அர்த்தம்?"

"எல்லாம் தலையெழுத்து... பண்ண பாவம்... நான் பண்ண பாவத்துக்கும், பணம் காசுக்கு ஆசைப்பட்டு பொய்யா சொன்ன ஜோசியத்துக்கும் இப்படி ஆயிட்டேன்."

"உங்களுக்கே உங்க முடிவு எங்க எப்போன்னு தெரியாதா?"

"நான் ஒரு அரை ஜோசியன். அதனால மத்தவங்களுக்கும் சரியா சொல்லலை. எனக்கும் என்னைப் பத்தி தெரியல. ராஜமாணிக்கம் மாதிரி ரவுடிகளுக்கெல்லாம் துணைபோனேன். அதனால் அவனைப்போலவே அழிஞ்சிட்டேன்."

"சரி... புதையல் இப்ப எங்க இருக்கு? அந்தக் கொலைகார மார்நாடு எங்க இருக்கான்? அவனுக்கு நம்ம ஊர்ல உடந்தையா இருக்கறவர் யார்? இந்த மூணு கேள்விக்கும் உங்களால எப்ப சரியா பதிலை சொல்ல முடியும்?"

"எனக்குத் தெரியாது. ஆனா ஒண்ணு உறுதி. அவன் வைக்கோல்போருக்குள்ள ஒளிஞ்சிருக்கான்... என்னைக் கொன்னபிறகு என் தலையோட அவன் வைக்கோல்போருக்குள்ளதான் நுழைஞ்சான். வெளியேதான் வைக்கோல் போர்... உள்ளது. அது

அவன் பூஜை செய்யற இடம். ஜக்கம்மா தேவியை பாவையா பிடிச்சு வெச்சு அதன் முன்னால என் தலையை வெச்சு பூஜை செய்தான். பிறகு என் தலையை ஊரோட கன்னி மூலையில போட்டு புதைச்சு மேல நாய், நரி நெருங்க முடியாதபடி செங்கருங்காலிச் செடியை நட்டு வைத்திருக்கிறான். அதன்மேல் ஐங்கோலக் கருமையைத் தடவி பைரவர் மந்திரத்தை 100 முறை ஜெபித்து கருங்காலிச்செடி வேரைக்கொண்டு மோதிரம் செய்து, அதையும் அவன் போட்டுக் கொண்டிருப்பதால் எந்த நாயாலும் அவனையோ, அந்த இடத்தையோ நெருங்க முடியாது. மீறி நெருங்கினால் அங்கே அப்படியே சுருண்டு படுத்துவிடும்."

"சரி ஜோசியரே... இப்போதைக்கு இந்தத் தகவல்கள் போதும்... அடுத்து போலீஸ்காரங்களையும் வெச்சிக்கிட்டு கூப்பிடறேன். அப்ப அவங்க எதுக்கயும் வந்து நீங்க இதேபோல எழுத்தால் பேசணும்..."

"எச்சரிக்கை... நீங்க என்கூட பேசினது ரகசியமா இருக்கட்டும். இல்லேன்னா அந்த மார்நாடுக்கு என் ஆவியைக் கட்டிப்போடுறது பெரிய விஷயமில்லை."

"உங்க எச்சரிக்கைக்கும், பதில்களுக்கும் நன்றி ஜோசியரே. நீங்க விலகலாம்."

வாத்தியார் சொல்லி முடிக்க, ராஜேந்திரன் சுய நிலைக்குத் திரும்ப சரியாக இருந்தது.

அவன் மடிமேல் அவனுக்குள் ஜோதிடர் புகுந்து அளித்த தகவல்கள்.

"தம்பி... ஜோசியர் எவ்வளவு தூரம் பதில் தந்திருக்கார் பாருங்க. உங்களுக்குப் பதிலா நானே கேள்விகளைக் கேட்டேன்...!" வாத்தியார் ராஜேந்திரனுக்கு நோட்டை காட்டினார். அவனும் ஆவலோடு வாசித்தான். ஒவ்வொரு பதிலுமே ஒவ்வொரு விதம்!

உருப்படியான பதில்கள் என்றால் அது இரண்டு தான். புதையல் எடுக்கப்பட்டிருக்க வேண்டும் என்கிற ருத்ராவின் யூகம், அப்படியே பலித்துவிட்டது. அடுத்து அவன் வைக்கோல்போர் ஒன்றுக்குள் ஒளிந்து கொண்டிருக்கிறான்.

ராஜேந்திரன் அதன்பின் ஒரு நொடியைக்கூட வீணாக்கவில்லை. செல்போனில் ருத்ராவை அழைத்தான்.

"ருத்ரா சார்..."

"என்ன ராஜேந்திரன்?"

"உங்க யூகம் ரொம்ப சரி... புதையலை எடுத்துட்டாங்க..."

"என்ன உங்க ஆவி சொல்லிச்சா?"

"ஆமாம்... கொலையாளி மார்நாடுதான்! ஊருக்குள்ளதான் இருக்கான். அதுவும் ஒரு வைக்கோல்போருக்குள்ள..."

"வைக்கோல்போருக்குள்ளயா...?"

"ஆமாம்... அது மட்டுமல்ல கொலை செய்யப்பட்டவங்க தலைகள் எட்டு திசையில புதைக்கப்பட்டு அதுக்கு மேல உங்க மோப்ப நாயுங்க நெருங்க முடியாதபடி செங்கருங்காலிசெடி நடப்பட்டிருக்குது..."

"என்ன ராஜேந்திரன்... ஊரைச் சுத்தி போலீஸ் ரவுண்ட் வந்துகிட்டிருக்கும் போது அவன் ஒரு தலையோட போய் எப்படி புதைக்க முடியும். பேத்தலா இருக்குதே உங்க ஆவி சொல்றது?"

"சார் அவன் வசியம் தெரிஞ்சவன். நாலுபேர் பார்க்கும்போதே சாமர்த்தியமா நடமாட முடியும்னுதான் ஜோசியர் சொல்றார். அடுத்து இதை அவன்தான் செய்திருக்கணும்னு இல்ல. அவனுக்காக அவன் கையாள் யாராவது செய்திருக்கலாமில்லியா?"

"அது யார்னு தெரியலியா?"

"தெரியலன்னு சொல்றார்..."

"எது முக்கியமோ அதை விட்டுட்டு சும்மா வைக்கோல்போர், ஊரைச் சுத்தி தலைங்க புதைக்கப்பட்டிருக்குங்கறதெல்லாம் நம்பற மாதிரியா இருக்கு?"

"சார்... எல்லா வைக்கோல்போரையும் சர்ச் பண்ணி பார்க்கறதுல என்ன சார் நஷ்டம்?"

"நிச்சயம் பண்ணிப் பார்ப்போம். சொன்ன மாதிரி அது என்ன செடி சொன்னீங்க...?"

"செங்கருங்காலிச்செடி...!"

"அப்படி ஒரு செடி இருக்குதான்னே தெரியில... ஓ.கே... இப்பவே ஆட்களை ஏவி விடறேன்."

"ரொம்ப சிம்பிள் சார்... அங்க போனா நாயுங்க சுருண்டு படுத்துடுமாம்..."

"ரைட் ராஜேந்திரன்... இதுதான் நீங்க உங்க ரூட்ல போய் கண்டுபிடிச்ச விஷயங்களா?"

"இப்போதைக்கு இதுதான்..."

"அந்த ஆவி முக்கியமான ஒரு தகவலை உங்களுக்குத் தராம போயிடிச்சே...?"

"பல தகவல்களைத் தரலை... ஏதோ தந்துருக்கற தகவல்களை வெச்சு துப்பு துலக்கி பாருங்களேன்."

"அதான் பாக்கறேன்னு சொல்லிட்டேனே... பை த பை உங்க ஆவி சொன்னதை விட முக்கியமான விஷயத்தை நான் சொல்றேன்."

"என்ன சார் அது?"

"உங்க ஆசைக்குரிய தேன்மொழி, ஐ மீன் நாயக்கரோட மகள், நீங்களும் நானும் பார்க்க கரும்புக்காட்டுக்குள்ள போனா இல்லியா?"

"ஆமாம்..."

"அவ இப்ப காணோம். இப்பதான் நாயக்கர் வந்து என் மகளை அந்த மந்திரவாதி கடத்திட்டான் போல இருக்கு சார்னு ஒரு புலம்பு புலம்பி கம்ப்ளைண்ட் கொடுத்துட்டுப் போறாரு..."

"சார்ர்ர்...!"

“என்ன உங்க ஆவி... உங்களுக்கு எது முக்கியமோ அதை சொல்லலையே...” ருத்ரா குரலில் கிண்டல் இழையோடிற்று. ராஜேந்திரனோ நொறுங்கிப் போயிருந்தான்.

அதன்பின் அவன் மீளவே வெகு நேரமாயிற்று. நிமிர்ந்தவன் மெல்ல வாத்தியார் எங்கே என்று பார்த்தான்.

அவர் அந்த வீட்டுக்குள் எங்கேயும் இல்லை.

எங்கே போனார்?

23

"ஆவிகளைப் பற்றிய ஆய்வில் எவ்வளவோ அரிய தகவல்கள் இந்த உலகத்திற்கு கிடைத்துள்ளது. அதில் மிகுந்த விஞ்ஞானப் பார்வை உள்ளவர்களும் ஓரளவு ஒப்புக்கொண்டிருக்கும் ஒரு கருத்து என்ன தெரியுமா?

ஒரு மனிதன் இறப்பிற்குப்பின் உடம்பு மண் மீது அசையாமல் கிடக்க அவனிடமிருந்து விலகிய ஒரு நிதர்சனமான விஷயம் அவன் உயிரோடு இருந்த வரையில் போட்ட சப்தம் தான். (சப்தம் என்பது பல இன மொழிகளைக் குறிக்கும்.)

இந்தச் சப்தம்தான் மனமாக உடம்புக்குள் உள்ளது. மனம் என்பது என்ன? சப்தங்களின் தொகுப்புதானே? அப்படியானால் உடம்பைவிட்டு விலகியதும் அதுதானே? அந்த மனம் இறக்கும் தருவாயில் எப்படிப்பட்ட எண்ண ஓட்டங்களை உடையதாக இருந்ததோ, அதைப் பொறுத்து அது வெளியில் பரவிக்கிடக்கும் பிற சப்த அலைகளுடன் கலந்து பரவுவதோ அல்லது கரைவதோ நிகழ்கிறது. கலந்து பரவினால் திரும்பிப் பிறத்தல் நிகழ்கிறது. கரைந்துவிட்டால் அது முக்தி எனக் கருதப்படுகிறது!"

ராஜேந்திரனுக்குப் பகீர் என்றது.

அதற்குள் வாத்தியார் எங்கே போய் தொலைந்தார்?

வாத்தியாரே, வாத்தியாரே என்று சற்று பெரிதாகவே கத்திக்கொண்டு வீட்டைச் சுற்றி வந்தவன், கொல்லையில்

ஒரு செடியின் மறைவில் இருந்து அவர் வருவதைப் பார்த்து அப்பாடா என்று பெருமூச்சு விட்டான்.

"என்ன தம்பி... என்னை காணோம்ன உடனேயே பதறிப் போயிட்டீங்களா?"

அவரும் பக்கத்து தொட்டித் தண்ணீரை எடுத்து கால் கழுவியபடியே கேட்டார்.

"கொஞ்ச நேரத்துல என்னை உலுக்கி எடுத்திட்டீங்களே..." என்று திரும்பவும் பெரிதாக பெருமூச்சு விட்டான்.

"அதுசரி, ருத்ராபதி போன் பண்ண மாதிரி இருந்துச்சே..."

"ஆமாம் வாத்தியாரே... உங்க ஊர் மிராசுவுக்கு அடுத்த அடி... ஒரு வகையில் எனக்கும் தான்..."

"என்ன தம்பி...?"

"தேன்மொழிய காணோமாம்..."

"என்ன... அந்தப் பெண்ணைக் காணோமா?"

"ஆமாம்... எனக்கு இப்ப என்ன பண்றதுன்னே தெரியல."

"அடக் கொடுமையே... இது என்ன, நினைச்சு பார்க்க முடியாத மாதிரியெல்லாம் நடக்குது?"

"சரி... இனி பேசிக்கிட்டிருக்க நேரமில்லை. நான் கிளம்பறேன்..."

"எங்க?"

"ஊர்ல ஒரு வைக்கோல்போரை விடப்போறதில்ல. போலீஸ்காரங்க இன்னேரம் சுத்தி வளைக்க ஆரம்பிச்சிருப்பாங்க. நானும் போய் பார்க்கறேன்." ராஜேந்திரன் துள்ளிக்கொண்டு கிளம்பினான்.

அதுவரை ஊர் சம்பவங்கள் அவன் அறிவு உணர்ச்சியைத்தான் பாதித்திருந்தது. ஆனால் தேன்மொழி காணவில்லை என்கிற அந்த ஒரு சம்பவம், அவன் மனதை வெகுவாகப் பாதித்துவிட்டதை

வாடிவிட்ட அவன் முகம் வாத்தியார் வரையில் தெளிவாகவே உணர்த்தியது.

மௌனமாக, அதற்குக் காரணம் காதலாக இருக்குமோ என்று அவரும் தனக்குள் கேட்டுக்கொண்டார்.

✦✦✦

ருத்ரா மிக புத்திசாலித்தனமாகச் செயல்பட்டுக் கொண்டிருந்தார். ஆயக்குடிக்கே தண்ணீர் சப்ளை செய்யும் ஒரு வாட்டர் டேங்க் ஊரின் நடுவில் நிறுவப்பட்டிருந்தது. அதன்மேல் ஏறியிருந்தார் ருத்ரா! அங்கிருந்தபடியே டெலஸ்கோப்பால் ஊரைச் சுற்றி ஒரு பார்வை பார்த்தார். மொத்த ஊரும் துல்லியமாகத் தெரிந்தது.

கீழிருந்து பார்ப்பவர்களுக்கும் அவர் மொத்த ஊரையும் பார்க்கின்ற மாதிரிதான் இருந்தது. ஆனால் அவர் பார்வை எந்தெந்த வீடுகளில் வைக்கோல்போர் இருக்கிறது என்பதைக் கணக்கெடுத்துக் கொண்டிருந்தது. அப்படியே சூரியன் உதித்து உச்சி வானிலிருந்து சரியும் திசையை மிகச் சரியாக இனம்பிரித்து திசைகள் சந்தித்துக்கொள்ளும் ஈசான பாகம், வாயு பாகம், கன்னி பாகம், அக்னி பாகத்தையும் அடையாளப்படுத்திக் கொண்டார்.

தொடர்ந்து அங்கே நின்றபடியே வயர்லெஸ்ஸைக் கையில் எடுத்து தன் சகாக்களுக்குக் கட்டளையிடவும் தொடங்கினார்.

“சண்முகம்... மொத்தமா ஊர்ல இருபது வைக்கோல்போர்! அதுல இரண்டு மட்டும் வீட்டை ஒட்டி இல்லாம தனியா இருக்கு... கொஞ்சம் அளவுலயும் பெருசா இருக்குது. அனேகமா அதுக்குள்ளதான் அவன் ஒளிஞ்சிகிட்டிருக்கணும். வெப்பன்ஸோட இரண்டு குரூப் இம்மீடியட்டா அங்கபோய் சுத்தி வளையுங்க. அந்த இரண்டுல ஒண்ணு ஊருணிகிட்ட இருக்கு... இன்னொன்று பஸ்ஸ்டாப்புக்குப் பின்பக்கமாக உள்ள வயல்காட்டுல இருக்கு!” ருத்ரா சொல்லி முடிக்க, சண்முகம் என்கிற எஸ்.ஐ.யும் புயல்போல செயல்பட ஆரம்பித்தார். கச்சிதமாக

ராஜேந்திரனும் வந்திருந்தான். மேலே நின்று பைனாகுலரில் நோட்டம் போடும் ருத்ராவையும் பார்த்தான்.

அது ஒரு உருப்படாத வாட்டர் டேங்க். அது செயல்பட்டு பல காலமாகிவிட்டது. ஆனால் இன்று அது ருத்ராவுக்கு வசதியாகப் பயன்பட்டுக் கொண்டிருந்தது.

எஸ்.ஐ. சண்முகம் சில நொடிகளில் பத்து பத்து பேராக துப்பாக்கியும் கையுமாக இரு வரிசையை உருவாக்கியிருந்தார்.

அவர்களும் சீராகவும், விறைப்பாகவும் நின்றார்கள். சண்முகம் மட்டும் தளர்வாக அவர்களைச் சுற்றி வந்தவர், ஏதோ சொன்னார். அவர்களும் அடுத்தநொடி ஒன்றுபோல சல்யூட் செய்துவிட்டு கலைந்து ஓட ஆரம்பித்தனர்.

ஊரே ஒருவித ஸ்தம்பிப்போடு வேடிக்கை பார்த்தது. அந்தக் கூட்டத்தில் இறந்துவிட்ட ராமசாமியின் மகளான பேச்சியும் இருந்தாள்.

அவளிடம் திரும்பவும் அந்த வெறித்த பார்வை!

ராஜேந்திரன் அண்ணாந்து ருத்ராவைப் பார்த்துவிட்டு வைக்கோல்போரை வளைப்பதற்காக ஓடும் போலீஸ்காரர்களைப் பின்தொடர்ந்தான்.

நடுவழியில் அவன் செல்போன் “என்னோடு பேசு” என்பதுபோல சப்தமிட்டது. எரிச்சலுடன் எடுத்து காதைக் கொடுத்தான்.

மறுமுனையில் அவனது எடிட்டர்!

“என்னய்யா... அந்த ஊர்லயே செட்டில் ஆயிட்டியா, ஒரு போன் கூட பண்ண மாட்டேங்கற?” என்று அவரிடமும் எடுத்த எடுப்பில் பிலாக்கணம்.

“பண்றேன் சார். எதுக்காக இந்த ஊருக்கு வந்தேனோ, அது ஒரு முடிவுக்கு வந்துக்கிட்டிருக்கு. தயவுசெய்து கொஞ்சம் அப்புறமா பேசுங்க” என்று அவருக்கு ஒரு பதிலைச் சொல்லிவிட்டு படுவேகமாக ஓடினான்.

✦✦✦

ஊருணிக்கரையில் உள்ள வைக்கோல்போரைச் சுற்றி ஒடிய போலீசார் சீரான இடைவெளியில் வட்டம் கட்டி நின்றுகொண்டனர்.

எஸ்.ஐ. சண்முகம் கைவசம் ரிவால்வரோடு வைக்கோல்போரை குடையத் தொடங்கியிருந்தார். அவர் எதிர்பார்த்தது போலவே ஒரு இரண்டடி குடைவுக்குள்ளேயே உள்ளே குகைபோல ஒரு அமைப்பு இருப்பது தெரியவந்துவிட்டது. பலகை ஒன்று கதவுத் தடுப்புபோல இருந்தது. அதைப் பிடுங்கவும் உள் கூடு துல்லியமாகத் தெரிந்தது.

உள்ளே தேன்மொழி வாயில் அடைக்கப்பட்ட துணியோடு மயங்கிக்கிடந்தாள். கையிரண்டும் பின்னால் கட்டப்பட்டிருந்தது. அந்தக் காட்சியை ராஜேந்திரனும் சண்முகத்தின் தோள்மேல் தன் தாடை பதிய எட்டிப் பார்த்தான்.

அவளைச் சுற்றி அரிவாள், சட்டிப்பானைகள், ஏராளமான முட்டைகள், வெட்டி எடுக்கப்பட்ட ஆட்டுத் தலை, மாவை உருட்டிச்செய்த மந்திரப் பாவை உருவம் என்று என்னென்னவோ?

தேன்மொழி அனைத்துக்கும் நடுவில் ஒரு கேள்விக்குறிபோல சுருண்டுகிடந்தாள்.

அந்த மாந்திரீகனை மட்டும் காணவில்லை.

ராஜேந்திரன் உரிமையோடு சண்முகத்தை விலக்கிக்கொண்டு முன்னால் சென்று தேன்மொழியின் கட்டுக்களை அவிழ்க்கத் தொடங்கினான்.

அவள் மயக்கத்தில் இருந்ததால் அவளை அப்படியே தொட்டுத் தூக்கிக்கொண்டு வைக்கோல் பிரிகள் முகத்தில் உரச வெளியில் வந்தான்.

வெளியே ஊரே திரண்டிருந்தது. அதில் நாயக்கரும் அவர் மனைவியும் கூட இருந்தனர். இருவரும் பாய்ந்து வந்தனர். அவர்கள் முன்னால் ஊருணிக்கரை மேலேயே தேன்மொழியைக் கிடத்தியவன், ஊருணியில் இறங்கி கை நிறைய நீரை

முகண்டுவந்து தேன்மொழி முகத்தில் தெளித்து பரபரப்பாகச் செயல்பட்டான்.

எஸ்.ஐ. சண்முகம் படப்புக்குள் இருக்கும் பொருட்களை பத்திரமாக எடுத்து வைத்துக் கொண்டிருந்தார்.

குறிப்பாக அந்த அரிவாளை கர்ச்சிப்பால் அவர் தொட்டுத் தூக்கி வந்தது நாயக்கரை இமையை வளைக்க விட்டது.

ஆனால் ராஜேந்திரன் கவனமெல்லாம் தேன்மொழி மேலேயே இருந்தது. சுற்றி இருப்பவர்களைப் பற்றியெல்லாம் அவன் லட்சியமே செய்யவில்லை. கண் திறந்து அவளும், அவன் முகத்தை மிக அருகில் பார்த்து இமைகள் படபடத்தாள்!

இவ்வளவு களேபரத்திலும் ருத்ரா மட்டும் அந்த வாட்டர் டேங்க் மேலே இருந்து இறங்கியே வரவில்லை. அவர் பார்வை, ஊரைச்சுற்றியே கழுகுபோல வட்டமிட்டபடி இருந்தது. பைனாகுலர் வழியாக ஊடுருவியபடியே இருந்தவர், ஒரு புள்ளியில் இருவர் மட்டும் ஊரைவிட்டு வெளியேறும் பாதைமேல் ஓடத்தொடங்கியிருப்பதைப் பார்த்தார்!

பைனாகுலரை அட்ஜஸ் செய்யவும், ஓடுபவர்கள் துல்லியமானார்கள். ஊரின் மொத்த கவனமும் தேன்மொழிகிடக்கும் வைக்கோல் படப்பு அருகேயும், இன்னொரு படப்பைக் குடைந்தபடி இருக்கும் போலீஸ் கூட்டத்தின் மேலேயும் இருப்பது அவர்கள் ஓடுவதற்கு வசதியாக இருந்தது.

ஆனால் ருத்ரா அதை அனுமதிக்கத் தயாரில்லை. முதுகின் பின்புறத்தில் ஒரு நீண்ட குழல் துப்பாக்கியைச் சொருகி வைத்திருந்தார். அதில் ஒரு ரூபாய் நாணய சைசுக்கு லென்சும் மையத்தில் வட்டமாக பதிக்கப்பட்டிருந்தது. அதன் மையத்தில் ஒரு கூட்டல் குறி. அது ஓடியபடி இருக்கும் ஒருவனின் முதுகில் நிலைகொள்ளவும் ட்ரிக்கரை அழுத்தினார்.

சப்தமே இல்லாமல் விடுதலை பெற்று பயணம் செய்த தோட்டா கச்சிதமாக முதுகெலும்பை நொறுக்கிக்கொண்டு மார்பு

பாகத்தில் ஊடுருவியது. அவனும் சுருண்டு விழுந்தான். அடுத்த ஐந்தாவது நொடி மேலும் வேகமெடுக்கப் பார்த்த அடுத்தவன் முதுகை அது ஊடுருவிச் சாய்த்தது.

அடி வெட்டுப்பட்ட வாழை சரிந்துவிழுவது போலத்தான் இருவருமே விழுந்தனர்.

இது எதுவுமே தெரியாதபடி தேன்மொழி கண்விழித்து எழுந்து நிற்க, அவளை வஞ்சியம்மாள் அணைத்துக்கொண்டு கண்ணீர்விட, அப்பாடா என்று இருந்தது ராஜேந்திரனுக்கு.

ருத்ரா குறிப்பிட்ட இரண்டாவது வைக்கோல்போருக்குள் கைதி இரும்பாடியின் துணிமணிகள், தோல்பை, துப்பாக்கி என்று சகல ஐட்டங்களும் இருந்தன. ஒரு சட்டியில் அடிப்பாகத்தில் மைபோல ஏதோ ஒன்றும் இருந்தது.

அவைகள் அவ்வளவையும் தடயப் பொருட்களாக போலீசார் எடுத்து வைத்துக் கொண்டிருந்தனர்.

ருத்ரா தன் கைக்கெடிகாரத்தைப் பார்த்தபடியே கீழிறங்கினார். எஸ்.பி. சிதம்பரராஜனுடன் பேசி அதிகபட்சமாய் எட்டு மணிநேரம் கூட ஆகியிருக்கவில்லை. குற்றவாளிகள் இருவரையும் ஒழித்தாகிவிட்டது. கடத்தப்பட்ட தேன்மொழியும் மீட்கப்பட்டுவிட்டாள்.

அவருக்கு நினைத்துப் பார்க்கவே சற்று சுகமாக இருந்தது. எதிரே எஸ்.ஐ. சண்முகமும், ராஜேந்திரனும் தேன்மொழியோடு வந்து கொண்டிருந்தனர்.

ராஜேந்திரன் முகத்தில் ஒருவித செருக்கு பரவியிருந்தது. ஆவி மூலம் தனக்குக் கிடைத்த தகவல் உண்மையாகிவிட்ட மகிழ்ச்சியும், அதைவிட தேன்மொழியைக் காப்பாற்றிவிட்ட மகிழ்ச்சியும் அவன் முகத்தில் கரைபுரண்டு ஓடிக்கொண்டிருந்தது.

சண்முகம் ருத்ராவை நெருங்கி சல்யூட் செய்தார்.

"சண்முகம் ஊரைவிட்டு வெளியேபோற பாதைமேல கைதி இரும்பாடியும், அந்த மாந்திரீகன் மார்நாடுவும் பிணமா

கிடக்கறாங்க. போய் முதல்ல பாடியை பிரசர்வ் பண்ணுங்க" என்று ருத்ரா கட்டளையிட, ராஜேந்திரன் அடுத்தகட்ட வியப்பில் விழுந்தான்.

"சார் அவங்க எப்படி?" என்று கேட்க, அவர் தன் நீண்ட குழல் துப்பாக்கியைத் தூக்கி குறிபார்த்தார். அவனுக்குப் புரிந்துவிட்டது.

"ஓ... நீங்க வாட்டர் டேங்கை விட்டு இறங்காததுக்கு இதுதான் காரணமோ... அப்படியும் துப்பாக்கி சத்தம் கேக்கலையே..." என்றான்.

"இது சைலென்சர் ரகம் ராஜேந்திரன்..." என்றார் ருத்ரா.

தேன்மொழி தலைகவிழ்ந்து அப்பா அம்மாவுக்கு நடுவில் நின்றபடி இருந்தாள். நாயக்கர் கையைக் கூப்பியபடி முன் வந்தார்.

"சார்... எப்படியோ என் மகளைக் காப்பாத்திட்டீங்க. இந்த ஊரையும் காப்பாத்திட்டீங்க..." என்று நெகிழ்ந்தார்.

"இதுக்கு மூல காரணம் இதோ இந்த பத்திரிகைக்காரர் தான்..." ராஜேந்திரனைக் காட்டினார் ருத்ரா.

அடுத்த நொடியே, "சார் அப்ப ஆவி இருக்கறதை ஒத்துக்கிறீங்களா?" என்று உற்சாகமாக ராஜேந்திரனும் திருப்பிக் கேட்டான்.

ருத்ரா பதிலுக்கு மிகக் கூர்மையாகப் பார்த்தார்.

"என்ன சார்... இன்னும் என்ன பார்வை?"

"பார்க்காம... உங்க ஆவியை என்கிட்ட கொஞ்சம் பேசச் சொல்லுங்க..." என்றார். அதில் கிலோ கணக்கில் கிண்டல்.

"அதுக்கு நீங்க என்னைப்போல முயற்சி செய்யணும்..."

"நான் முயற்சி செய்யலைன்னு உங்களுக்குத் தெரியுமா?"

"அப்படின்னா...?"

"உங்களுக்கு வந்த ஆவி பலே கெட்டிக்கார ஆவி. அந்த ஆவிதான் குற்றவாளிகள் ஊருக்குள்ளேயே இருந்துக்கிட்டு

எல்லா தப்பும் பண்ண இடம் கொடுத்த ஆவி... இந்த போலீஸ்காரன் கூப்பிடவும் வரவே மாட்டேன்னுடிச்சு. நான் என்ன பண்ண?"

"நீங்க என்ன சார் சொல்றீங்க...?"

"அது வரலைன்னேன்..."

"சரி சார்... அதனால என்ன? அதான் குற்றவாளிங்கள பிடிச்சாச்சே... இனி என்ன சார்?"

"இனி என்னவா... சரிதான். சுட்டுக்கொல்லப்பட்ட அந்த இரண்டு பேருக்கு இடம் கொடுத்த அந்த உண்மையான குற்றவாளி யார்னு தெரிய வேண்டாமா?"

ராஜேந்திரன் அதைக்கேட்டு நிமிர்ந்தான்.

"எல்லாத்துக்கும் மேலா பலப்பல கோடி மதிப்புல இருக்கிற புதையல் என்ன ஆச்சுங்கறது தெரிய வேண்டாமா?"

நிமிர்ந்த ராஜேந்திரன் வியந்தான்.

இது போலீஸ் புத்தி என்பதற்கு இலக்கணம்போல ருத்ரா கேட்ட கேள்விகளில் அனல் பறந்தது. அதேசமயம் இரு ஸ்ட்ரெச்சரில் மாந்திரீகன் உடம்பும், இரும்பாடி உடம்பும்கூட அங்கு வந்து இறங்கியது. தேன்மொழி திரும்ப ஒருமுறை மாந்திரீகன் உடலைப் பார்த்து விதிர்த்துப்போய் வஞ்சியம்மாளை இறுகக் கட்டிக்கொண்டாள். கூடவே ஆங்காங்கே செங்கருங்காலிச்செடிக்குக் கீழ் புதைக்கப்பட்டிருந்த, காணாமல்போன தலைகளும் வந்து சேர்ந்தன.

பரபரப்பான இந்த அவ்வளவு காட்சிகளையும் வெறித்தபடியே இருந்தாள் சின்னப்பேச்சி என்கிற அந்த சிறுமி!

24

‘வாழ்வது... சாவது...’ பற்றிய ஆய்வுகளில் விஞ்ஞானிகள் ஒருபுறமும், மெய்ஞானிகள் ஒருபுறமும் தங்கள் கருத்துக்களை மாறிமாறி பதிவு செய்துள்ளார்கள். இதில் புத்தரின் பேரால் கூறப்படும் ஒரு கருத்து நிறையவே யோசிக்க வைக்கக் கூடியது. இறப்புக்குப் பின் தன் தந்தையின் ஆத்மா முக்தியடைய, அதாவது சொர்க்கத்தில் சென்று சுகமாக வாழ வேண்டும் என்று விரும்புகிறான் ஒருவன். அதற்காக அவன் புத்தரிடம் வந்து, ‘நீங்கள் பெரிய மகான். எனவே என் தந்தையின் ஆத்மா சொர்க்கம் செல்ல நல்ல வழிகாட்டுங்கள்’ என்று கூறுகிறான். அவரும் அவனிடம் பேசுவதைவிட செயலில் அவனுக்கு விளக்கம் அளிக்க விரும்பி ஒரு பானை நிறைய கற்களையும், ஒரு பானை நிறைய வெண்ணெயையும் கொண்டு வரச் சொல்கிறார். பின் அந்த இரண்டையும் ஒரு குட்டையில் போட்டு விடச் சொல்கிறார். இரண்டும் முதலில் முழ்கினாலும் வெண்ணெய் மட்டும் மேல் எழும்பி வந்து மிதக்கிறது. கல் உள்ள பானை நீரின் ஆழத்திலேயே கிடக்கிறது.

உடனே புத்தர், உன் தந்தை பற்றுகள் நிறைய கொண்டிருந்தால் கல்லைப்போல மூழ்கிப்போவார். இல்லாவிட்டால் வெண்ணெய் போல சொர்க்கத்தில் மிதப்பார் என்கிறார். அவனுக்கும் உண்மை புரிகிறது. இறப்பு என்பது நிச்சயம்! அது நிகழ்ந்த பின் இந்த பூமியில் திரும்பத் திரும்ப பிறக்கவோ அல்லது சுற்றிவரவோ பற்று காரணமாகிறது. பற்றை விட்டாலே விலகமுடியும் என்று அவன் அறிகிறான்.

சின்னப்பேச்சியின் வெறிப்பை அங்குள்ளவர்கள் யாரும் பெரிதாகப் பொருட்படுத்தவில்லை. ஆனால் அவ்வளவு பேருக்கு நடுவில் ருத்ராவின் போலீஸ் கண்கள் மட்டும் அவ்வப்போது அவளைப் பார்த்தபடிதான் இருந்தது.

ஏதோ ஒரு வேலையாக எங்கோ போய் விட்டவரைப் போல வாத்தியாரும் அப்போது வந்து சேர்ந்தார்.

மார்நாடுவும், கைதி இரும்பாடியும் பிணமாக ஒருபுறம்! தோண்டி எடுக்கப்பட்ட தலைகள் ஒருபுறம்...! வாத்தியார் அந்தக் காட்சியைப் பார்த்து முதலில் சற்று மிரண்டாலும் பிறகு சுதாரித்துக்கொண்டார்.

ருத்ராவும் வாத்தியாரைக் கவனித்தார்.

"ருத்ராபதி... எப்படியோ சாதிச்சிட்டேப்பா..." வாத்தியார் ருத்ராவை நெருங்கி கை குலுக்குவதற்காக தன் வலது கரத்தை நீட்டினார்.

அந்த பாராட்டு ருத்ராவுக்கு இதமாக இருந்தது.

என்ன இருந்தாலும் தன்னுடைய ஆசிரியரின் பாராட்டு என்பது மதிப்பு மிக்கதுதானே?

"வாத்தியாரே... எல்லாம் முடிஞ்சிருச்சின்னு நினைச்சுடாதீங்க... முக்கியமான குற்றவாளி இன்னமும் பிடிபடலைன்னு சார் சொல்றார்..." என்ற ராஜேந்திரன் பக்கத்தில் இருந்தபடியே வாத்தியாரைத் தன்பக்கம் திருப்பினான்.

வாத்தியாருக்கு நெற்றிப்பொட்டில் சுத்தியலால் தட்டியதுபோல இருந்தது. விருட்டென்று பதிலுக்கு ருத்ராவைத்தான் பார்த்தார். ருத்ராவோ விலகிச்சென்று எஸ்.ஐ. சண்முகம் காதில் எதையோ கூறியபடி இருந்தார்.

"என்ன தம்பி சொல்றீங்க... அப்ப இந்த ஊரைப் பிடிச்ச பேய் இன்னும் முழுசா விடலையா?"

"அதுதானே உண்மை. இந்த இரும்பாடியும், மாந்தீரிகன் மார்நாடுவும் இந்த ஊர்ல நல்லா சௌகர்யமா தங்கி இருந்துக்கிட்டு

குறிப்பா வைக்கோல்போருக்குள்ள ஒளிஞ்சிக்கிட்டு வரிசையா கொலைங்க பண்ணிக்கிட்டு வந்துருக்காங்க. அதுக்கு ஒத்தாசையா இருந்தது யாருங்கறது ஒரு பெரிய விஷயம் தானே?"

"ஓ... இப்ப விஷயம் இப்படி திரும்புதா?"

"அதுமட்டுமா... எடுத்த புதையல் எங்க போச்சுன்னும் ஒரு கேள்வி இருக்குல்ல?"

"அட ஆமால்ல...?"

"இவ்வளவு கொலைகளும் அதுக்காகத்தானே நடந்துச்சு... அப்ப அதுதானே முக்கியம்..."

"நிச்சயமா... நிச்சயமா... மழைவிட்டும் தூவானம் விடாத கதையால்ல இருக்கு..." வாத்தியார் முனங்கினார். ருத்ரா திரும்பி வந்தார்.

"ருத்ராபதி... தம்பி சில விஷயங்களைச் சொல்லிச்சு. உன் வேலை இன்னும் முடியலைன்னு சொல்லு..."

"ஆமாம் சார். இவங்க இரண்டு பேரும் உயிரோட இருந்தாலாவது பரவாயில்லை. இவங்க மூலமா அந்த சப்போர்ட்டர் யாரு, புதையல் எங்க இருக்குன்னு கண்டுபிடிக்கலாம். இவங்களையோ சுட்டுத்தான் பிடிக்கும்படியாயிடிச்சு. இது அந்த சப்போர்ட்டருக்கு ரொம்பவே வசதியா இப்ப மாறிடிச்சு."

"அப்படின்னா?"

"ஏதோ ஒரு வகைல இவங்களுக்கு உதவிசெஞ்ச ஆள் இப்ப வசதியா தப்பிச்சிட்டான். புதையலும் அவன்கிட்டதான் இருக்கணும்..."

"சரி ருத்ராபதி... இப்ப அடுத்து என்ன பண்ணப்போறே?"

"ஏதாவது பண்ணணும். பண்ணித்தான் ஆகணும்."

"இவ்வளவு தூரம் செயல்பட்ட உன்னால இனி அந்த ஆளைத்தானா கண்டுபிடிக்க முடியாது?" வாத்தியார் நம்பிக்கையை வெளிப்படுத்தினார். நாயக்கரும் ருத்ராவை

நெருங்கி வந்து மௌனமாக கைகளைப் பிடித்துக்கொண்டார். கண்களில் கலக்கம்.

"என்ன நாயக்கரே... இன்னும் என்ன கலக்கம்?"

"கலங்காம எப்படிங்க இருக்கமுடியும்? ஊர்வரைல கொலைங்க விழறது வேணும்னா நின்னுட்டதா சொல்லலாம். ஆனா என் மக வாழ்க்கை?"

"கவலைப்படாதீங்க... உங்க மகளுக்கும் இனி நல்ல இடம் அமையும்."

"இது பட்டணம் இல்லீங்க... கிராமம்! இங்க எதையும் மூடி மறைக்க முடியாது. என் மக ஒரு மாப்பிள்ளைக்கு இரண்டு மாப்பிள்ளையை முழுங்கினவ, இது தெரிஞ்சு இனி யார் வருவா?" அவரது வருத்தத்துக்கு தோதாக தேன்மொழியும் தலையைக் கவிழ்த்துக் கொண்டிருந்தாள். வஞ்சியம்மாளும் இழுத்து பெருமூச்சு விட்டாள்.

ருத்ரா திரும்பி ராஜேந்திரனைத்தான் பார்த்தார். அவனும் புரிந்துகொண்டு பார்வையாலேயே அவருக்கு சம்மதமளித்தான்.

"நாயக்கரே... உங்க மகளுக்கு நான் ஒரு மாப்ளை பார்த்தா அதுல உங்களுக்கு ஆட்சேபணை இல்லையே?"

"நீங்க மாப்ளை பார்க்க போறீங்களா... நிஜமாவா?"

"மாப்ளை ரெடியா இருக்கார். நல்ல பையன், நல்ல வேலை, நல்ல சம்பளமும்கூட. நீங்க சரின்னா இதோ இங்கேயேகூட நான் உங்க பொண்ணு கழுத்துல தாலி கட்டச் சொல்றேன்..."

ருத்ராவின் வேகம் எல்லோரையும் திரும்பிப் பார்க்க வைத்தது.

வாத்தியார் முகத்திலும் சந்தோஷம். அவரும் தூண்டிவிடத் தொடங்கினார்.

"நாயக்கரே... ருத்ராபதி யாரைச் சொல்றான்னு எனக்குத் தெரியும். உம்ம பொண்ணு கொடுத்து வெச்சவ. சரின்னு சொல்லும்."

“மாப்ளை யாருன்னு சொல்லாம இப்படி ஒளிச்சு வெச்சே பேசுனா எப்படி?”

“இதோ இந்த பத்திரிகைக்கார தம்பி ராஜேந்திரன்தான்...”

ருத்ரா கையை நீட்டி ராஜேந்திரனைக் காட்ட, அவனும் சற்று பதட்டவயப்பட்டவனாக நாயக்கரைப் பார்த்தான்.

நாயக்கர் முகத்தில் முதலில் திகைப்பு. பிறகு லேசான தடுமாற்றம். வாத்தியாருக்கும் புரிந்தது.

“நாயக்கரே... என்ன யோசனை! ராஜேந்திரன் தம்பியை நான் நல்லா அறிஞ்சவன். தங்கமான பிள்ளை. உங்க பொண்ணுக்கும் ராஜேந்திரனைப் பிடிச்சிருக்கறதாதான் நான் நினைக்கறேன்...”

“என்ன ராஜேந்திரா... நீ என்ன சொல்றே?”

“இரண்டு பேருக்கும் காதல் எப்பவோ தொடங்கிடிச்சு. தம்பிதான் அதைப் பொத்தியே வெச்சிருக்கு.”

நாயக்கர் அடுத்து மகளைத்தான் பார்த்தார்.

அவளும் கண்களாலேயே ஆமோதித்தாள். வஞ்சியம்மாள் வேகமாக நாயக்கரை நெருங்கி, “சரின்னு சொல்லுங்க. இதுல யோசிக்க என்ன இருக்கு” என்றாள்.

“பயப்படாதீங்க நாயக்கரே... இனி ஒரு சிறு தப்புகூட இந்த ஊர்ல நடக்காது. தப்போட மூலத்தைத்தான் கிள்ளி எடுத்தாச்சே... தைரியமா சரின்னு சொல்லுங்க. எல்லா கசப்பான அனுபவங்களும் உங்க பொண்ணு கல்யாணம்கற இனிப்பான முடிவா மாறட்டும்...”

ருத்ரா திரும்பவும் வலியுறுத்த, நாயக்கரும் இறுதியாக ஆமோதித்தார். தேன்மொழி மகிழ்ச்சியில் தாயை இறுகக் கட்டிக்கொண்டாள்.

“சார்... பத்து நாள்ள இன்னும் ஆறு நாள்தான் இருக்கு. அதுக்குப் பிறகு என் மகளுக்கு ஜாதகத்துல குருபலம்

போயிடுதாம். நான் அதுக்குள்ள கல்யாணத்த பண்ணிட விரும்புறேன். தம்பிக்கு ஆட்சேபணை ஒண்ணுமில்லையே...?"

ருத்ராவைக் கேட்பதுபோல ராஜேந்திரனைக் கேட்டார். அவனும் சம்மதித்தான்.

◆◆◆

சென்னை எழும்பூர்! ரயில்பெட்டியை விட்டு இறங்கிய ராஜேந்திரன் எதிரில் அவனது பத்திரிகை ஆசிரியர் ராஜபாஸ்கரன்!

"சார் நீங்களா?" ராஜேந்திரன் ஆச்சரியமானான்.

"நானே தான். பிரயாணமெல்லாம் எப்படி இருந்துச்சி ராஜேந்திரன்?"

"நல்லா இருந்துச்சு. என்ன சார் இது நீங்களே ஸ்டேஷனுக்கெல்லாம் வந்துருக்கீங்க, எனக்கு என்னமோ மாதிரி இருக்கு சார்..."

"அட என்னப்பா நீ... ஒரு பத்திரிகையாளனா எவ்வளவு பெரிய சாதனை செய்திருக்கே. ஆபிசுல பேசி, நீ கொடுத்த க்ளூவாலதான் கொலைகாரங்க சிக்கினாங்கன்னும் கேள்விப்பட்டேன். இது எல்லாம் சாதாரண விஷயமா? அதான் உன்னைப் பார்த்து பாராட்ட நேரா ஸ்டேஷனுக்கே வந்துட்டேன்."

பேச்சோடு இருவரும் கார் பார்க்கிங்கிற்கு வந்தனர். அவரே அவனது லக்கேஜை வாங்கி காரின் பின்பக்கம் டிக்கியில் வைத்தார். பின், முன்னால் கதவைத் திறந்துவிட்டு டிரைவிங் சீட்டிலும் ஏறி அமர்ந்தார்.

ராஜேந்திரனுக்கு அவரது அந்த அன்பும், வரவேற்பும் ஒருவித பூரிப்பை அளித்திருந்தது.

காரும் புறப்பட்டது.

"எப்படியோ ராஜேந்திரன்... உன்கிட்ட நான் கொடுத்த பொறுப்பை நல்லவிதமா நிறைவேத்திட்டே. எஸ்.ஐ. ருத்ரா

போன்ல ரொம்ப நேரம் பேசினார். அவருக்கு நீ ரொம்பவே பக்கபலமா இருந்துருக்கே..."

"அதெல்லாம் ஒண்ணுமில்ல சார். உண்மைல அவர்தான் கில்லாடி."

"எங்க... எதுக்கு கொலைங்க நடந்ததோ அந்த நோக்கம் ஈடேறலையாமே...?"

"ஆமாம் சார். புதையல் இன்னும் எங்க இருக்குன்னு தெரியல. கொலைகாரங்களுக்கு உள்ளூர்ல ஒத்துழைப்பு கொடுத்த நபர் யாருங்கறதும் தெரியல."

"அதுதானே முக்கியம்... ஆமா உன்கிட்ட வந்த ஆவியால அந்த நபர் யாருன்னோ, புதையல் எங்க இருக்குன்னோ சொல்ல முடியலையா?"

"ஆமாம் சார். அந்த ஆவி சொல்லியிருந்தாதான் தெரிய வந்திருக்குமே...?"

"அங்கதான் எனக்கும் இடிக்குது... உன்கிட்ட பேசின ஆவிங்க சரியான மடசாம்பிராணி ஆவிங்களோ...?"

ராஜபாஸ்கரனின் குரலில் கிண்டல் இழையோடியது. பதிலுக்கு ராஜேந்திரன் அவரை ஒரு மாதிரி பார்த்தான்.

"தப்பா எடுத்துக்காதே ராஜேந்திரன், நீயே யோசிச்சுப் பார். மனுஷங்களுக்கு இந்தப் பூமியில லிமிட்ஸ் உண்டு. ஆவிங்களுக்குமா?"

"சார் நீங்க என்ன சொல்ல வர்றீங்க?"

"உன் அனுபவம் அவ்வளவையும் நீ பத்திரிகைல ஒரு தொடர் கட்டுரையா எழுதப்போறே... உனக்குத் தெளிவு ரொம்ப முக்கியம்னு சொல்ல விரும்பறேன்."

அவரின் பதிலோடு கார் தாசப்பிரகாஷ் ஹோட்டலின் கார் பார்க்கிங்கிற்குள் நுழைந்து நின்றது.

"வா... ஒரு குட்டி டிபனும், நல்ல டிகிரி காபியும் சாப்பிடுவோம்."

“சார் அம்மா வீட்ல துடிச்சிக்கிட்டு இருப்பாங்க.”

“கவலைப்படாதே... உங்க பையனை என் கார்லையே நான் கூட்டிட்டு வரேன்னு சொல்லிட்டேன்.”

“ஒரு முன் ஏற்பாட்டோடதான் வந்திருக்கீங்களா?”

“என்ன பண்ணட்டும்? உன்கூட நிறைய பேசணும். நீயோ இன்னிக்கே திரும்பி ஊருக்குக் கிளம்பிப் போயிடுவே. நாளை மறுநாள் உனக்கும், அந்த ஊர் நாட்டாமைப் பொண்ணுக்கும் கல்யாணம்! அப்புறம் ஹனிமூன் லீவுன்னு ஒரு பத்து பதினைஞ்சு நாள் ஓடிப்போயிடுவே. ஆகையால் எல்லா விஷயங்களையும் இப்பவே பேசினாதானே முடியும்?”

“சாரி சார்... என் கல்யாண விஷயமா நான் உங்கக்கிட்ட எதுவுமே சொல்ல முடியல. தப்பா எடுத்துக்காதீங்க.”

“தப்பா எடுத்துக்க இதுல என்ன இருக்கு. உன்னை நினைச்சா எனக்கு பெருமையாதான் இருக்கு. ஒரு கிராமத்து பொண்ணுக்கு சரியான நேரத்துல கை கொடுத்துருக்கே. உன்னை நான் ஒரு அசல் பத்திரிகையாளனா பார்க்கிறேன்... தைரியம், விவேகம், தியாகம்னு எல்லாமே உன்கிட்ட இருக்கு. ஆனாலும் ஆவிகூட பேசினேன்னு நீ சொல்றதும், அதை நீ நம்பறதும்தான் இடியோ இடின்னு இடிக்குது...”

ஏ.சி. ஹால் நாற்காலியில் அமர்ந்து மூக்கு கண்ணாடியைத் துடைத்துக்கொண்டே ராஜபாஸ்கரன் ஆவி விஷயத்தில் வந்து நின்றது ராஜேந்திரனையும் நிமிர்த்தியது.

“நீங்க என்ன சொல்ல வர்றீங்க?”

“நான் சொல்றது இருக்கட்டும். என் நண்பர் ருத்ரா என்ன சொன்னார்ங்கறத நான் இப்ப உன்கிட்ட சொல்ல விரும்பறேன்.”

“சார் அவர் தொடக்கத்துல இருந்தே இதை நம்பலை... நானும் நம்பாதவன்தான். ஆனா அடுக்கடுக்கா எனக்கு ஏற்பட்ட அனுபவங்கள், எனக்கு ஒரு ஆவி கொடுத்த க்ளூதானே வைக்கோல்போருக்குள்ள குற்றவாளிகள் ஒளிஞ்சிருக்கற

விஷயம்... அது சரியா ஒர்க் அவுட் ஆனதால்தானே சார் குற்றாவளிகளைப் பிடிக்க முடிஞ்சது...?"

"அங்கதான் ருத்ரா உண்மையான குற்றவாளி ஒளிஞ்சிருக்கறதையும் கவனிச்சிருக்கார்."

"என்ன சார் சொல்றீங்க?" ராஜேந்திரன் மேஜையைப் பிடித்துக்கொண்டு நிமிர்ந்தான்.

"நான் இன்னும் எதுவும் சொல்லல. ஆனா சொன்னா உன்னால அதை நம்ப முடியாது ராஜேந்திரன்."

"எதுக்கு சார் இந்த பீடிகை. நம்ப முடியாத அந்த விஷயம் எது சார்?"

"சொல்றேன்... சொல்லத்தானே இப்படி தனியா கூட்டிகிட்டு வந்துருக்கேன்" என்ற ராஜபாஸ்கரன் ஹோட்டல் சர்வரை அழைத்து, பூரிசெட்டுக்கும் காபிக்கும் ஆர்டர் கொடுத்துவிட்டு பரபரவென்று தன் இரு கைகளையும் தேய்த்துவிட்டுக் கொண்டார். பிறகு, "நீ நேத்து எப்ப ஆயக்குடியை விட்டு புறப்பட்டே?" என்று கேட்க, அவனும் "மாலை நான்கு மணிக்கு" என்றான்.

"அஞ்சு மணிக்கெல்லாம் அந்த வாத்தியாரை ருத்ரா அரெஸ்ட் பண்ணிட்டார். உனக்கு விஷயம் தெரியுமா?" அவர் கேட்ட அந்தக் கேள்வி அவன் வரையில் ஒரு சம்மட்டி அடிபோலதான் இருந்தது.

25

“முனியப்பன், சுடலை மாடசாமி, பேச்சி, வீராச்சாமி, கருப்பண்ண சாமி என்று நமது சமயத்தில் காட்டுச்சமயத்தைச் சார்ந்த கடவுளர்கள், மிகவும் பிரபலம். இந்தச் சாமிகளுக்கு பெரிய அளவில் ஐதீகக் கட்டுப்பாடுகளோ, ஆகம முறைகளோ கிடையாது. எவர் வேண்டுமானாலும் இந்த சாமிகளை வணங்கலாம். ஆயினும் வேளாண்குடிகள்தான் பெருமளவில் இவர்களை வணங்கி வழிபட்டு வருகின்றனர்.

இவர்களும் ஊர் எல்லையில் ஒரு ஆலமரத்தடியிலோ இல்லை, வட்டமான ஒரு பெரிய கல்பீடத்தின் மேலோ வானமே கூரையாக அமர்ந்து இருப்பர். இவர்களே ஊரைக் காவல் காப்பதாகவும் ஓர் ஆழ்ந்த கருத்து உண்டு.

உண்மையில் இந்த தெய்வங்கள் தோன்றிய பின்புலம் விசித்திரமானது. முன்னூறு வருடங்களுக்கு முன்புவரை கணவன் இறந்துவிட்டால் மனைவி உடன்கட்டை ஏறும் பழக்கம் நம் நாட்டிலும் பெரிய அளவில் பின்பற்றப்பட்டு வந்தது. கிழவன் சேதுபதி என்னும் அரசன் இறந்தபோது அவனது மனைவிகள் என்று தங்களை ஒப்புக்கொடுத்த 48 பெண்கள் கிழவனின் சடல நெருப்பில் வரிசையாகக் குதித்து உயிர்விட்டதாக வரலாற்றுக் குறிப்பு சொல்கிறது. இப்படி உயிரை விட்டு விட்ட பெண்கள் ‘சதி மாதாக்கள்’ என்று கருதி அவர்களது வம்சத்தவர்கள் வழிபட்டார்கள். பெண்கள் சதி மாதாக்கள் என்றால், நாட்டுக்காகவும், ஊருக்காகவும் உயிர் துறந்த வீர ஆண்மக்கள் காவல் தெய்வங்களாகக் கருதப்பட்டார்கள்.

> இப்படி அவர்கள் வழிபட்டதால் உயிரை விட்டவர்களும் மறுபிறவி காணாது தங்கள் சந்ததியினர் வாழ ஆத்மரூபியாகவே காலம் காலமாக இருந்து வருவதாக ஒரு கருத்து உலவுகிறது."

வாத்தியார் தீனதயாளனை ருத்ரா கைது செய்து விட்டதாகக் கூறவுமே, வானமே நொறுங்கித் தன் தலைமேல் விழுந்ததுபோல் நொறுங்கிப்போனான் ராஜேந்திரன்.

ஒரு வினாடி அதை நம்பாதவன் போல ராஜபாஸ்கரனை வெறித்தான்.

"என்ன ராஜேந்திரன்... வாத்தியார் அரெஸ்ட்டுன்ன உடனே ஷாக்கா இருக்கா?"

"ஆமாம் சார்... அவரைப்போய் எதைவெச்சு சார் சந்தேகப்பட்டார் ருத்ரா?"

"அங்கதான் நீ நிறையவே யோசிக்கத் தவறியிருக்கே. ஒரு பத்திரிகையாளன்கறவன் பாதி போலீஸ்காரன்னு சொல்வாங்க. ஆனா நீ இப்படி கேக்கறத பார்த்தா நீ பாதி இல்ல, கால் போலீஸா கூட இல்லையேன்னு எனக்கு வருத்தமா இருக்கு..."

"சார் பீடிகை போதும்... நான் எப்பவும் பத்திரிகைக்காரன் தான். இந்த அரை, கால் போலீஸ்காரனா நான் இருக்கத் தேவையில்லை. நீங்க விஷயத்துக்கு வாங்க. வாத்தியார்தான் நமக்குக் கடிதம் எழுதினவர். அந்த ஊரோட சிக்கலை வெளிச்சம் போட்டுக் காட்டினவர். ஒரு ஹோட்டலோ, லாட்ஜோ இல்லாத அந்த ஊர்ல நான் தங்கியிருக்க வீடு கொடுத்தவர், சாப்பாடு போட்டவர். எனக்கு எல்லா வகையிலும் உதவிகளையும் செய்தவர்." ராஜேந்திரன் மேஜையை இறுகப் பற்றிக்கொண்டு மிகவே உணர்ச்சிவசப்பட்டான்.

"ஆவேசப்படாதே... இது எதையுமே நான் மறுக்கலை. இதெல்லாம் அவரோட ஒரு பக்கம். அவரோட இன்னொரு பக்கம் இருக்கே அது மகாமோசமானது..."

"இங்க இருந்துக்கிட்டே அதை நீங்க கண்டுபிடிச்சிட்டீங்களாக்கும்?"

"கோபப்படாதே... எதுக்கு இந்த ஆவேசம்? ஒரு விஷயத்துல உணர்ச்சிபூர்வமான ஈடுபாடு இருக்க வேண்டியதுதான். ஆனா உன்கிட்ட நான் அளவுக்கு அதிகமான ஈடுபாட்டை பாக்கறேன். இது ஆபத்து."

"சார் தயவுசெய்து விஷயத்துக்கு வாங்க. வாத்தியார் தீனதயாளனை ருத்ரா சார் எதை வெச்சு குற்றவாளியா கருதினார்?"

"அப்படி கேள். அவர்தான் நமக்குக் கடிதம் எழுதினார். ஆனா அந்த கடிதத்தைக்கூட அவர் தன் பேர்ல எழுதலை இல்லையா?"

"ஆமாம்... அந்த ஊரைச் சேர்ந்த ராமசாமிங்கறவர் பொண்ணான சின்னப்பேச்சி பேரால எழுதினார். அதுக்குதான் காரணத்தை அவர் சொல்லிட்டாரே!"

"அவர் ஆயிரம் காரணம் சொல்லியிருக்கலாம். ஆனா அங்கதான் அவர் புத்திசாலித்தனமா நடந்துக்கறதா நினைச்சு முட்டாள்தனமா நடந்துகிட்டிருக்காரு. அங்கேயே ருத்ரா அவர்மேல ஒரு கண்ணை வெச்சுட்டார்..."

"சார் ருத்ராவுக்கு தீனதயாளன் சார் வாத்தியார்! தன் குரு மேலயா ருத்ரா சார் சந்தேகப்பட்டார்?"

"அதுதான் போலீஸ் புத்தி. நேரா பாத்து பேசிக்கிட்டு இருப்பாங்க. ஆனா பின்னாலேயே சைலன்ட்டா, அதுக்கு நேர் எதிரா எதாவது பண்ணிக்கிட்டிருப்பாங்க."

"அது டூமச் சார்..."

"அப்படி எல்லாம் எனக்குத் தெரியல. நீ சொல்ற மாதிரி வாத்தியார் யோக்யன்னா முதல்ல போலீசுக்குப் போய் இருக்கணும். அவர் போலீசுக்குப் போயும் ஒரு பிரயோஜனமும் இல்லைன்னாதான், ஜனநாயகத்தோட நாலாவது தூணான பத்திரிகையை அவர் தேடி வந்திருக்கணும்."

“சார் நீங்க என்னதான் சொல்ல வர்றீங்க… வாத்தியார்தான் அந்த ஊரோட எல்லா தப்பு தண்டாவுக்கும் காரணம்னு சொல்றீங்களா?”

“அவரும் ஒரு காரணம்னு ருத்ரா சொல்றார்…”

“எதை வெச்சு?”

“சொல்றேன். நல்லா கேட்டுக்கோ. பத்திரிகைக்குக் கடிதம் எழுதின அவர் இரண்டு விதமா செயல்பட முடிவு செய்திருந்தார். நம் பத்திரிகைல நான் கண்டுக்காம தூக்கிப்போடறதுங்கறது ஒரு நிலை. அதைப் பொருட்படுத்தி உன்னை அனுப்பி வெச்சது இன்னொரு நிலை!”

“சரி… நீங்க என்னை அனுப்பாம விட்டிருந்தா?”

“அப்பவும் இப்ப ஊர்ல நடந்த மாதிரி வரிசையா கொலைகள் நடந்திருக்கும். கடைசிவரை போலீஸ் பக்கம் போயிடக் கூடாதுங்கறதுதான் அவர் முடிவு. மீறி போலீஸ் வந்துட்டா, அப்படி வந்த போலீஸ் அவரை சந்தேகப்பட்டு பிடிச்சா, அப்ப தான் தப்பிச்சுக்கத்தான் அவர் நமக்குக் கடிதம் எழுதியிருந்தார். அதாவது… ஊரோட பிரச்சினையை நான் பத்திரிகைக்கே தெரிவிச்சேன். ஆனா யாரும் நம்பலைன்னு சொல்லி, தான் தப்பிச்சுக்க ஒரு வழியாதான் அதை எழுதிப் போட்டிருந்தார்.”

“அப்படின்னா அவர் பேச்சி பேரில ஏன் எழுதணும், தன் பேர்லையே எழுதியிருக்கலாமே…?”

“அங்கதான் அவர் ஒரு கிரிமினல்ங்கறது கன்ஃபார்ம் ஆகுது. உண்மைல இந்த அவ்வளவு கொலைகளுக்குப் பின்னால் கொலை செய்யப்பட்டவர்கள் லிஸ்ட்டுல பேச்சியோட அப்பன் ராமசாமியும் ஒருவன். அவன் மகள் பேர்ல அதாவது பாதிக்கப்பட்டிருக்கிற அவ பேர்ல, எழுதினாதான் நடவடிக்கை வேகமாக இருக்கும்னு நான் நினைச்சேன்னு அவர் சொல்ல ஒரு இடம் வேணும் இல்லையா?”

“சார் எனக்கு ஒரே குழப்பமா இருக்கு. வாத்தியார் குற்றவாளிங்கறதை உங்களால சுருக்கமா சொல்ல முடியுமா?”

“ஓ.கே. ஐ வில் ட்ரை! தமிழ் வாத்தியார் தீனதயாளனும், அந்த ஊரைச் சேர்ந்த இன்னொருவரும்தான் ஆயக்குடிங்கற அந்த ஊர் சாத்தான் கரட்டுல புதையல் இருக்கறதைக் கண்டுபிடிச்சவங்க. இவங்களோட ஆயுள் தண்டனை கைதி இரும்பாடி கூட்டு சேர்ந்தான். பிறகு இவங்க புதையலை எடுக்கப் போகும்போது அதை ஏதோ ஒரு விதத்துல அந்த ராமசாமி பார்த்துட்டான். பார்த்துட்ட அவனை வேறு வழியில்லாமல் கூட்டு சேர்த்துக்கிட்டாங்க. புதையலும் எடுத்தாங்க.

அதுக்குப் பிறகுதான் விபரீதம் ஆரம்பமாயிருக்கு. புதையல் எடுத்தவனை பூதம் அடிச்சிடும்னு ஒரு நம்பிக்கை இப்பவும் எல்லா கிராமங்கள்ளயும் இருக்கு. அந்த நம்பிக்கையை வாத்தியாரோ, அவரது இன்னொரு கூட்டாளியோ, ஆயுள் தண்டனை கைதி இரும்பாடியோ பெருசா நினைக்கல.

ஆனா ராமசாமி பெருசா நினைச்சு பயந்துருக்கான். அவன் பயப்படவும், அதை இரும்பாடியும் மத்தவங்களும் போக்க நினைச்சிருக்காங்க. மந்திரிச்சி விபூதியும் கொடுத்திருக்காங்க. ஆனா ராமசாமி அதிகம் பயந்து தடுமாற்றத்துல மந்திரிச்ச விபூதியை தண்ணில கரைச்சுக் குடிக்கறதா நினைசசு எறும்பு மருந்தைக் கரைச்சுக் குடிச்சுட்டான். எப்பவும் விஷம்கறது பயப்படும்போது உடம்புல அதிகம் பரவும். பாம்பு கடிக்கும்போதும் அப்படித்தான் நடக்குது.

ராமசாமி வரையிலையும் அவன் பயமே, ஒரு எறும்பு மருந்தை வெச்சே உயிரை வாங்கிடிச்சு. உடனேயே ஊரும் லேசா சந்தேகப்பட்டுச்சு. அப்ப காத்தான் கரட்டு பேய் அடிச்சு உயிர் போயிட்டதா அழுத்தமா ஊருக்குள்ள பரப்புனவர் வாத்தியார் தான். அப்படியே சின்னப்பேச்சியையும் தன் கைல எடுத்துக்கிட்டார்.

சின்னப்பேச்சி வாத்தியார்கிட்ட பாடம் படிக்க ஆசைப்பட்டவ. ஆனா வாத்தியார் அவளை வேறு விதமா கைல எடுத்துக்கிட்டார்.

ஒரு ஆச்சரியமான இன்னொரு விஷயத்தைச் சொல்றேன். நல்லா கேட்டுக்கோ. வாத்தியாருக்கு மெஸ்மரிசமும் ஓரளவுக்குத்

தெரியும்." எடிட்டர் வாத்தியாருக்கு மெஸ்மரிசம் தெரியும் என்று சொன்ன நொடி ராஜேந்திரனுக்குள் அடுத்த கட்ட குபீர்!

"சின்னப்பேச்சியை ஒரு மனநிலை பாதிச்சவளா அவர் திரிய வெச்சார். தன் விருப்பப்படியே ஆட்டியும் வெச்சார். அதேசமயம் அவரும், அவரது சகாக்களும் புதையல் எடுத்ததோட விளைவா ராமசாமி இறந்துட்டதால, தங்களுக்கும் சாவு ஏற்படலாம்னு பயப்பட ஆரம்பிச்சாங்க. இங்கதான், பலிகொடுத்தாதான் தங்களைக் காப்பாத்திக்க முடியும்கற கட்டத்துக்கு வந்தாங்க. அதற்கு தோதா மாந்திரீகன் மார்நாடுவை வரவைச்சாங்க. மாந்திரீகனும், கைதி இரும்பாடியும் யார் கண்ணுலையும் படாதபடி வைக்கோல்போருக்குள்ளையும், காத்தான் கரட்டுலையும் தங்கி தங்களோட பலி பூஜையைத் தொடங்கினாங்க. அவங்க பலியில் அகப்பட்டவங்கதான் கட்டிட மேஸ்திரி, ஜோசியர், ராஜமாணிக்கம், நாயக்கர் முதல்ல பார்த்த மாப்ளையான கணேசன்கறவன்" ராஜபாஸ்கரன் ஒரு மாதிரி நடந்தவைகளைச் சொல்லிக்கொண்டே போக ராஜேந்திரன் ஒரு புள்ளியில் கத்தரித்தான்.

"மன்னிக்கணும் சார்... நீங்க சொல்ற விஷயத்துல சில குழப்பங்கள் இருக்கு. எப்படின்னா ராமசாமி உயிர் போறதுக்கு முன்னாலையே கணேசன்கறவன் கொல்லப்பட்டுட்டான். அடுத்து கட்டிட மேஸ்திரி, இரும்பாடி செத்துப்போயிட்டதா எல்லோரும் நம்பணும்கறதுக்காக கொல்லப்பட்டவன். ஆனா நீங்களோ இவங்க எல்லாமே பலியா கொடுக்கப்பட்டதா சொல்றீங்களே..."

"எனக்கு அதெல்லாம் தெரியாது ராஜேந்திரன். ருத்ரா எனக்கு சொன்னதைத்தான் நான் உன்கிட்ட சொல்றேன்..."

"அப்ப எனக்குள்ள ஆவி வந்து நான் எழுதினதெல்லாம்..."

"எல்லாமே வாத்தியார் பக்கத்துல இருக்கும்போது நீ செய்தது தானே?"

"ஆமாம்..."

"அங்கதான் அந்த ஆள் உன்னை கைல எடுத்துக்கிட்டான். தனக்கு தெரிஞ்ச மனோவசியக் கலையால உன் மனசுக்குள்ள

பூந்து ஆவி பேசினமாதிரி உன்னை எழுத வெச்சது அந்த ஆளோட சாமர்த்தியம்..."

"என்ன அப்படி அவர் நம்ப வைக்க காரணம்?"

"போலீஸ் இந்த விஷயத்துல உள்ள வரும்னு அவர் எதிர்பார்க்கல. ஆனா என்னால போலீஸ் உள்ள வந்தது. அதாவது நான்தான் திருநெல்வேலியில இருந்த ருத்ராகிட்ட பேசினேன். உன்னையும் பேசச் சொன்னேன். இதை வாத்தியார் கொஞ்சம்கூட எதிர்பார்க்கலை. அடுத்து தன் ஸ்டூடண்ட் ருத்ராவே வருவார்னும் அவர் எதிர்பார்க்கலை."

"அதனால...?"

"எல்லாமே ஆவி விஷயம்னு காட்டி விஷயத்தைத் திசை திருப்பப் பார்த்தார்..."

"அப்படின்னா புதையல் பத்தி அவர் பேசியே இருக்க வேண்டாமே... காத்தான் கரட்டு பேய்கள் செய்த கொலைன்னு சுலபமா என்னை நம்ப வெச்சிருக்கலாமே..."

"அங்கதான் ருத்ராவோட புத்திசாலித்தனத்தை நீ தெரிஞ்சிக்கணும். புதையல் தங்கத்துல கொஞ்சம் தங்கத்தை ராஜமாணிக்கம், ஆசாரி ஒருத்தன்கிட்ட கொடுக்கப்போய்தான் புதையல் விஷயம் வெளிய தெரிய வந்தது. ஆசாரி உளறிட்டதை வாத்தியாரும் தெரிஞ்சிக்கிட்டார். இதுக்குப் பிறகும் ஆவிகள் செய்த கொலைன்னு ஜோடிக்க முடியாதுன்னுதான் அவர் தானா முன்வந்து புதையல் விஷயத்தை நீ கூப்பிட்ட ஆவி வந்து சொன்னமாதிரி சொல்லிவிட்டார்.

அதாவது ஒவ்வொரு நாளும் அங்க நிலைமை மாறிக்கிட்டே போனது. அதுக்குத் தகுந்த மாதிரியே தன்னையும் வாத்தியார் மாத்திக்கிட்டே போனார். இதனால் அவருக்கும் மாந்திரீகன், அப்புறம் கைதி இரும்பாடி, அப்புறம் வாத்தியாருக்கு ஒத்துழைப்பு தந்த இன்னொரு உள்ளூர்காரர் இவர்களுக்கு நடுவுல கருத்து வேற்றுமை ஏற்பட்டது.

ஊருக்குள்ளேயும் ருத்ரா போலீஸை குவிச்சு ஒரு டென்ஷனை உருவாக்கிட்டார். இந்தக் கட்டத்துல வாத்தியாரை அவர் கூட்டாளிகள் திட்டினாங்க. நீ திசை திருப்பிவிட்றதா சொல்லிச்சொல்லி போலீஸ் வந்து குவிஞ்சதுதான் மிச்சம்னு கத்தியிருக்காங்க.

அதேசமயம் ருத்ராவுக்கு தர்ம சங்கடம் ஏற்பட்டு அவரை எஸ்.பி. சஸ்பெண்ட் செய்யணும்னு ஆசைப்பட்டுதான் ருத்ரா ஊருக்குள்ள இருக்கும்போதே ஜோசியரைக் கொலை செய்தாங்க. தேன்மொழியையும் கடத்தினாங்க. வாத்தியார் இதை எல்லாம் தடுக்கப் பார்த்தார். ஆனா அவங்க கேக்கலை. அப்பதான் வாத்தியார் ஒரு முடிவுக்கு வந்தார். இரும்பாடி, மாந்திரீகன் ரெண்டுபேரையும் ஊரைவிட்டு ஓடும்படி செய்தா போலீஸ் அப்ப அவங்களைச் சுடும். அவங்களும் செத்து ஒழிவாங்க. அதோட பிரச்சினையும் கொஞ்சம் அடங்கும். அதன்பிறகு புதையல் தங்கத்தைத் தானும், அவரோட இன்னொரு சகாவும் மட்டும் பங்கு போட்டுக்கலாம்னு அவர் ஆசைப்பட்டார். அதுக்குத் தகுந்த மாதிரி கடைசியா கொலைசெய்யப்பட்ட ஜோசியர் ஆவியோட நீ பேசற மாதிரி செட்டப் செய்து அவங்க ஒளிஞ்சிருக்கற இடத்தையும், முண்டங்களைப் புதைச்சு வெச்சிருக்கற இடத்தையும் காட்டிக் கொடுத்தாரு.

அதன் பிறகு அவர் நினைச்ச மாதிரிதான் எல்லாமே நடந்தது. போலீஸ் வைக்கோல்போரை ரவுண்ட் அப் செய்யும்போது மாந்திரீகனுக்கும், இரும்பாடிக்கும் தன் செல்போன்ல துப்புக்கொடுத்துத் தப்பி ஓடும்படி செய்தாரு.

அவங்க தப்பி ஓடப்போற விஷயத்தை ருத்ராவுக்கும் எஸ்.எம்.எஸ். பண்ணாரு. அதனாலதான் ருத்ரா தண்ணி டேங்க் மேலே ஏறி நின்னு கண்காணிச்சாரு... வாத்தியார் எதிர்பார்த்த மாதிரியே அவங்களையும் சுட்டாரு.

கிட்டத்தட்ட வாத்தியார் எதிர்பார்த்த மாதிரியே எல்லாமே நடந்து முடிஞ்சது.

கடைசியா மிஞ்சி இருந்தது இரண்டே கேள்விதான். ஒரு கேள்வி, புதையல் என்ன ஆனது? அடுத்த கேள்வி, ஊருக்குள்ள கொலையாளிகளுக்கு உதவி செய்த நபர் யாருங்கறதுதான்.

அதையும் போகப்போக எப்படியாவது சமாளிச்சுடலாம்கிறது வாத்தியார் திட்டம். ஆனா கடைசியா இரும்பாடி, மாந்திரீகன் இவங்க இரண்டு பேர் செல்போன்ல இருந்த ரிசீவ்டு கால் நம்பரும், ருத்ராவுக்கு வந்த எஸ்.எம்.எஸ்.க்கு பின்னால உள்ள நம்பரும் ஒரே நபருடைய நம்பர்னு ருத்ராவுக்குத் தெரியவந்தது.

வாத்தியார் புத்திசாலித்தனமா தன் செல்போனை தன் வீட்டுக் கிணத்துக்குள்ள தூக்கிப் போட்டுட்டாரு. ப்ரீபெய்ட் நம்பரைக் கொண்டு அவர் பேசினதும் ருத்ராவோட விசாரணைல தெரிய வந்தது...”

“அப்படின்னா செல்போனை வெச்சுத்தான் ருத்ரா வாத்தியாரைப் பிடிச்சாரா?” ராஜேந்திரன் அதிர்ச்சி விலகாமலே கேட்டான். டேபிள் மேல் டிபன் வந்து ஆறி அவலாகி விட்டிருந்தது. ராஜபாஸ்கரனுக்கும் சாப்பிடத் தோன்றவில்லை.

“இல்ல ராஜேந்திரன்... வாத்தியார் பிடிபடக் காரணம் சின்னப்பேச்சிங்கற அந்த சின்னப் பொண்ணு தான்...”

எடிட்டர் பேச்சியிடம் வந்து நிற்கவும், திரும்பவும் ராஜேந்திரனிடம் அது ஒரு பெரிய ஆச்சரியமாக மாறியது.

26

“உண்மையில் ஒரு மனிதன் இந்தப் பூமியில் பிறப்பதற்கு விஞ்ஞானபூர்வமான காரணம் ஒன்றே ஒன்றுதான். அது ஓர் இயற்கையான விளைவு. விதை என்றால் முளைத்தெழ வேண்டும், தண்ணீர் என்றால் ஓடிப்பாய வேண்டும், நெருப்பென்றால் சுட்டாக வேண்டும். அதுபோல் ஆண் பெண் வேட்கை கொண்டால் அடுத்து ஒரு மனிதன் தோன்றியாக வேண்டும். அவ்வளவே, அவ்வளவே! அதற்குமேல் வேறு எதுவுமே இல்லை என்கிறது விஞ்ஞானம்! ஆனால் மெய்ஞானிகள் பூமியில் பிறப்பதை பலவகைப் பிறப்புகளின் ஒரு பிறப்பாகப் பார்க்கின்றனர். அதிலும் மனிதப் பிறப்புதான் மிக மேலான பிறப்பு. அந்த ஒரு பிறப்பாளன்தான் தன்னையறிந்துகொண்டு, தன்னைச் சுற்றியுள்ள பிரபஞ்சத்தையும் விளங்கிக்கொள்ள முடிந்தவன் என்பதும் அவர்கள் திண்மையான கருத்து.

ஆம்! மிகப்பெரிய உருவம்கொண்ட யானையில் இருந்து மிகச்சிறிய எறும்பு வரை அனைத்தும் உயிர்தான். ஆனால் அதற்கு தான் யார் என்றோ, எதற்கு பிறவியெடுத்தோம் என்பதோ எதுவுமே தெரியாது. அவைகள் தங்களின் வாழ்க்கையை ஒரு வரையறைக்குள் உணர்வுகளால் நிகழ்த்துபவை. ஆனால் மனிதன் என்பவன் மட்டும் அப்படிப்பட்டவனல்ல. அவன் விண்ணிலும் பாய்வான், நீரிலும் மூழ்குவான். உலகில் பஞ்சபூதங்களையே அவன் வெற்றிகொள்ள முயல்கிறவன். இத்தகைய மேலான அறிவால்தான் அவன் ‘மொழி, எழுத்து, எண், கணிதம்’ என்று பலவற்றைக் கண்டறிந்தான். இது ஒரு வகையில்

உலகை விஞ்சும் செயல்! உலகை ஆட்டிப்படைக்கும் செயல். இப்படி ஒரு செயல்பாடுள்ள ஒரு மனிதன் இறப்புக்குப் பிறகு எதுவுமில்லாமல் போகிறான் என்பதை எதை வைத்து ஏற்பது என்பதுதான் மெய்ஞானிகளின் கேள்வி?"

அங்கே தொட்டு, இங்கே தொட்டு எடிட்டர் சின்னப்பேச்சியிடம் வந்து நின்றார். அவளால்தான் ருத்ராவால் வாத்தியார் தீனதயாளனை ஒரு முழு குற்றவாளியாகவே பார்க்க முடிந்தது என்பதைக் கேட்ட ராஜேந்திரனும் அதிர்ச்சி விலகாமல் அது எப்படி என்பதுபோல பார்த்தான்.

"தனக்கு வந்த எஸ்.எம்.எஸ். தகவல், அப்புறம் மார்நாடு, இரும்பாடி இரண்டுபேர் செல்போன்ல இருந்த எஸ்.எம்.எஸ். தகவல் எல்லாமே ஒரே நம்பர்ல இருந்துதான் வந்திருக்கு... அதுவும் ஆயக்குடி கிராமத்துக்குள்ள இருந்துதான் வந்திருக்குங்கறது ருத்ராவுக்கு கன்ஃபார்ம் ஆகவும், இந்த எஸ்.எம்.எஸ்.ஐ கொடுத்தது நிச்சயமா மார்நாடு, இரும்பாடியை ஊருக்குள்ள தங்கவச்சு புதையல் வேட்டையாடின அந்த உள்ளூர் பிரமுகர்தான்னு முடிவு செய்தார்.

அவரைப் பத்தி தெரிஞ்சுக்கறதுக்கு முந்தி ஊர்ல யார்கிட்டல்லாம் செல்போன் இருக்குன்னு தெரிஞ்சிக்க விரும்பியிருக்கார். வாத்தியார்கிட்ட செல்போன் இருக்கிற விஷயமும் ருத்ராவுக்கு ஏற்கெனவே தெரிஞ்சிருக்கு. ஆகையால் வாத்தியார்கிட்ட விபரம் கேட்க அவர் வீட்டுக்கு ஒரு சர்ப்ரைஸ் விசிட் கொடுத்திருக்காரு. ஆனால் அப்ப வாத்தியார் வீட்ல இல்லை. அந்தச் சமயத்துல வெறிச்சி வெறிச்சி பாக்கற சின்னப்பேச்சி ஞாபகம் வரவும் அவளையாவது பார்ப்போமேன்னு அவ வீட்டுக்குப் போயிருக்கார்.

எப்படி தெரியுமா?

ஒரு லுங்கி, ஒரு டி ஷர்ட், கைல நிறைய பர்மா குடைங்களோட குடை, சென்ட்டெல்லாம் விக்கற வியாபாரி மாதிரி... அப்படி

அவர் சின்னப்பேச்சி வீட்டுக்குப் போன இடத்துல ஜன்னல் வழியா அவர் பார்த்த காட்சி அவரை மிரள வெச்சிருச்சு. உள்ளே அந்தப் பொண்ணு சின்னப்பேச்சியை சப்பணம் போட்டு உட்கார வெச்சு அவ கண் முன்னால டாலர் மாதிரி ஒரு சங்கிலியை ஆட்டிக்கிட்டே வாத்தியார் பேசுன பேச்சுதான் அதுல உச்சகட்டம்.

‘ஏய் ருத்ராபதி... நான் செத்துப்போன ராமசாமி வந்துருக்கேன். புதையல் இருக்கற இடம் எனக்குத் தெரியும். ஊருக்கு வெளியே வடகிழக்கு மூலையில் சதுரப்பாறைக்கு பக்கத்துல பத்தடி தூரத்துல ஒரு நொணா மரத்துக்குக் கீழே அது இருக்கு.

அதை அங்க புதைச்சு வெச்சுட்டு போலீசெல்லாம் ஊரைவிட்டுப் போன பிறகு அதை எடுத்துக்க திட்டம் போட்டுருக்கிறது, ஊருக்குள்ள இருக்கிற வேலாயுதம்ங்கற ஒருத்தன். என்னைக் கொலை செய்து நான் ஆவியா அலைய காரணமான அவனை நானே ரத்தம் கக்கி சாகும்படி செய்து கொன்னுட்டேன். பிணம் இப்ப பழனிச்சாமி சாமை வயல் உள்ள கிடக்கு...

போய் முதல்ல புதையலை எடு...

அடுத்து வேலாயுதம் உடம்பை எடு...

இனியாவது ஆவி உண்டுங்கறத புரிஞ்சுக்கோ!’

அப்படின்னு அந்தப் பொண்ணுக்கு சொல்லித்தர, அதுவும் அப்படியே திருப்பிச் சொல்லியிருக்கு... சொல்லிக்கிட்டே அந்த பொண்ணு யதார்த்தமா ஜன்னல் பக்கம் ருத்ராவைப் பார்த்துட்டு அப்படியே வெறிக்கவும், வாத்தியார் அந்த நொடியே நொறுங்கி சில்லு சில்லா போயிட்டாராம்!

அப்புறம்தான் தெரிஞ்சிருக்கு எடுத்த புதையல்ல கொஞ்சத்தை, அதாவது நூத்துல பத்து சதவீதத்தை இப்படி ஒரு இடத்துல புதைச்சுவெச்சு, அதை ருத்ராபதியைவிட்டே எடுக்க வைக்கிறது... அப்படியே வேலாயுதம்கற ஊர்க்காரனைக்

கொலைசெய்து அவனை சாமை வயல்ல போட்டு அவன்தான் கைதி இரும்பாடி, மாந்திரீகன் மார்நாடுவைப் பயன்படுத்தி புதையல் எடுக்கப் பார்த்தவன்னு போலீசை நம்பவைக்கிறது... இதுதான் வாத்தியாரோட திட்டம்.

ஆனா யானைக்கும் அடி சறுக்கும்ங்கற மாதிரி அவரை காலம் ருத்ராபதி கண்முன்னாலேயே சறுக்கி விழ வெச்சிடிச்சு.

அப்புறம் போலீஸ் பாஷைல நாலுதட்டு தட்டவும், அவர் எல்லா உண்மைகளையும் ஒத்துக்கிட்டாராம். இதுதான் ருத்ராபதி என்கிட்ட சொன்ன தகவல்..."

எடிட்டர் ராஜபாஸ்கரன் கிட்டத்தட்ட தன் வேலை முடிந்துவிட்டது என்பதுபோல, சில்லிட்டுவிட்ட பூரிக்கிழங்கை கிள்ளி வாயில் போட்டு முழுங்கத் தொடங்கினார்.

அவரிடம் அதற்குப் பிறகு கேட்பதற்கு, பெரிதாக கேள்விகள் இருக்கற மாதிரி தெரியவில்லை. இருந்தும் முக்கியமான அந்தக் கேள்வியை மட்டும் அவன் கேட்டான்.

"அப்ப புதையல் வாத்தியார் கிட்டதான் இருக்கா சார்...?"

எடிட்டர் பூரியை விழுங்கியபடியே வெறித்தார்.

"என்ன சார் வெறிக்கிறீங்க?"

"நான் சொல்ல வேண்டியதைச் சொன்னபிறகு நீயும் என்னை வெறிப்பே ராஜேந்திரன்."

"முதல்ல என்னன்னு சொல்லுங்க சார்..."

"வாத்தியார் கூட ஒரு அம்புதான். எய்தவன் இன்னொருத்தன்."

"அப்ப அவன் யார்?"

"அதை வாத்தியார் சொல்லிட்டாதான் பிரச்சனை இல்லையே... சொல்லமாட்டேங்கறாரே!"

"அவர் அப்படி காப்பாத்தத் துடிக்கிற அந்த நபர் யார் சார்...?"

"தெரியல... விசாரணை நடந்துக்கிட்டிருக்கு. இதுதான் இப்போதைய நிலை. நீ பூரியைச் சாப்பிட்டு முடி. நாம கிளம்பலாம்..."

"வாத்தியாரை நான் பார்த்தால் உண்மையை வரவெச்சிருவேன் சார்..."

"அது எனக்குத் தெரியாது. வாத்தியாரா பார்த்து உண்மைய சொல்லிட்டா எல்லா புதிர்களுக்கும் விடை கிடைச்சிடும். ஆனா வாத்தியார் வாயே திறக்க மாட்டேங்கறாரு. வார்த்தைக்கு வார்த்தை என்னை தூக்குல போடுங்க, நான் சாகத் தயார்னு மட்டும் சொல்றதா கேள்வி."

"அப்ப இன்னமும் அந்த மெயின் குற்றவாளி அகப்படலை. அப்படித்தானே?"

"அவன் மட்டுமல்ல... புதையலும்தான்!"

ராஜேந்திரனுக்கு அதுவே பெரியதொரு ஆயாசத்தை அளித்தது. பெருமூச்சு விட்டான்.

✦✦✦

வீட்டுக்குள் நுழைந்தவனை ஓடிவந்து கட்டிக்கொண்டாள் ராஜேந்திரனின் அம்மாவான சங்கரி.

"கண்ணு என்னப்பா இது... போனா போன இடம்னு இப்படியா இருந்துக்குவே?"

"என்னம்மா நீ... என் கடமை எப்படிப்பட்டதுன்னு உனக்குத் தெரியாதா?"

"என்னடா கடமை இது... ஆமா நான் தெரியாமதான் கேக்கறேன், நீ பத்திரிகைக்காரனா இல்ல போலீஸ்காரனாடா?"

"நீ என்ன கேக்கறேன்னு புரியுது. ஒரு பத்திரிகைக்காரன் இப்ப இருக்கற காலத்துல போலீஸ்காரங்களைவிட புத்திசாலியா விவேகமா நடந்துகிட்டாகணும். கிட்டத்தட்ட அவங்கள சூப்பர் போலீஸ்னு சொல்லலாம். ஏன்னா இப்ப காலம் அப்படி இருக்குதும்மா..."

"அது சரி... யாரோ ஒரு பொண்ணை நானே கட்டிக்கிறேன்னு நீ சொல்லிட்டியாமே... நிஜமாவா?"

“ஆமாம்மா... எடிட்டர் இன்னும் என்னெல்லாம் சொன்னாரு... தவணைல கேள்வி கேட்காம ஒட்டுமொத்தமா கேட்டுடு...”

“ஏம்ப்பா இப்படி சலிச்சிக்கறே? கல்யாணம்னா என்ன சின்ன விஷயமா...? அது ஆயிரம் காலத்துப் பயிர் இல்லையா?”

“நிச்சயமா... அதனாலதான் அந்தப் பயிரை வரதட்சணை, ஜாதகம் பாக்கறது, அப்புறம் ஜாதி, மதம்ங்கற விஷயங்களை வெச்சு பொருந்துமா பொருந்தாதான்னு எடை போட்டு அதைக் கேவலப்படுத்தறதுன்னு போயிடாம, துணிச்சலா, நேர்மையா நான் தேன்மொழிக்கு வாழ்க்கை தர சம்மதிச்சிருக்கேன்...”

சங்கரியால் அதற்குமேல் அவனிடம் பேச முடியவில்லை. பெருமூச்சோடு “ஏன்டா அப்ப இன்னும் இரண்டு நாள்ல உனக்குக் கல்யாணமா?” என்று கேட்டாள்.

“ஆமாம்மா... நீ பெருமூச்சு விடறதும் எதுக்குன்னு புரியுது. பத்திரிகை அடிச்சு, ஊர்பூரா குடுத்து, எல்லோரையும் வரவழைச்சு அமர்க்களம் பண்ணி, எல்லா கல்யாணத்தையும் போல என் கல்யாணத்தை நீ நடத்த நினைக்கறே... ஆனா அதை எல்லாம் விட பெரியதா தேன்மொழி கழுத்துல சிம்பிளா தாலியைக் கட்டி, அவளுக்குக் கல்யாணமே நடக்காது. அவ ஒரு துரதிர்ஷ்டம் பிடிச்சவள்னு மூட நம்பிக்கையோட பேசறவங்க வாயை அடைக்கறத நான் பெருசா நினைக்கறேன்... புரிஞ்சுக்கமா...”

தாயின் கரம் பற்றி வாஞ்சையோடு அவன் சொன்னதை, அவளும் ஏற்றுக்கொண்டாள். “சரிப்பா... தலை எழுத்துப்படிதானே எல்லாம் நடக்கும். எப்படியோ இனியாவது எல்லாம் நல்லபடி நடந்தா சரி...”

“நீ என் கூட இரும்மா... நான் செய்யற நல்லதுக்கெல்லாம் ஆதரவு கொடு. நிச்சயம் நல்லது மட்டும்தாம்மா நடக்கும்...”

சங்கரி அதைக் கேட்டு, அவனைக் கட்டிக்கொண்டாள். அவள் கண்களில் ஆனந்தக் கண்ணீர்!

✦✦✦

ஆயக்குடி!

அந்த போலீஸ் வீடு...

டி.எஸ்.பி. சிதம்பரராஜனின் சைரன் பொருத்தப்பட்ட அம்பாசிடர் கார் தேங்கி நிற்க, அதில் இருந்து மிடுக்காக அவரும் இறங்கினார். போலீஸ் வீட்டுவாசல் முன் வந்து விறைப்பாக சல்யூட் செய்து வரவேற்றார் ருத்ரா.

"இதுதான் தற்காலிகமாக நம்ம ஸ்க்வாடு தங்கியிருக்க நீங்க பாத்துருக்கற வீடா...?"

"ஆமாம் சார்... உள்ள வந்து பாருங்க சார்..."

அவரும் உள்ளே நுழைந்து ஒரு பார்வை பார்த்துவிட்டு ஒரு தனியறையில் புதிதாக வாங்கி வந்து போடப்பட்டிருந்த பிரம்பு நாற்காலியில் வந்து அமர்ந்தார்.

செண்ட்ரி போலீஸ்காரர் ஒருவர் ஒரு பீங்கான் கப்பில் காபி கொண்டுவந்து வைத்தார். கூடவே இரண்டு சமோசா...

அதை ருசித்தபடியே ருத்ராவை நோக்கி, "கன்கிராஜுலேஷன்ஸ்" - என்றார்.

"தேங்க்யூ சார்..."

"ருத்ரா... நான் இப்ப உங்களை முழுசா பாராட்டலை. அதேசமயம் பாராட்டாமல் விட்டா உங்களுக்கும், நம்ம டீமுக்கும் ஒரு சோர்வு ஏற்படும்கறதால ஒரு முடிவோடதான் கை குலுக்கினேன்."

"தெரியும் சார். என்னைப் பொறுத்தவரை இங்கு குற்றம் தடுக்கப்பட்டிருக்கு. ஆனா உண்மையான குற்றவாளி யார்னு தெரியல. புதையலும் கிடைக்கல. ஆகையால் நாம பாதிக் கிணறு தாண்டியிருக்கோம்..."

"புரிஞ்சா சரி... ஆமா அந்த வாத்தியார் என்ன சொல்றான், உண்மைய சொல்வானா இல்லை..."

"எந்தக் குற்றவாளி சார் எடுத்த எடுப்புல எல்லா உண்மைகளையும் சொல்லியிருக்காங்க. அதுலையும் இது ரொம்ப நாளா திட்டம் போட்டு, பலபேர் ஒண்ணா கூடி செய்துருக்கற ஒரு மாஸ்டர் பிளான் திட்டம். புதையல் மதிப்பும் கிட்டதட்ட நூறுகோடி இருக்கும்கறது என் யூகம்."

"அந்தக் குற்றவாளியும், புதையலும் வசப்பட்டே தீரணும். அந்த வாத்தியார் வாயைத் திறக்க மறுத்தா பெங்களூர் கூட்டிக்கிட்டுப் போய் உண்மைய சொல்ல வைக்கற பரிசோதனைக்குக்கூட ஆட்படுத்துவோம்..."

"ஷ்யூர் சார்... ஆனா நான் இங்கேயே உண்மையை வரவெச்சுடுவேன் சார்... எனக்கு நம்பிக்கை இருக்கு..."

"அதுசரி... அந்த ஆள்தான் மாட்டிக்கிட்டான். எதுக்குப் பயப்படறான். அவன் காட்டிக்கொடுக்கக் கூடாதுன்னு நினைக்கற அளவுக்கு அந்த சப்போர்ட்டர் அவ்வளவு பெரிய ஆளா?"

"கொஞ்சம் பொறுங்க சார்... இந்த விஷயத்துக்குப் பின்னால மந்திரி கூட இருக்கறதா நான் நினைக்கறேன்..."

"வாட்?"

டி.எஸ்.பி. சிதம்பரராஜன் எகிறிக்கொண்டு பிரம்பு நாற்காலியை விட்டு எழுந்தார்.

27

“மறுபிறப்பு என்கிற ஒன்றை பௌத்தம் ஓர் அபத்தவாதமாகத்தான் எண்ணுகிறது. பௌத்த மதம் பெரிய அளவில் பரவியுள்ள சீனா, உலகிலேயே ஒரு பெரிய நாடு. மக்கள் தொகையில் நம்மைவிட சீனர்களே அதிக எண்ணிக்கையில் உள்ளனர். இவர்களது பிரதான பாதை பௌத்தம். ஆயினும் இந்த நாட்டிலும் ஒருவரது இறப்புக்குப் பின் அவரது ஆத்மா அவர் செய்த நன்மை தீமைகளுக்கு ஏற்ப, ஆவியாக அலைவதும் அன்றேல் மறுபிறப்பெடுக்கிறது என்றும் நம்பும் பலர் உள்ளனர்.

இவர்களிடம் முன்னோர் வழிபாடு என்கிற ஒரு வழக்கம் காலம்காலமாகக் கொண்டாடப்பட்டு வருகிறது. சமாதிகளுக்குச் சென்று ஊதுபத்தி வைத்து மண்டியிட்டு வணங்கிவிட்டு வருவது இவர்கள் வழக்கம். அதேபோல தங்களது வழிகாட்டிகள் குறிப்பிட்ட அம்சங்களோடு பிறந்து வருவார்கள், அவர்களை அடையாளம் கண்டுகொண்டு வணங்க வேண்டும் என்பதும் இவர்களில் ஒரு பிரிவினரிடம் காணப்படுகிறது.

சுருக்கமாகச் சொல்லப்போனால் இறப்புக்குப் பின் ஒரு மனிதன் என்னவாக ஆகிறான் என்பதில் உலகம் முழுக்க மனித இனம் ஒரு முற்றுப்பெறாத தேடலில் தவித்தபடியேதான் உள்ளது!”

மந்திரிவரை தொடர்பு இருப்பதாக ருத்ரா கூறவும் சிதம்பரராஜன் ஷாக் அடித்தது போல கைகளை உதறினார். ருத்ராவுக்கும் சிதம்பரராஜன் அடுத்து என்ன

கேட்பார் என்பதும் அப்போதே புரிந்துவிட்டது. அவரும் அவர் எதிர்பார்த்த கேள்வியைத்தான் கேட்டார்.

ருத்ராபதி... என்ன சொல்றீங்க? முதல்ல ஆயுள் தண்டனைக் கைதி தப்பி வந்து ஒளிஞ்சிக்கிட்டு இருக்கற விவகாரம்னு தான் இதைச் சொன்னீங்க. பிறகு ஆவிங்க நடமாட்டம்னு ஒரு விஷயம் சேர்ந்துச்சு! கடைசியா புதையல் சமாச்சாரம் தான் இதோட மையம்னு சொன்னீங்க... இப்ப என்னடான்னா இதுல மந்திரி வரை தொடர்பு இருக்குன்னா என்ன அர்த்தம்?"

"இதுக்கு ஒரே பதில்தான் சார்... தொடர்பு இருக்குன்னா இருக்குன்னு மட்டும்தான் சார் அர்த்தம்..."

"நிரூபிக்க முடியுமா?"

"இப்ப இருக்கற நிலையில அது கொஞ்சம் கஷ்டம்தான் சார். வாத்தியார் இந்த நொடி உண்மைகளைச் சொல்ல மறுத்துக்கிட்டு இருக்கறதுக்குப் பின்னால மந்திரி மட்டுமில்ல, இன்னும் சிலரும் இருக்கலாம்னு நான் சந்தேகப்படறேன்."

"வாத்தியாரோ வாயைத் திறக்கலை... அப்படி இருக்க எதைவெச்சு மந்திரி வரை தொடர்பு இருக்கறதா கண்டுபிடிச்சீங்க?"

"வாத்தியார் வீட்ல சில கடித ஆதாரங்கள் கிடைச்சிருக்கு சார். அதுல ஒண்ணு ஒரு தொல்பொருள் ஆய்வாளர் எழுதினது. அந்த ஆய்வாளருக்கு மந்திரி ஒரு வகையில் உறவாகறார்..."

ருத்ரா அதற்குமேல் சிதம்பரராஜனிடம் பேசவில்லை. மேஜை டிராயரைத் திறந்து ஃபைல் ஒன்றில் இருந்து ஒரு கடிதத்தை எடுத்து சிதம்பரராஜனிடம் காண்பித்தார். அது ஒரிஜினலின் ஜெராக்ஸ் படிவம்!

கடிதம் நல்ல கொட்ட கொட்டையான எழுத்தில் தெளிவாகப் படிக்கும் விதத்தில் இருந்தது.

'அன்புள்ள தீனதயாளன் அவர்களுக்கு!

திருநெல்வேலியில் நடைபெற்ற ஒரு திருமணத்தில் நாம் சந்தித்துக்கொண்ட போது என்னிடம் நீங்கள் கேட்ட சில கேள்விகள் என்னைத் தூங்கவே விடவில்லை. அதன் எதிரொலிதான் இந்தக் கடிதம். உங்கள் ஊர் காத்தான் கரடு பற்றியும், அங்கு கட்டபொம்மனின் காலத்து தங்க நகைகள் புதைக்கப்பட்டிருப்பதாக ஊருக்குள் நிலவும் நம்பிக்கை பற்றியும் நீங்கள் கேட்டிருந்தீர்கள். ஒரு தொல்பொருள் ஆய்வாளனாக என்னால் இந்த விஷயத்தை ஒரு வதந்தியாகவோ, கற்பனையாகவே எடுத்துக்கொள்ள முடியவில்லை. இது தொடர்பாக நானும் ஆராய்ச்சிகளை மேற்கொண்டேன். அதில் எனக்கு பல அதிசயமான தகவல்கள் கிடைத்தன.

குறிப்பாக நெற்கட்டும் செவ்வலை மையமாகக்கொண்டு ஆட்சி செய்த புலித்தேவன் காலத்தில், புலித்தேவன் வெள்ளையனுக்கு வரி கட்ட மறுத்துவிட்டான். அதுமட்டுமல்ல... வெள்ளையன் ஆற்காட்டு நவாப் உதவியுடன் படையெடுத்து வந்தபோது புலித்தேவனிடம் தோற்றும் போனான். அப்போது நெல்லைச் சீமையில் பல இடங்களில் புலித்தேவன் படை திரட்டி அவர்களைத் தயார் நிலையில் வைத்திருந்தான். அவர்கள் அவ்வளவு பேரும் மலைகளிலும், குன்றுகளிலும்தான் தங்கியிருந்தார்கள். குறிப்பாக தண்ணீர் வளம் அருகே உள்ள குன்றுகளைத் தேர்ந்தெடுத்து தங்கி போர் பயிற்சியும் செய்தார்கள். அப்போது உங்கள் ஊர் சாத்தான் கரட்டில் அவர்களில் பலர் தங்கியிருப்பதற்கு ஆதாரங்கள் கிடைத்தது.

இப்போது அங்கே பேய் உலவுவதாக ஊர் நினைப்பதாகவும் கூறினீர்கள். இதெல்லாம் அந்த நாளில் ஏற்படுத்தப்பட்ட நம்பிக்கைகள்... அப்படி ஒரு

பயத்தை உருவாக்கினால்தான் போராடும் போராளிகள் தங்கள் போர்க்கருவிகளோடு அங்கே பதுங்கியிருந்து எதிரிகளிடம் இருந்தும் தங்களைப் பாதுகாத்துக்கொள்ள முடியும்.

எனவே எப்படி கூட்டிக் கழித்து பார்த்தாலும் அந்தக் கரட்டில் தங்கப் புதையல் இருக்க வாய்ப்பு அதிகம். அந்த தங்கம் கட்டபொம்மன் போன்ற பாளையக்காரர்களின் சொத்தாகவும் இருக்கலாம். இல்லாவிட்டால் அந்த நாளில் உங்கள் ஊரில் வாழ்ந்த செல்வந்தர்கள் வெள்ளையர்களுக்கும், கொள்ளையர்களுக்கும் பயந்துகொண்டு பதுக்கி வைத்ததாகவும் இருக்கலாம். இல்லாவிட்டால் படைக்கருவிகள் வாங்க ஒரு பொதுச்செலாவணியாக தங்கத்தை பலரிடம் இருந்து பெற்று அதை கரட்டில் புதைத்தும் வைத்திருக்கலாம். அது எப்படிப்பட்டதாக இருந்தாலும் சரி, கரட்டுக்குள் நான் நுழைந்தால் நிச்சயம் கண்டுபிடித்து விடுவேன். பொதுவாக இப்படி ஒரு விஷயத்தைப் புதைத்து வைப்பவர்கள் சில அடையாளக் குறியீடுகளை வைத்திருப்பார்கள். அந்த மாதிரி குறியீடுகளை உங்களைப் போன்றவர்களால் கண்டுபிடிக்க முடியாது. எங்களுக்கு அதுதான் தொழிலே என்பதால் என்னால் முடியும். எனவே நான் உங்கள் ஊருக்கு வருகிறேன். யாருக்கும் தெரியாமல் இரவில் வருகிறேன். நாம் இருவரும் கரட்டுக்குப் போவோம். அந்த கரட்டில் உங்கள் ஊர் நாட்டாமையின் மருமகன் ராஜாமாணிக்கம் என்பவன் தங்கி இருந்துகொண்டு தப்புதண்டாக்களில் ஈடுபட்டு வருவதாகவும் கூறி இருந்தீர்கள். அப்படி ஒருவன் அங்கே இருந்தால் அது நமக்கு மேலும் வசதிதான். இந்த மாதிரி விஷயங்களில் இறங்கும்போது கூட்டு சேர்க்கக் கூடாது. முடியாத பட்சத்தில் ஒரு கூட்டணியாக முயற்சிப்பதுதான் நல்லது... அந்த ராஜமாணிக்கத்தை நான் பார்த்துக்கொள்கிறேன்.

புதையல் இருப்பது உறுதியாகி விட்டால், அதை எப்படி எடுக்க வேண்டுமோ அப்படி எடுத்து விடுவோம். பொதுவாக புதையல் என்று ஒன்று கிடைத்தால் அது அரசுக்குத்தான் சொந்தமாக வேண்டும். இது உங்களுக்கும் தெரியும். இம்மட்டில் பின்னால் விவகாரம் வந்து அரசாங்கம் மூக்கை நுழைத்தால், அது அவ்வளவு பேருக்குமே ஆபத்து. அப்படி ஒரு ஆபத்து நம்மை எந்தக் காலத்திலும் அணுகாமல் இருக்கவும் வழி உள்ளது. எனது உறவினர் ஒருவர் மந்திரியாக இருக்கிறார். அவருக்கும் இப்பொழுது கொஞ்சம் பணமுடை. நமது புதையலில் அவரையும் கூட்டுச் சேர்த்துக்கொண்டால் அரசாங்கத் தரப்பில் இருந்து எந்த பிரச்சினையும் நமக்கு வராதபடி அவர் பார்த்துக்கொள்வார். குறிப்பாக போலீஸ் தொந்தரவே இருக்காது.

என்னைப்போல ஒரு தொல்பொருள் ஆராய்ச்சியாளர் ஒருவர் இப்படி திட்டம் போட்டு தங்கம் எடுத்து அதை உருக்கி பிஸ்கெட் ஆக்கி அவ்வப்போது விற்று பணமாக்கி ஜாலியாக வாழ்ந்து வருகிறார். நானும் ஒரு வாய்ப்பிற்காகக் காத்திருந்தேன். உங்கள் மூலம் அது நனவாகும் போலத் தெரிகிறது. எனவே இந்த வாய்ப்பை நான் தவறவிடப் போவதில்லை. இது விஷயமாக எப்படியெல்லாம் கவனமாக நடந்துகொள்ள வேண்டும், என்னவெல்லாம் செய்ய வேண்டும் என்பதை நேரில் கூறுகிறேன்.

அப்புறம் உங்கள் மகள் மலர்விழி சேரன்மாதேவியில் நலம் தானே? அனைத்துக்கும் விபரமாகக் கடிதம் போடுங்கள். தயவுசெய்து செல்போன் இருந்தால் அதன்மூலம் பேசுவது மிக நல்லது. இதுமாதிரி விஷயங்களில் கடிதங்கள் எழுதி விஷயங்களைப் பரிமாறிக்கொள்வது நல்லதல்ல. நானும் ஒரு தொடக்கம் என்பதால் இவ்வளவு தூரம் எழுதியுள்ளேன். கூடியவரை இனி போனில்

பேசிக்கொள்வோம். போன் இல்லாவிட்டால் ஒன்றை வாங்கி விடுங்கள். அதுதான் நல்லது. படித்துவிட்டு இந்தக் கடிதத்தையும் கிழித்துப்போட்டு விடவும்.'

இப்படிக்கு
ஜனார்த்தன பாண்டியன்.

சிதம்பரராஜன் நீண்ட அந்த கடிதத்தைப் படித்துவிட்டு படபடக்கும் இமைகளோடு நிமிர்ந்தார். "அப்படியே உங்க யூகம் ரொம்ப சரி ருத்ராபதி..." என்றார்.

"இனி நான் ஒவ்வொரு அடியையும் கவனமாக வைக்கணும் சார். இந்த ஜனார்த்தன பாண்டியன்தான் இப்ப என்னோட அடுத்த குறி. வாத்தியார் தப்பித் தவறியும் யாரைப் பத்தியும் சொல்லமாட்டார்ங்கற தைரியத்துல குற்றவாளிகள் இருக்கலாம். நான் அடுத்து என்ன செய்யப் போறேன்னு குற்றவாளி இப்ப என்மேலேதான் கவனமா இருக்கான். அவனை நான் எப்படி ஏமாத்தப்போறேன்கறது ரொம்ப முக்கியம்."

"அதுவும் உண்மைதான். இனி உங்க விஷயத்துல நான் எந்த அப்ஜெக்ஷனும் பண்ணமாட்டேன். துணிஞ்சு போங்க. எப்படி வேணா செயல்படுங்க. ஆனா முடிவு நமக்குத்தான் சாதகமாக இருக்கணும்."

"நிச்சயமா இருக்கும் சார். எப்ப இந்தக் கடிதத்தை வாத்தியார் கிழிச்சு போடலையோ, அப்பவே அவர் இந்த ஜனார்த்தன பாண்டி விஷயத்துல உண்மையா இல்லைன்னு தெரியுது. வாத்தியார் எல்லா விதத்துலையும் தன்னைக் காப்பாத்திக்க ஒரு வழி வெச்சுக்கிட்டேதான் இந்தக் குற்றத்துல ஈடுபட்டிருக்கார். அப்படி இருந்தும் இப்ப மாட்டிக்கிட்டார். நிஜமா நான் அந்த சின்னபேச்சியைச் சந்தேகப்பட்டு அவளைப் பார்க்க போகலைன்னா, அவர்தான் நினைச்சதைச் சாதிச்சு தப்பியிருப்பார். இந்த விஷயமும் கைதி இரும்பாடி, மாந்திரிகன் மார்நாடுவோட முடிஞ்சு போயிருக்கும். ஆனா பாவம் வாத்தியார்."

“எல்லாம் சரி ருத்ரா... கையும் களவுமாக மாட்டிக்கிட்ட பிறகும் ஏன் உண்மைகளைச் சொல்ல மறுக்கிறார்? ஒருவேளை அந்த மந்திரி தலையிட்டு தன்னைக் காப்பாத்திடுவார்னு நம்பறாரோ...?”

சிதம்பரராஜன் ஒரு புதிய கோணத்தில் யோசித்தது ருத்ராவையும் யோசிக்க வைத்தது. ஆனால் ருத்ரா அதை மறுப்பதுபோல தலையசைத்தார்.

“என்ன ருத்ரா...?”

“இல்ல சார்... இந்த மாதிரி விஷயத்துல அரசியல்வாதிகள் எவ்வளவு சுயநலமா நடந்துப்பாங்கன்னு வாத்தியாருக்குத் தெரியாம இருக்காது. வாத்தியார் வாய் திறக்காததற்கு பின்னால நிச்சயம் ஒரு பெரிய த்ரெட் இருக்கு...”

“த்ரெட்... யூ மீன் விபரீதம்?”

“யெஸ் சார்...”

“எந்த மாதிரி அது இருக்க முடியும். விட்டா இங்க நாம வாத்தியாரை அடிச்சு நொறுக்கறதுல ஆரம்பிச்சு நாளைக்கு தூக்குமேடை வரை கூட கூட்டிக்கிட்டுப் போக முடியும்... அப்படி இருக்க அவர் இனியும் எதுக்குத் தயங்கணும்... பயப்படணும்?”

“நாம இரண்டுபேரும் ஒரு அரைமணி நேரம் பேசி மாறி மாறி கேள்வி கேட்டுக்கிட்டு உடனே உண்மையைக் கண்டுபிடிச்சுடற மாதிரியான ஒரு விஷயம் இது இல்லை சார்.

வாத்தியார் ரொம்ப புத்திசாலி... அவர் திட்டங்கள்ள எங்கேயும் தப்பு இல்ல. அதை அவர் செயல்படுத்தின விதத்திலையும் பெருசா தப்பு இல்லை. ஆனா காலம் அவருக்குக் கைகொடுக்க விரும்பலை. அதனாலதான் அவர் என்கிட்ட மாட்டிக்க வேண்டி வந்தது. அதேகாலம் எனக்குத் தொடர்ந்து உதவி செய்யறதுலதான் நான் அடுத்தடுத்து ஜெயிக்கப்போறது இருக்கு... அதேசமயம் இப்ப ஒரு விஷயம் ரொம்ப முக்கியம்.”

“என்ன ருத்ரா?”

"வாத்யாரை நாம கைது செய்து என்கொயரி செய்துக்கிட்டிருக்கிறது இந்த நிமிஷம் மிச்சமிருக்கற அந்த ஜனார்த்தன பாண்டியன், அவன் மூலமா மந்திரி, இதுபோக லோக்கல்ல இங்க வாத்தியாரோட கூட்டணி வெச்சுகிட்ட புள்ளி, இவங்களுக்குத் தெரிஞ்சிருக்கும். இவங்களுக்கெல்லாம் வாத்தியார் நிச்சயமா தங்களைக் காட்டிக்கொடுக்கமாட்டார்னும் தெரியும். அதேசமயம் இந்தக் கேஸ் எப்படி முடியும்கற குழப்பமும் அவங்ககிட்ட இப்ப இருக்கும்."

"எக்ஸாக்ட்லி... அதுக்கு இப்ப என்ன பண்ணப் போறீங்க?"

"இந்தக் கேஸை வேகமா முடிவுக்குக் கொண்டு வந்து வாத்யாரை மட்டும் குற்றவாளின்னு பண்ணிடணும் சார்..."

"என்ன குழப்பறீங்க?"

"குழப்பல சார்... வாத்தியார் அந்த சின்னப்பேச்சி மூலமா இந்தக் கேஸை எப்படி முடிக்க விரும்பினாரோ அதேமுறையில் இந்தக் கேஸை நான் முடிக்க விரும்பறேன்..."

"யூ மீன்?"

"புதையல் தங்கத்துல கொஞ்சத்தை ஒரு இடத்துல புதைச்சுவெச்சு அதை போலீசுக்குக் காட்டிக்கொடுத்து நாம தேடற நபர்னு ஒருத்தரைக் கொலை செய்து, அவரை நமக்கு காட்டிக்கொடுத்து கேஸை முடிக்கறதுதானே அவர் திட்டம்..."

"அதனால...?"

"அதுல இப்ப ஒரு சின்ன மாற்றம்..."

"எப்படி?"

"வாத்தியார் தான்தான் குற்றவாளின்னு ஒத்துக்கிட்டார்... இது முதல் கட்டம்! அடுத்து புதையலையும் அவர் காட்டிக்கொடுத்தார். அதாவது அவர் ஏற்கெனவே விரும்பினபடி புதையல் தங்கத்துல பத்துல ஒரு பங்கை நமக்குக் கிடைக்கும்படி செய்தார். நாமளும் புதையலை எடுத்து அரசாங்கத்துக்கிட்ட ஒப்படைக்கப்போகிறோம்.

வழக்கு நடக்கும். அதுல என்ன தீர்ப்பு வருதோ, அதன்படி வாத்தியாருக்குத் தண்டனை கிடைக்கும். அவ்வளவுதான் சார் விஷயம்!"

"இப்படி எல்லாரும் நினைக்கணும். ஆனா நீங்க மட்டும் வேற பாதைல குற்றவாளியை நோக்கி போறீங்க. அப்படி தானே?"

"ஆமாம் சார்..."

"சரி... நான் ஆரம்பத்துலேயே சொன்ன மாதிரி உங்க விஷயத்துல நான் எதுக்கும் அப்ஜெக்ட் பண்ணமாட்டேன். நீங்க இந்தக் கேஸ்ல முழு சுதந்திரமா உங்க திறமையைக் காட்டலாம்..."

"தேங்க்யூ சார்... எனக்கும் இதைத் தவிர வேறு வழி தெரியல. ஏன்னா அந்த ஜனார்த்தன பாண்டியன், அப்புறம் மந்திரியைக் குற்றவாளியாக்க இந்த ஒரு கடிதம் போதாது. என் பேரைப் பயன்படுத்தி யாரோ எங்கையோ தப்பு பண்ண ஆசைப்பட்டிருக்கலாம். ஆனா அதுக்கு நான் எப்படி பொறுப்பாக முடியும்னு எதிர் கேள்வி கேட்டு ஈஸியா அவர் தப்பிடுவார்.

அந்த ஜனார்த்தன பாண்டியனோ, நான் லெட்டர் எழுதினது வரை உண்மை. ஆனா இந்த லெட்டருக்கு வாத்தியார் எந்த ரெஸ்பான்சும் கொடுக்கல. அவர் தனியா வேற விதத்துல செயல்பட்டு என்னைக் குற்றவாளியாக்க பாக்கறார்னு சொன்னா அந்த வாதம் கோர்ட்ல நிக்கும் சார். நல்ல சாமர்த்தியமுள்ள வக்கீல் ரொம்ப ஈஸியா இந்த லெட்டர் எவிடன்ஸை உடைச்சு நொறுக்கிடுவார்..."

"உண்மைதான்! நீங்க இனி உங்க பிளான்படியே செயல்படுத்துங்க..."

"அப்ப இதை நீங்களே வாத்தியார்கிட்ட வந்து சொல்லி இப்பவே ஒரு முடிவுக்குக் கொண்டு வரலாமே சார்..."

"ஷ்யூர்... இப்ப அவர் எங்க?"

அடுத்த இரண்டாவது நிமிடத்தில் வாத்தியார் முன் எஸ்.பி. சிதம்பரராஜனும், ருத்ராவும் நின்றனர்.

வாத்தியார் கையில் விலங்குடன் தலைகுனிந்து அமர்ந்திருந்தார்.

"சார்ர்ர்ர்..." - ருத்ரா மரியாதையாகவே கூப்பிட்டார். தயக்கமுடன் அவரும் நிமிர்ந்தார். கண்களில் ஒரு வெட்கம் கலந்த தயக்கம்.

"சார்... எஸ்.பி. சார் ஒரு முடிவுக்கு வந்திருக்கிறார். நீங்க உயிரை விட்டாலும் விடுவீங்க, உண்மையைச் சொல்லமாட்டீங்கன்னு நான் சொன்னேன். வேண்டாம்... அந்த உண்மை. அந்த உண்மை தெரியவே வேண்டாம். அது மந்திரி எம்.எல்.ஏன்னு போறதுக்கு, நீங்கதான் குற்றவாளின்னு சொல்லி கேஸை முடிக்கச் சொல்லிட்டார். சாருக்கும் மேல இருந்து ஒரு வகைல பிரஷர்!"

ருத்ரா சாதுர்யமாக பேசியது வாத்தியார் கண்களில் ஒரு புதிய ஒளியைக் கொண்டு வர ஆரம்பித்தது.

"உங்க பழைய திட்டப்படி புதையல் தங்கத்துல கொஞ்சத்தை ஒரு பானைல போட்டு, இதுதான் புதையல்னு சொல்லி கோர்ட்ல ஒப்படைச்சு உங்களையும் குற்றவாளியா நிறுத்திடறோம். நீங்க சுலபமா தப்பி வெளிய வரதுக்குத் தோதா அதுக்கு தகுந்த மாதிரி செக்ஷன்ல எஃப்.ஐ.ஆர் போட்டுடறோம்... இந்தக் கேஸ் இந்த மட்டுல முடிஞ்சா போதும்கறது சார் விருப்பம்..."

ருத்ரா சொல்லி முடிக்க, வாத்தியார் முகத்தில் குபீரென்று ஒரு பளபளப்பு! அது அவர் பார்வையிலும் எதிரொலித்தது!

28

“இறப்பு, பிறப்பு, மறுஜென்மம் பற்றியெல்லாம் சிந்திக்கும்போது சித்த புருஷர்கள் பலரைப் பற்றிய எண்ணங்களைத் தவிர்க்க முடியவில்லை. சித்தர்கள்தான் உடம்பைக் கோவிலாகவும் கருதியவர்கள், இது ஒரு மலப்பை என்றும் இகழ்ந்தவர்கள்! இவர்கள் கவனமெல்லாம் உடம்பை வெற்றிகொள்வதில் குறியாக இருந்தது. அதற்காக காயகல்பங்களைச் சாப்பிடுவது, விரத முறைகளை அனுசரிப்பது என்று அவர்கள் பல வழிமுறைகளைக் கையாண்டனர். அதனால் அவர்கள் சொன்னபடியெல்லாம் உடம்பு கேட்டது. அது மட்டுமல்ல, ஒரு உடம்பில் இருந்து இன்னொரு உடம்புக்குள் புகும் ‘கூடு பாய்தல்’ என்கிற கலையிலும் இவர்கள் வெற்றிகரமாகத் திகழ்ந்ததாக கதைகளில் அறிகிறோம்.

ஓர் உடம்பில் இருந்து இன்னொரு உடம்புக்குள் தங்கள் ஆத்மாவைக் கொண்டு சென்று செயல்படுத்துவது என்பதுதான் கூடுபாய்தல் என்பதாகும். உலகிலேயே நமது தேசத்தில்தான் இத்தகைய விஷயங்கள் அதிகம் காணக்கிடைக்கின்றன. பிற தேச விஷயங்களில் ஏசுநாதர் சிலுவையில் அறையப்பட்டு உயிர் நீத்ததும் பின் அவர் உயிர்த்தெழுந்தார் என்பதும் உடல், உயிர் பற்றிய கேள்விகளுக்கு ஒருவித பதிலாக உள்ளன. ஆனால் இவை எல்லாமே நாம் கேட்டறிந்தவை, படித்தறிந்தவைதான்... எது நிஜம் என்பதற்கு நமது அனுபவங்களால்தான் பதில் கூற முடியும்!”

ருத்ரா ஒருவிதமாக திட்டமிட, எஸ்.பி. சிதம்பரராஜனும் அதை ரசித்தபடி இருக்க, வாத்தியார் அந்த வலையில் விழுவார் என்றுதான் இருவருமே நினைத்தனர். வாத்தியாரும் தொடக்கத்தில் விழுவதுபோலத்தான் முகபாவங்களைக் காட்டினார். ஆனால் போகப்போக அவரிடம் ஒரு கேலிச்சிரிப்பு.

அப்படி ஒரு சூழ்நிலையில் அவரால் எப்படி சிரிக்க முடிந்தது என்பதும் வினோதமான ஒன்றாகத்தான் இருந்தது. ருத்ராவை அவரின் சிரிப்பு எள்ளி நகையாடியது.

“என்ன சார் எதுக்கு இந்தச் சிரிப்பு...?”

“சிரிக்காம என்ன பண்ண ருத்ராபதி. மந்திரி லெவல்ல பிரஷர்னு நீ சொன்ன உடனே நான் சந்தோஷப்படுவேன், தப்பிச்சிட்டதாகவும் நான் நினைப்பேன்னு நீ நினைச்சா அதுக்கு என்னோட அனுதாபங்கள். உண்மைல எந்த மந்திரிக்கும் இந்த விஷயத்துல சம்மந்தம் கிடையாது. இது சத்தியம்!” - என்ற வாத்தியார் அப்படியே குலுங்கிக் குலுங்கி அழ ஆரம்பித்தார்.

அவருக்குள் பலவிதமான மனப்போராட்டங்களை அந்த வேளையில் பார்க்க முடிந்தது. அடுத்தடுத்து அவர் என்னவெல்லாம் சொல்லுவாரோ என்கிற எதிர்பார்ப்பும் ஏற்பட்டது. அவரும் அழுது முடித்தவராக வாயைத் திறந்தார்.

“ருத்ராபதி... என்னை ரொம்ப குடையாதே! நான் உப்பைத் தின்னவன் - தண்ணி குடிச்சிக்கிட்டிருக்கேன். உனக்கு சில விஷயங்களை மட்டும் சொல்லிடறேன். ஜனார்த்தன பாண்டியன் எனக்குக் கடிதம் போட்டதுதான் உனக்குத் தெரியும். ஆனால் நான் அவனுக்குப் பதில் போடலை.

முதல்ல ஜனாவைத் துணைக்குச் சேர்த்துக்க நினைச்ச நான், பிறகு வேண்டாம்னு விட்டுட்டேன். அதுக்குப் பின்னால பல காரணங்கள் இருக்கு. அதை எல்லாம் இப்ப என்னால விளக்கிச் சொல்லமுடியாது. ஆகையால் ஜனாவுக்கும் இதுல தொடர்பு இருக்கறதா நினைச்சா அந்தக் கருத்தை மாத்திக்கோ.

அந்த தங்கம் நானும், என் கூட்டாளியும் பல வருஷம் கஷ்டப்பட்டுத் தேடி கண்டுபிடிச்சது. அதை அரசாங்கம் எடுத்துக்கறதுல எனக்கு விருப்பமில்லை. பொதுவில் எந்த அரசாங்கமும் நான் குடி இருக்கற இந்த ஊருக்கு ஒரு நல்ல காரியமும் பண்ணித்தரலை.

குடிக்க நல்ல தண்ணி கிடையாது, ஒழுங்கா கரண்டு வராது, காய்ச்சல் குளிர் வந்தா காட்ட ஒரு ஆஸ்பத்திரி கிடையாது. இதை எவ்வளவு தடவை கேட்டாலும் ஆகட்டும் பாக்கலாம்கற பதிலைத் தாண்டி ஒரு நல்ல விஷயம் நடந்ததில்லை. ஆகையால அரசாங்கத்துக்கு எங்க ஊர் புதையல் போய் சேர்றதுல எனக்கு உடன்பாடில்லை...

அடுத்து அந்தப் புதையலை நாங்க யார்கிட்ட இருந்தும் களவாடலை. அது இந்த மண்ணுலதான் காலம் காலமா இருந்துச்சு. அது இந்த ஊருக்குத்தான் பயன்படணும். உண்மைல என் திட்டப்படி எல்லாம் நடந்திருந்தா, அந்த தங்கத்தை நானும், என் கூட்டாளியும் இந்த ஊருக்குள் இருக்கறவங்களுக்கும், இந்த ஊருக்காகவும் அதைப் பங்கு போட்டுருப்போம். இந்த விஷயத்துல ஆரம்பத்துல இருந்தே எங்களுக்கு ஒத்துவராதவன் அந்த ராஜமாணிக்கம் மட்டும் தான்! அதான் அவனைப் போட்டுத் தள்ளினோம். அவன் ஒரு அவசரக் குடுக்கை! புதையல் நகைல ஒண்ணைதான் அவன் தேன்மொழிக்குப் பரிசா கொடுக்கப் பார்த்தான். சில காசுங்கள அவசரப்பட்டு எடுத்துகிட்டு போய் வெளில ஆசாரிகிட்டேயும் வித்தான். அவனாலதான் நீ உள்ள வரும்படி ஆச்சு, எல்லாத்துக்கும் சேர்த்துதான் அவனைப் போட்டுத் தள்ளினோம். இப்படி இந்த ஊர்ல விழுந்த ஒவ்வொரு கொலைக்கும் பின்னாலேயும் ஒரு தெளிவான காரணம் இருக்கு. அதுல கொஞ்சம்கூட சுயநலம் கிடையாது ருத்ராபதி... கொஞ்சம்கூட சுயநலம் கிடையாது..."

வாத்தியாரின் ஆக்ரோஷத்தில் ருத்ராவால் கற்பனை கூட செய்து பார்க்க முடியாத பல நிஜங்கள்.

“இப்பகூட நான் சிக்கிக்கிட்டதுக்காக கொஞ்சம்கூட வருத்தப்படலை... ஏன்னா நான் ஊருக்கு நல்லது செய்யத்தான் இதுல இறங்கினேன். இப்பகூட நான் புதையல் எங்க இருக்குன்னு சொல்லிட்டு, என் கூட்டாளி யாருன்னும் காட்டிகொடுத்துட்டுத் தப்பிச்சுக்கலாம். அதிகபட்சம் எனக்கு ஆயுள் தண்டனை வேணா கிடைக்கலாம். ஆனால் நான் அப்படி செய்யப்போறதில்ல. எனக்கு என்ன ஆனாலும் சரி, என் கூட்டாளி ஜெயிக்கணும்னுதான் விரும்பறேன். திரும்பவும் சொல்றேன். அந்தப் புதையல் இந்த ஊரோட சொத்து. அதை நீ அடைய முடியாது. நான் மாட்டுன மாதிரி உன்கிட்ட என் கூட்டாளி நிச்சயம் மாட்டமாட்டான். அந்தப் புதையலும் உனக்குக் கிடைக்காது. காலம்பூரா இந்த ஊர்ல நீயும், உன் கூட்டாளிகளும் சுத்திச்சுத்தி வரவேண்டியது தான்.

எவ்வளவோ தடவை மனு கொடுத்தும் வராத போலீஸ் ஸ்டேஷன் இப்ப வந்திடுச்சு பார்த்தியா?

இதை புதையலை அடையறவரை நீங்க நீட்டிப்பீங்க. இதனால் மாடு திருடன், ஆடு திருடன், வயல்ல கதிர் அறுக்கறவன்னு நாங்க திருடங்களால் பட்டுக்கிட்டு வந்த அவஸ்தைக்கும் ஒரு முடிவு வரும்.

ஆனா ஒண்ணு மட்டும் நிச்சயம் ருத்ராபதி. இனி உனக்கு இந்த ஊர்ல எந்த விஷயத்துலையும் வெற்றி கிடைக்காது. கிடைக்கக் கூடாதுங்கறதுதான் என் விருப்பமும் கூட...” ருத்ராபதியைப் பார்த்து வாத்தியார் அடுத்தடுத்து பேசிய அவ்வளவும் எஸ்.பி. சிதம்பரராஜனை உலுக்கியது.

“ருத்ராபதி... இனி இந்த ஆள்கூட பேசறதுல பிரயோஜனமில்ல. எலெக்ட்ரிக் ஷாக்குல இருந்து பஞ்சாப் அடி வரை பூந்து விளையாடுங்க. வாங்குற அடில மனசுக்குள்ள இருக்கற அந்த ரகசியத்தை இந்த ஆள் வாந்தி மாதிரி கக்கணும்” என்று சிதம்பரராஜனும் கர்ஜித்தார்.

வாத்தியார் அதற்கெல்லாம் துளிகூட அசரவில்லை. விலங்கு பூட்டிய கையிரண்டையும் மடிமேல் வைத்துக்கொண்டிருந்தவர் ருத்ராவைப் பார்த்து...

"ருத்ராபதி கொஞ்சம் இங்க வர்றியா?" - என்று சில அடி தள்ளி நின்று கொண்டிருந்தவரை அருகில் அழைத்தார்.

ருத்ராபதி பதிலுக்கு வெறித்தார்.

"அட வாப்பா... உன் காதோட ஒரே ஒரு உண்மையை மட்டும் சொல்றேன்..."

"....."

"அட வாய்யா, உன் வாத்தியார் கூப்பிடறேன் வாய்யா..."

"வேண்டாம் சார்... கிட்டத்தட்ட ஒரு தீவிரவாதி மாதிரி பேசி எங்களைக் குழப்பி திசை திருப்பற வேலையெல்லாம் வேண்டாம். இந்த நிமிஷம் வரை நான் உங்கள என் தமிழாசிரியராதான் பாக்கறேன். என் சகாக்கள்தான் உங்க மேல கை வெச்சாங்க. நான் ஒதுங்கித்தான் நிக்கறேன். அந்த மரியாதையைக் கெடுத்துக்காதீங்க..."

"இல்ல ருத்ராபதி. உன்னைப் பார்த்து நான் பெருமைதான் படறேன். நாய் வேஷம் போட்டா குலைச்சுதான் தீரணும். நீ உன் கடமையைச் செய்யறே. உனக்கு அதுதான் சரி, நானும் என் கடமையைத்தான் செஞ்சேன். என்ன... முழுசா செய்யறதுக்குள்ள விதிவசத்தால் மாட்டிகிட்டேன்..."

"புதையல் தேடினது, அதை அடைய ஆசைப்பட்டது இதெல்லாம்கூட ஒண்ணும் பெரிய தப்பில்ல சார்... ஆனா வரிசையா எவ்வளவு உயிர்கள் போச்சு... அதுவும் எப்படி?"

"அட என்னப்பா நீ... போர்க்களத்துல இப்பகூட தினசரி அஞ்சாறு பேர் சுடப்பட்டு செத்துக்கிட்டுதான் இருக்காங்க. களத்துல போற உயிர்களை கொலையா நினைக்கக்கூடாது. பலியா கருதணும். நாங்களும் ஒரு பொதுவான வெற்றிக்காக சில பலிகளைக் கொடுத்தோம்... அவ்வளவுதான்!"

"சார்ர்ர்... உங்க வார்த்தை ஜாலங்களை எங்கக்கிட்ட காட்டாதீங்க. இனியும் என்னால பொறுமையா இருக்க முடியாது..." ருத்ரா ஆவேசத்துடன் வாத்தியார் முன் சென்று முறைத்தார்.

சில அடி இடைவெளிகள் குறைந்து, அவரது மூச்சுக்காற்று வாத்தியாரைத் தீண்டும் அளவு ஒரு நெருக்கத்தில் இருந்தவரின் இடுப்பில் உறைக்குள் துப்பாக்கி இருந்தது. அதுவும் எடுத்து சுடுவதற்கு தயாராக தோட்டாக்கள் நிரப்பப்பட்டு அதன் கைப்பிடி பாகம் வெளியில் தெரிந்தது.

ருத்ராவைப் பார்த்தபடியே வாத்தியார், பட்டென்று அந்தத் துப்பாக்கியைத் தன் விலங்கிட்ட இருகைகளையும் நீட்டி எடுத்தார்.

ஒரு நொடியென்றால் ஒரே நொடி!

எஸ்.பி. சிதம்பரராஜன் அதைப் பார்த்து, "ருத்ராபதி... பீ அலர்ட்..." என்று குரல் கொடுக்க அந்தத் துப்பாக்கி அப்படியே வாத்தியார் மார்பு முன் புதைய ட்ரிக்கரிலும் ஒரு அழுத்தம். நடு இதயத்தில் அடுத்த நொடி குண்டு ஒன்று தனக்கே உண்டான வேகத்தில் ஊடுருவியது. யாரும் துளியும் எதிர்பார்த்திராத சம்பவம்! அப்படியே முன்புறமாய் மயங்கி விழுந்த வாத்தியார் அந்த நிலையிலும் பேசினார்: "ருத்ராபதி... நான்கூட ஒரு பலிதான். இதை வெச்சே நீ, நான் சுயநலத்தோட நடந்துக்கலங்கறத தெரிஞ்சிக்கோ..." என்றார். அடுத்தநொடி அவரது உயிர்ப்புறா வானில் எகிறிவிட்டது.

ருத்ராவிற்கு அடித்துக்கொண்டு அழலாமா என்று இருந்தது!

✦✦✦

தேய்த்து நின்றது அந்த மினிபஸ்! உள்ளிருந்து ராஜேந்திரனும், அவனது அம்மா சங்கரியும் இறங்கினார்கள். இறங்கின ஜோரில் சங்கரி ஊரை ஒரு வட்டப்பார்வை பார்த்தாள். அவள் அப்படிப் பார்க்கும்போது ஒரு போலீஸ் ஜீப்பும், ஆம்புலன்ஸ் வேன் ஒன்றும் அவர்களைக் கடந்து போயிற்று.

பஸ் ஸ்டாப்பிற்கு நாயக்கர் அனுப்பியதாக பண்ணை ஆட்கள் சிலர் வந்திருந்தனர். ஓடி வந்து ராஜேந்திரனிடம் இருந்து

பெட்டியை வாங்கிக்கொண்டு சங்கரியையும் பார்த்து, "வாங்க தம்பி... வாங்கம்மா..." என்று பெரிதாகக் கும்பிடு போட்டனர்.

"அம்மா இவங்கள்ளாம் நாயக்கர் பண்ணைல வேலை பாக்கறவங்க..." என்று அவர்களை சங்கரிக்கு அறிமுகம் செய்த ராஜேந்திரன், "ஆமா என்ன ஆம்புலன்ஸ் போகுது... இன்னிக்கு ஏதாவது விபரீதமா... யாராவது இறந்துவிட்டாங்களா?" என்றும் கேட்டான்.

அவர்கள் மௌனமாக வெறித்தனர்.

"உங்களத்தான்... வாயைத் திறந்து பேசுங்க..."

"அட அது எதுக்கு தம்பி. நல்ல காரியம் நடக்கப்போகுது. நீங்கதான் மாப்பிள்ளை. உங்க காதுல இனி ஒரு கெட்ட சேதியும் விழக்கூடாது தம்பி..."

"அப்படின்னா ஏதோ நடக்கக் கூடாதது நடந்திருக்கு. யாருக்கு என்ன நடந்தது...? சொல்லுங்க..."

"அட என்ன தம்பி நீங்க... நம்ம தமிழ் வாத்தியாரை போலீஸ் பிடிச்சு விசாரிச்சப்ப, வாத்தியார் அந்த இன்ஸ்பெக்டர் துப்பாக்கியைப் பிடுங்கி தன்னைத்தானே சுட்டுக்கிட்டு தற்கொலை செய்துக்கிட்டாராம்!"

"என்னது... வாத்தியார் செத்துட்டாரா?"

ராஜேந்திரனுக்கு அந்தச் செய்தி அதிர்ச்சிக்கெல்லாம் அதிர்ச்சியாக விளங்கியது.

"ஆமாம் தம்பி... ஊரே இப்ப போலீஸ் ஸ்டேஷன் இருக்கற தெற்கு தெருவுலதான் இருக்கு. பத்திரிகைக்காரங்க, டி.வி. காரங்கன்னு ஒரே கூட்டம்..."

அவர் சொல்லி முடிக்குமுன், "அம்மா நீங்க இவங்ககூட போங்க, நான் வந்துடறேன்" என்று ராஜேந்திரனும் அந்த தெற்குதெரு போலீஸ் ஸ்டேஷன் நோக்கி ஓடத் தொடங்கினான்.

29

“மனிதன் ஆயுள்காலம் பற்றியும், இறப்புக்கான காரணம் பற்றியும் ‘வேதாந்த ரகசியம்’ என்னும் நூல் யோசிக்க வேண்டிய ஒரு கருத்தைப் பதிவு செய்துள்ளது. அதன்படி ஒரு மனிதன் சாதாரணமாகப் பேசும்போது 12 அங்குல அளவிற்கு மூச்சு விடுகிறான். இதில் 8 அங்குல அளவிற்குப் பின் மூச்சு வெளியேறி நட்டமாகி விடுகிறது.

இதன்படி ஒரு மனிதன் நடக்கும்போது 16 அங்குல அளவிற்கும், வேலைகள் செய்யும்போது 20 அங்குல அளவிற்கும், ஒருவரோடு மோதி சண்டையிடும் போது 24 அங்குல அளவிற்கும், மூச்சுக் காற்று செயலாற்றுகிறது!

ஓர் ஆச்சரியம். நிம்மதியாய் தூங்கும்போது சுவாசம் ஒரேவிதமாய் சீர்மைப்பட்டு 48 அங்குலம் மூச்சு வெளியேறுகிறது. 80 அங்குலம் மூச்சு உள் செல்கிறது. இதில் 18 அங்குலம் நட்டப்பட, மீதத்தில் உள்ள வாயுக்களைத்தான் நமது உடல் ஆகர்ஷிக்கிறது.

மிக அதிக மூச்சு நட்டம் என்பது காம வேட்கையின் போதுதான் நிகழ்வதாக இந்நூல் கூறுகிறது. அதாவது 40 அங்குல அளவிற்கு மூச்சு பயன்படாமல் நட்டமாகிறது.

சுருக்கமாகக் கூறுவதானால் ஒரு மனிதனின் நீண்ட ஆயுள் அவன் சீராக மூச்சை உள்வாங்கி அதிக நட்டமின்றி வெளிவிடுவதில்தான் அமைந்துள்ளது.

‘அமைதியான மனம், ஆரோக்கியமான உடல், சரியான தட்பவெப்பமுள்ள சூழல்’ இம்மூன்றுமே மறைமுகமாக

> நீண்ட வாழ்க்கைக்கு உதவி செய்கின்றன. இதில் ஒன்று கூடி, ஒன்று குறைந்தாலும் நமக்கான ஆயுள் சுருங்குகிறது.
>
> சுவாசமாகிய காற்றில்தான் நமது வாழ்க்கை தீர்மானமாகிறது. இந்நிலையில் நீண்ட காலம் வாழ வழிவகை இருந்தும் தற்கொலை, கொலை போன்றவற்றால் உடம்பை விட்டுப் பிரியும் ஆத்மாவானதுதான் சுவாசிக்க வேண்டிய மீதமுள்ள அளவை ஈடுசெய்யவே காற்றாய் அலைவதாக ஒரு கருத்து நிலவுகிறது."

வாத்தியார் தற்கொலை செய்து கொண்டுவிட்ட செய்தியைக் கேட்ட மாத்திரத்தில் ராஜேந்திரன் அது தொடர்பான செய்திகளை அறிய ஓட்டமாக ஓடத் தொடங்கினான். இதை நாயக்கரின் ஆட்களும் அறிந்ததுபோல் தலையில் அடித்துக் கொண்டார்கள்.

ஆனால் சங்கரிக்குத்தான் சற்று குழப்பமாக இருந்தது.

"அவன் இப்ப எங்க போறான்... உங்களுக்குத் தெரியுமா?"

"எங்க போவார். அந்த போலீஸ் ஆபீசரைப் பார்க்கப் போவாரு... ஆனா இனி யாரைப் பார்த்து என்ன பிரயோஜனம்?" - அவர்களில் ஒருவன் பெருமூச்சுடன் வாய்விட்டான்...

"ஏம்ப்பா அப்படி சொல்றே?"

"அதான் எல்லாம் முடிஞ்சுபோச்சே..."

"எல்லாம்னா எதுப்பா?" - நாயக்கர் வீடு நோக்கி நடந்தபடியே சங்கரியும் கேள்வியாகக் கேட்க தொடங்கினாள்.

"என்னம்மா... உங்க பிள்ளை இந்த ஊர் விசயம் எதையும் உங்கக்கிட்ட சொல்லலையா?"

"ஓரளவு சொன்னான்... ஆனா எனக்குதான் எதுவும் சரியா புரியலை."

"அப்ப புரியாமலே போகட்டும்மா... கிட்டத்தட்ட நாங்களும் உங்கள மாதிரிதான்... எங்க ஊர்ல பெரிய புதையல் ஒண்ணு

இருந்ததா பலகாலமா ஒரு பேச்சு உண்டு. அதுதான் எல்லா சிக்கலுக்கும் காரணம்."

"அந்தப் புதையல்தான் கிடைச்சிடிச்சில்ல...?"

"அங்கதாம்மா குழப்பமே... புதையலுக்காகதான் ஒரு கொலைக்குப் பல கொலைங்க நடந்துருக்கு. அதை எடுத்துட்டதாகவும்கூட ஒரு பேச்சிருக்கு. ஆனா அது எங்க இருக்கு, யார்கிட்ட இருக்குங்கறது மட்டும் தெரியல."

"யாரோ ஒரு வாத்தியார்தான் எல்லாத்துக்கும் காரணம்னு ராஜேந்திரனோட பத்திரிகை ஆசிரியர் சொன்னார். அவர்தான் தற்கொலை செய்துகிட்டு செத்துட்டாரா?"

"ஆமாம்... அவருக்குத்தான் எல்லா ரகசியமும் தெரியும். ஆனா அவர் தற்கொலை பண்ணிக்கவும் எல்லா ரகசியங்களும் அவரோட சேர்ந்து மறைஞ்சிடிச்சு..."

"அடடா... அப்ப இந்த ஊரை பொறுத்தவரை மழை விட்டும் தூவானம் விடலைன்னு சொல்லுங்க..."

"நாங்க மழையே இன்னும் விடலைன்னுதான் நினைக்கறோம்..."

அந்தக் கிராமத்து தெருவில் அவர்கள் பேசிக்கொண்டே நடப்பதை கிராமத்து வாசிகளும் பார்த்தார்கள். அதில் ஒருவர் தலையில் கூடையைக் கவிழ்த்திப் பிடித்தபடியே வந்து கொண்டிருந்தார். அவருக்கு சங்கரியைப் பார்க்கவும் ஒரு குறுகுறுப்பு.

"எலே நாட்ராயா...! இது யார்ரா புதுசா, காலரா ஊசிபோட வந்துருக்கற ஆயம்மாவா?" என்று தனக்குத் தெரிந்த விதத்தில் கேட்டார். அவர் கேட்டதில் அந்த நாட்ராயன் என்பவனுக்கு உடனேயே முணுக்கென்று கோபம் வந்துவிட்டது.

"பொத்திக்கிட்டு போ பெருசு. நாயக்கர் வீட்டு சம்மந்தியம்மாவுக்கும், காலரா ஊசி போட்ற ஆயம்மாவுக்கும் உனக்கு வித்யாசம் தெரியலியாக்கும்?" என்றான்.

அவன் பதில் பலபேர் காதுகளில் விழ, சரசரவென்று பலர் திரும்பிப் பார்த்தனர். சங்கரி காதுபடவே, "தேன்மொழி

கட்டிக்கப்போற பையனோட அம்மாவாம்... தேனோட மாமியாராம்..." என்று உடனுக்குடன் முடிபோட்டு முணுமுணுத்தார்கள். சங்கரிக்கும் அந்த நொடியே நாயக்கருக்கு ஊருக்குள் இருக்கும் செல்வாக்குப் புரிந்துவிட்டது!

அந்த போலீஸ் ஸ்டேஷன் வீட்டுக்குள் மூச்சிறைக்க நுழைந்த ராஜேந்திரனை, நெற்றியைத் தேய்த்தபடியே பார்த்தார் ருத்ரா.

"சார்..."

"வாங்க ராஜேந்திரன், உட்காருங்க."

"இருக்கட்டும் சார்... வாத்யார்..."

"வர்ற வழில் ஆம்புலன்ஸை பார்க்கலியா?"

"உம்..."

"உடம்பு போஸ்ட் மார்ட்டத்துக்குப் போயிருக்கு..."

"என்ன சார் இது கொடுமை... வாத்தியாரா இப்படி எல்லாம் நடந்துகிட்டாரு?" - அவர் எதிரில் பெஞ்சில் அமர்ந்தபடி தொடங்கினான்.

"நம்ப முடியலை இல்ல?"

"ஆமாம் சார்... என்னால் ஜீரணிக்கவும் முடியல சார்."

"உங்களுக்கு இளவயசு... இதுதான் முதல் அனுபவம். ஆனா என் கேரியர்ல இது ஒண்ணும் பெரிய அதிர்ச்சிக்குரிய விஷயமில்ல. அவரை முதல் நாளே நான் சந்தேகப்படத் தொடங்கிட்டேன். அதேசமயம் அவர் குற்றவாளியா இருக்கக் கூடாதுன்னு கடவுள்கிட்ட நான் எவ்வளவு தூரம் பிரார்த்தனை செய்திருப்பேன் தெரியுமா?" ருத்ரா குரலில் வருத்தம் பீர்பாட்டில் நுரைபோல பெருகி வழிந்தது.

"அடுத்து என்ன சார் பண்ணப்போறீங்க?"

"தெரியல... அனேகமா என் டிபார்ட்மெண்ட்ல என்னை சஸ்பெண்ட் பண்ணுவாங்க. ஏன்னா வாத்தியார் தற்கொலை செய்துக்க என் இடுப்புத் துப்பாக்கிதானே காரணம்?"

"சார்ர்ர்...!"

"என்ன உங்கவரைல இது அடுத்தகட்ட அதிர்ச்சியா இருக்கா?"

"ஆமாம் சார்... உங்களையே சஸ்பெண்ட் பண்ணா அப்புறம் இந்தக் கேஸ்...?"

"என்ன ராஜேந்திரன், இந்த ஒரு ருத்ராபதியை நம்பியா போலீஸ் டிபார்ட்மெண்ட் இருக்கு? என்னைவிட திறமைசாலிகள் எவ்வளவோ பேர் இருக்கும்போது நான்லாம் சாதாரணம்..."

"அதுசரி சார்... அதுக்காக உங்களை சஸ்பெண்ட் பண்றதெல்லாம் ரொம்ப தப்பு சார்."

"அதுதான் சரி ராஜேந்திரன். சட்டத்துக்கும், உணர்ச்சிகளுக்கும் ஒரு சம்மந்தமும் கிடையாது. அது விதிகளால இயங்கற ஓர் இயக்கம். அதன்படி இயங்கினாதான் போலீஸ் தன் கடமையை முழுமையாக செய்ய முடியும்."

"நீங்களா சார் இப்படிப் பேசறீங்க... உங்களுக்கு வருத்தமா இல்லையா?"

"என்ன அப்படி கேட்டுட்டீங்க... நான் இதுவரை இறங்கின எந்த ஒரு கேஸையும் தோத்ததே இல்லை, ஆனா இந்தக் கேஸ்ல எனக்கு நூறு சதவிகித தோல்வி இந்த தோல்விக்கான பரிசாதான் நான் சஸ்பெண்ட் ஆகப்போறதை நினைக்கறேன்."

"உங்களப் பாராட்றதா, இல்லை உங்களைப் பார்த்துப் பரிதாபப்படறதான்னே எனக்கு தெரியல சார்..."

"விடுங்க ராஜேந்திரன். நீங்க இப்ப கல்யாண மாப்பிள்ளை! நான் தோத்திருக்கலாம். ஆனா நீங்க ஜெயிக்கப்போறீங்க. கல்யாண வாழ்க்கை முன்னால தொடர்ச்சியா தோத்துக்கிட்டிருந்த ஒரு பெண்ணுக்கு வாழ்க்கை கொடுக்க முன்வந்து ஒரு முற்போக்கு இளைஞனா முதல் வெற்றி அடைஞ்சிருக்கீங்க. உங்களால பத்திரிகைத் துறைக்கும் பெருமை..." ருத்ரா துளியும் மனக்கலக்கமின்றி பரந்த மனதுடன் பாராட்டினார்.

“சார்ர்ர்...!”

“என்னைப் பத்தின கவலையை விடுங்க. உங்ககூட உங்கம்மா வந்திருக்காங்களா?”

“ஆமாம் சார்...”

“உறவுக்காரங்கல்லாம்...?”

“பெரிய அளவுல எனக்கு உறவு வட்டம் கிடையாது சார். ஒரு மாமா, ஒரு அக்கான்னு இவங்க குடும்பம்தான். இவங்கல்லாம் நாளைக்கு வந்துடுவாங்க...”

“நாளைக்கு மறுநாள் கல்யாணம் இல்ல...?”

“அப்படித்தான் நினைக்கறேன். நான் இன்னும் வீட்டுக்குப் போகலை. பஸ்ஸை விட்டு இறங்கவும் ஆம்புலன்ஸ் வேன் கண்ணுலப் பட்டது. விவரம் கேட்டேன். சொன்னாங்க, உடனே இங்க ஓடிவந்துட்டேன் சார்...”

“ஓ... இன்னும் வீட்டுக்கே போகலையா...? சரிதான் முதல்ல கிளம்புங்க. நானும் உங்ககூட வரேன். கல்யாணம் முடியறவரை நீங்க வீட்டைவிட்டு எங்கேயும் போகக்கூடாது... கமான்!”

“கவலைப்படாதீங்க சார். எனக்கு எதுவும் ஆகாது. அதான் எல்லாம் நடந்து ஒரு முடிவுக்கு வந்துடிச்சே...”

ராஜேந்திரன் இயல்பாகத்தான் சடைத்தான். ஆனால் ருத்ராபதி முகத்தில் உடனேயே ஒரு கூர்மை.

“என்ன சார்...?”

“சாரி ராஜேந்திரன், இங்க எதுவுமே முடிவுக்கு வரலை. அதை ஞாபகம் வெச்சுக்குங்க...”

“என்ன சார் சொல்றீங்க?”

“கொலைகள் நடக்கறதுக்கு முந்தி புதையல் இந்த ஊர்ல ஒரு இடத்துல மண்ணுக்குள்ள இருந்தது. ஆனா இப்ப அது இடம் மாறி வெளிய ஒருத்தர் பாதுகாப்புல இருக்கு. நம்மைப் பொறுத்தவரை புதையல்ங்கற விஷயம் மண்ணுல

அடங்கியிருந்ததுகூட விஷயமில்ல. இப்ப ஒருத்தன் கைல அது இருக்குங்கறதுதான் விஷயமே. அடுத்து அதுக்குப் பாதுகாப்பா இருக்கறவன்தான் எல்லா பிரச்சினைகளுக்கும், குற்றங்களுக்கும் மூலம்.

அந்தக் குற்றவாளி, வாத்தியார் தற்கொலை செய்துவிட்டதால தான் தப்பிச்சுட்டதா நினைக்கலாம். ரொம்ப எச்சரிகையோட இருக்கவும் முயற்சிக்கலாம். அதேசமயம் அவன் கவலையெல்லாம் இப்ப என்மேலயும், உங்கமேலயும் தான்.

ராஜேந்திரன் இந்த நிமிஷம்வரை நீங்க ஒரு பத்திரிக்கையாளர். ஆனா நாளைல இருந்து நீங்க இந்த ஊரோட மாப்பிள்ளை. அதாவது இவங்கள்ள ஒருத்தர்."

"அதனால?"

"அதனால அவன் பார்வை உங்க மேலதான் ரொம்ப அதிகம் இருக்கும். ஏன்னா இந்த ஊர் விவகாரம் வெளி உலகத்துக்குத் தெரிய காரணமே உங்க பத்திரிகைதானே? உங்க ஆசிரியர் சொல்லித்தானே நானே இந்த ஊர் விஷயத்துல மூக்கை நுழைச்சேன்...?"

"ஆகையால், அந்தக் குற்றவாளி என்னையும் கொலை செய்ய முயற்சி செய்வான்கறது உங்க எண்ணமா சார்?"

"நிச்சயமா?"

"அப்ப என்னை வடையா வெச்சே, அந்த பெருச்சாளியை நீங்க பிடிக்க முயற்சி செய்யலாமே சார்..."

ராஜேந்திரன் அப்படிச் சொல்லவும் ருத்ரா எழுந்து அவன் தோள்களைப் பிடித்தார். "தேங்க்யூ ராஜேந்திரன். ரொம்ப ரொம்ப தேங்க்ஸ். கொஞ்சம்கூட பயப்படாம நீங்க இப்படி சொன்னதுக்காக நான் ரொம்ப சந்தோஷப்படறேன். ஆனா இந்த கேஸ்ல பல அப்பாவிகளை அநியாயமா நாம பலி கொடுத்துருக்கோம். இனி ஒரு பலியைக்கூட கொடுக்கக் கூடாதுங்கறது என் அபிப்பிராயம்.

அதுலையும் உங்களைப் பலி கொடுத்தோ, இல்லை பணயம் வெச்சோ அந்த குற்றவாளிய பிடிக்கறதுக்கு அவன் தப்பிச்சு

சௌக்யமா வாழ்ந்துட்டுப் போகட்டும்னுகூட சொல்வேன். ஏன்னா நான் உங்களை ஒரு பத்திரிகையாளனா மட்டும் பார்க்கல. தேன்மொழிங்கற பெண்ணுக்கு கணவனாகவும் பார்க்கறேன்... பாவம் அந்தப்பெண்! அதுக்கு இனியும் ஏமாற்றம் ஏற்படக்கூடாது. இதை மனசுல வெச்சுக்குங்க." ருத்ராபதியின் பெருந்தன்மையான பேச்சு, ராஜேந்திரனையும் நெகிழ்த்தியது.

கண்கலங்கி விட்டான்.

பின்னர் இருவரும் வாசலில் நின்றுகொண்டிருந்த ஜீப்பில் ஏறி, எல்லோரும் பார்க்க நாயக்கர் வீடு நோக்கிப் புறப்பட்டனர்.

ஜீப்புக்குள்...

"சார் கல்யாணத்துக்கு நீங்க வருவீங்க தானே?"

"எஸ்.பி.கிட்ட நான் அதுக்கு எப்பவோ அனுமதி வாங்கிட்டேன், இன்ஃபாக்ட் உங்க கல்யாணம் நல்லபடியா முடியறதுக்கு போலீஸ் பாதுகாப்புக்குக்கூட ஏற்பாடு செய்தாச்சு. அதுக்கு நான்தான் ஹெட். சொல்லப்போனா இந்த செகண்ட்ல இருந்து உங்களுக்கு நான்தான் எஸ்கார்ட்."

"சார்ர்ர்...!"

"எனக்கும் அதுல ரொம்ப சந்தோஷம்தான் ராஜேந்திரன்."

"அப்புறம் சார்...?"

"நான்தான் முன்பே சொன்னேனே... இன்னிக்கே திருநெல்வேலி போய் சஸ்பெண்ட் ஆர்டரை வாங்கிட்டு என் சொந்த ஊருக்குப் போற எண்ணத்துல இருக்கேன்."

"அப்ப இந்தக் கேஸ்...?"

"எனக்கு பதிலா வேற யாராவது வரலாம். ஆனா நீங்க ஒழுங்குமரியாதையா தேன்மொழியோட சென்னைக்குக் கிளம்பிடுங்க. எக்காரணம் கொண்டும் நீங்க மட்டும் இங்க இருக்கக்கூடாது." ருத்ராபதி கட்டளையிடுவதுபோல பேசியதை

அவனும் ஏற்றுக்கொண்டான். ஜீப்பும், நாயக்கர் வீட்டு கிரில்கேட் முன் தேங்கி நின்றது. உள்ளிருந்து ஜன்னல் வழியாக தேன்மொழியும் ஆவலாகப் பார்த்துக்கொண்டிருந்தாள்.

30

“ஒரு உயிரில் இருந்துதான் இன்னொரு உயிர் தோன்றுகிறது. அதில் இருந்து இன்னொன்று... அந்த இன்னொன்றில் இருந்து இன்னொன்று... இப்படித்தான் எல்லா உயிரினங்களுமே தோன்றி வருகின்றன.

இந்த எல்லா உயிருக்கும் தொடக்கமான, முதல்முதலான மனித உயிர் எது? அது யார் என்பதும் இந்த உலகின் மில்லியன் டாலர் கேள்விகளில் ஒன்று.

இதற்கு வேதாந்த ரகசியமாகக் கூறப்படும் பதில் நம்மைச் சிந்திக்க வைக்கிறது. பரப்பிரம்மத்தில் இருந்துதான் எல்லா உயிர்களும் தோன்றின. குறிப்பாக பரப்பிரம்மம் தன்னுள் இருந்து 84 லட்ச ஆத்மாக்களைத் தோற்றுவித்து, அந்த 84 லட்சத்தில் இருந்து உருவான உயிர்களே இன்று பூ உலகில் நாம் காணும் மனித உயிரினம் ஆகும். ஒரு கடலுக்குள் இருந்து எத்தனை குடம் தண்ணீர் எடுத்தாலும் அது எப்படி குறைவு படாதோ, அப்படியே பரமாத்மா எள்முனை அளவுக்குக்கூட குறைவு இன்றி உள்ளது. ஜீவாத்மாக்களே பிறப்பு இறப்பு என்னும் விட்டத்துக்குள் சுற்றிச்சுற்றி வருகின்றன.”

போலீஸ் ஜீப்பில் இருந்து இறங்கிய ராஜேந்திரனையும், ருத்ராவையும் நாயக்கர் வீடே வைத்த கண் வாங்காதபடி பார்த்தது.

நாயக்கர் இருவரையும் பார்த்துவிட்டு உள்ளே இருந்து வெளியே ஓடிவந்தார். அப்படி வரும்போதே, “வாங்க வாங்க...”

என்று பலமான வரவேற்பு அவரிடம் ஒலித்தது. தேன்மொழி அதை ரசித்தாள்.

அவள் முகத்தில் கல்யாணக்களை வந்துவிட்டது.

ருத்ராபதியும் நாயக்கரை பதிலுக்குக் கும்பிட்டார்.

"என்னங்க இது... மாப்ளையை நீங்களே கூட்டிக்கிட்டு வந்துட்டீங்க போல இருக்கு..." என்று நாயக்கரும் நயமாக பேச்சை ஆரம்பித்தார். வெளியே நாற்காலிகள் கிடந்தன. அதிலேயே அனைவரும் உட்கார்ந்துகொண்டனர். ருத்ராபதியும் சிரிப்புடன், "ராஜேந்திரன் தம்பிக்கு நான்தான் மாப்பிள்ளை தோழன்..." என்றார். "அப்படிப் போடுங்க... அப்படியே உங்க டிபார்ட்மெண்ட்டுலயே ஒரு வேலையையும் வாங்கிக் கொடுத்துட வேண்டியதுதானே?" என்று இன்னொருவர் எடுத்துக் கொடுத்தார். "ராஜேந்திரன் ரெடின்னா அதையும் செய்துடலாம். அப்படியே இந்த ஊருக்கே போஸ்டிங்கும் போட்டுடலாம்" என்று ருத்ராவும் சளைக்காமல் கண்ணைச் சிமிட்டினார்.

அவரது இன்ஸ்ட்ரக்ஷன் அந்த வீட்டின் சுற்றுச்சூழலில் வேலை செய்து கொண்டிருந்தது. ஒன்றுக்கு பத்து போலீஸ்காரர்கள் சிவில் டிரெஸ்ஸில் சுற்றிக்கொண்டிருந்தனர்.

ருத்ராபதியின் யோசனைப்படி ஒருவேளை ராஜேந்திரனைக் கொலை செய்ய யாராவது முயற்சி செய்தால் அதுவேகூட விபரீதமாகிவிடும் என்னும் அளவிற்கு அப்படி ஒரு கண்காணிப்பு.

ராஜேந்திரனின் அம்மாவான சங்கரிக்கும் உள்ளே தடபுடலான உபசரிப்பு. நாயக்கர் மனைவியான வஞ்சியம்மாள் விழுந்து விழுந்து கவனித்துக் கொண்டிருந்தாள்.

சங்கரிக்கு முன்னால் விரிக்கப்பட்டிருந்த பத்தமடை பாயில் தேன்மொழிக்கு வாங்கியிருந்த பட்டுப்புடவை, நகை நட்டுகள், தாலிக்கொடி என்று எல்லாம் இருந்தது.

"இதை எல்லாம் எப்பவோ வாங்கி வெச்சுட்டோம். ஆனா இப்பதான் வேளை வந்திருக்கு..." என்றாள் வஞ்சியம்மாள்.

சங்கரிக்குள் தனக்கு மருமகளாக வரப்போகும் தேன்மொழியிடம் பேச வேண்டும், அவளைப் பார்க்க வேண்டும் என்றெல்லாம் ஆசை அலைமோதிக் கொண்டிருந்தது. அதை அவளும் வாய்விட்டுக் கேட்டே விட்டாள்.

“எல்லாம் சரி... எனக்கு மருமகளா வரப்போற உங்க மகளை எனக்குக் காட்டுவீங்களா, மாட்டீங்களா?”

“ஐயோ என்னங்க நீங்க... வாங்க...” என்று வஞ்சியம்மாள் தேன்மொழி இருக்கும் அறை நோக்கிச் சென்றாள். சங்கரியும் அவளைத் தொடர்ந்தாள்.

அப்போது வாசல்பக்கம் அவள் பார்வை போயிற்று. நாயக்கருடன் ராஜேந்திரன் வெளியே நாற்காலியில் அமர்ந்து பேசிக்கொண்டிருக்க, ருத்ராவின் கம்பீரமான உருவமும் கண்ணில் பட்டது. அது அவள் மனதளவில் உறுத்தலாகவும் இருந்தது. அடுத்த நொடி முகம் மாறிவிட்டது. அறைக்குள் நுழையவும் வஞ்சியம்மாள் கச்சிதமாகக் கேட்டாள்.

“என்னங்க... போலீஸ்காரர் வந்திருக்காரேன்னு பாக்கறீங்களா?”

“ஆ... ஆமாம்...”

“அவர்தான் இந்த ஊர்ல விழுந்த கொலைகளுக்கு ஒரு முடிவு கட்டினவர். அவரும் மாப்பிள்ளைத் தம்பியும்தான் எல்லாத்துக்கும் காரணம்...”

“அப்படியா?” என்று பெருமூச்சு விட்டபடியே தேன்மொழியைப் பார்த்தாள்.

தேன்மொழியும், முதல்முறையாக தன் மாமியார் ஆக வரப்போகும் சங்கரியைப் பார்த்தாள். இருவர் பார்வைக்குள்ளும் ஓர் ஈர்ப்பு. காலாகாலத்திற்கும் தொடரப்போகும் ஒரு உறவிற்கான ஆரம்ப துடிப்பு. எல்லாம் சில வினாடிகள் வரையில்தான்.

“கால்ல விழுந்து கும்பிடு தேனு” என்று வஞ்சியம்மாள் அவளைத் தூண்டிவிட, அவளும் சங்கரியின் காலில் விழுந்து எழுந்தாள். சங்கரி திருஷ்டி கழித்தாள்.

ஏராளமான சொடக்குகள் விழுந்தன.

"எவ்வளவு திருஷ்டி பாருங்க..."

"ஆமாங்க... இவ கழுத்துல தாலி ஏறுமான்னுல்ல இருந்துச்சு?"

"இனி எந்தக் கவலையும் படாதீங்க. இவ இப்பவே என் மருமகதான். கல்யாணமும், தாலி கட்றதும் ஊருக்குத் தெரிவிக்கத்தான்..."

"சம்மந்தியம்மா உங்களுக்கு ரொம்பவும் பெரிய மனசுங்க."

"அவன் எதைப்பத்தியும் கவலைப்படலை. நான் மறுத்திருந்தா அவன் என்னைக்கூட தூக்கிப் போட்டுட்டு வந்துருப்பான். அந்த அளவு உங்க பொண்ணு மேல அவனுக்கு கரிசனம்..." சங்கரி சொல்லச் சொல்ல தேன்மொழிக்கு கண்களில் கண்ணீர் துளிர்க்க ஆரம்பித்தது.

"கேக்கவே ரொம்ப சந்தோஷமா இருக்கு. இப்படி ஒரு நல்ல பிள்ளைக்கு பொண்டாட்டியாகணும்னுதான் முந்தி வந்த மாப்பிள்ளைகளை காலம் தட்டிவிட்டுச் சென்றதுபோல தோணுது."

"அதாம்மா உண்மை. எப்பவுர் இன்னார்க்கு இன்னார்னு போட்டதை மாத்த முடியுமா?" வஞ்சியம்மாளும் சங்கரியும் மனம்விட்டுப் பேசிக்கொண்டார்கள். தேன்மொழி சற்று விலகிச் சென்று ஜன்னல் அருகே நின்றுகொண்டு, வெளியில் அமர்ந்து கலகலப்பாக பேசிக்கொண்டிருக்கும் ராஜேந்திரனையே பார்த்து ரசிக்க ஆரம்பித்தாள். அப்போது நாயக்கரும் அவளுக்கே தெரியாத பல புதிய விஷயங்களைச் சொல்லத் தொடங்கியிருந்தார்.

"போலீஸ்காரய்யா... இந்தக் கல்யாணம் நல்லபடியா முடியணும்ன்னு நான் வேண்டாத சாமியில்லை. கல்யாணம் முடிஞ்ச கையோட நான் மாப்ளை பொண்ணை பட்டணத்துக்குக் கூட்டிகிட்டு போய்டப்போறேன். அதுக்காக பட்டணத்துல ஒரு வீட்டையே விலைக்கும் வாங்கிட்டேன்..." நாயக்கர் சொன்னது ராஜேந்திரனுக்கேகூட சற்று அதிர்ச்சியாக இருந்தது. அது புரிந்து ருத்ராவே அவன் கேட்க நினைத்ததைக் கேட்கத் தொடங்கினார்.

“ஆமாம்... எதுக்கு இப்படி ஒரு வேகம்?”

“வேகமா... என் பயம் எனக்கில்ல தெரியும்.”

“அதான் நான் கூட இருக்கேன்ல... இனி என்ன பயம்?”

“சொல்றேன்னு தப்பா எடுத்துக்காதீங்க.”

“நீங்க இருக்கும்போதுதான் ஜோசியர் கொலையானார்... உங்களால தடுக்க முடிஞ்சிச்சா?”

“அப்ப கொலைகாரன் இந்தக் கல்யாணத்துக்கு வருவான். உங்க மாப்பிள்ளையையும் குறி வைப்பான்னு நீங்க பயப்படறீங்களா?”

“எப்படிங்கய்யா பயப்படாம இருக்க முடியும். இப்பகூட என் காதுபட எத்தனி பேர் என்னென்ன பேசினாங்க தெரியுமா?”

“அப்படி என்ன பேசினாங்க?”

“நாயக்கரே... யாரால் ஊருக்குள்ள போலீசு வந்து நடக்கக்கூடாததெல்லாம் நடந்துச்சோ, அந்தப் பிள்ளைக்கே பொண்ணை தர்றீங்களே நல்லா இருக்கான்னு கேட்டாங்க.”

“நீங்க என்ன சொன்னீங்க?”

“என் மாப்ள நல்லதுதானே செய்திருக்காருன்னு சொன்னேன்... ஆனா அவங்க ஒத்துக்கல. வாத்தியாரும், வாத்தியார் கூட்டாளியும் அவங்க எடுத்த புதையலை ஊருக்குப் பங்குபோட்டுப்பாங்க. அது இப்ப போச்சேங்கற கவலை அவங்க பேச்சுல தெரிஞ்சிச்சு.”

“அது எப்படிப்போகும்... வாத்தியார் கூட்டாளிதான் யாருன்னே தெரியலியே... அவன் புதையல் தங்கத்தை இப்பகூட ஊருக்குப் பங்குபோட நினைச்சா போட முடியுமே.”

“அப்படி போட்டாதான் யார்னு தெரிஞ்சி மாட்டிக்கிடுவானே அவன்?”

“கொஞ்ச நாள் கழிச்சு ஓசைப்படாம செய்யலாம் தானே?”

“செய்யலாம். செய்யாம அவனே எடுத்துக்கிட்டும் கம்பிய நீட்டலாம். நிச்சயமில்லையே...”

“ஆகக்கூடி அவன் போலீஸ்கிட்ட மாட்டமாட்டான்னு நீங்களும் நம்பறீங்க. அப்படித்தானே?”

“ஆமாங்க... வாத்தியார் தன்னைச் சுட்டுக்கறதுக்கு முந்தி பேசின பேச்சு இப்ப ஊர்பூரா பரவிப்போச்சு. இந்த நிமிஷம் யாரும் வாத்தியாரை ஒரு குற்றவாளியாவே பார்க்கல. ஆஹா இந்த மனுஷன் இப்படி சுட்டுக்கிட்டாரேன்னுதான் பேசறாங்க... ஆகையால அவன் கூட்டாளியை இந்த ஊர்க்காரங்க தங்களுக்குத் தெரியவந்தாலும் நிச்சயம் காட்டிக்கொடுக்க மாட்டாங்க.”

“தலைவர் நீங்க காட்டிக் கொடுப்பீங்களா?”

“நிச்சயமா... ஆனா அந்தக் கூட்டாளி என்னை எதுவும் பண்ணிடக்கூடாதேன்னு நான் கவலைப்பட்டுக்கிட்டிருக்கேன்...”

“உங்களை எதுக்கு அவன் குறி வைக்கணும்?”

“என்னங்க நீங்க? அவனைப் பிடிக்க நினைக்கற உங்ககூட நான் பேசிக்கிட்டிருக்கேன். அவனைப் பிடிக்கறது மட்டுமல்ல, அவனைப்பத்தி பக்கம்பக்கமா தன் பத்திரிகைல எழுத என் மாப்ளை தம்பியும் தயாரா இருக்காரு. அவரு இனிமே மாமனார் வீடுங்கற உரிமையோட இந்த ஊருக்கும் வந்துட்டு வந்துட்டு போகலாம். இதெல்லாம் அவனுக்கு எவ்வளவு பெரிய இடைஞ்சல்?”

“ஓஹோ அதனாலதான் பட்டணத்துல வீட்டை படுவேகமா வாங்கிட்டீங்களாக்கும்?”

“ஆமாங்க. நேத்துதான் புரோக்கர் ஒருத்தர் மூலமா அட்வான்ஸ் கொடுத்தேன். என் மகளுக்கும், மாப்ளைக்கும் அந்தப் பட்டணத்து வீட்டுலதாங்க முதல் இரவே...” நாயக்கர் எச்சரிக்கையோடும், பயத்தோடும் பேசினாலும் அது ராஜேந்திரனுக்குப் பிடிக்கவில்லை என்பது அவன் முகம் போனபோக்கில் துல்லியமாகத் தெரிந்தது.

“ஏன் ராஜேந்திரன் உங்களுக்கு இதுல விருப்பமில்லையா?” ருத்ரா நறுக்கலாகக் கேட்டார்.

“ஆமாம் சார். கல்யாணத்துக்குப் பிறகு நான் இங்கேயே இருக்க விரும்பறேன். உங்க தோல்வியை என் மூலமா

வெற்றியா மாத்த விரும்பறேன். இன்ஃபாக்ட் அவன் என்னைக் கொல்ல வரணும். அப்பதான் அவன் யாருன்னு என்னாலையும் தெரிஞ்சிக்க முடியும்..."

"ஒருவேளை அப்படி வராம அவன் சைலெண்ட்டா புதையலோட எங்கையாவது ஓடிட்டா?"

"அதுவும் ஊருக்கு ஒரு வகைல நல்லதுதானே? ஒரு குற்றவாளி ஊர்ல இல்லாம போறது ஊருக்குப் பாதுகாப்பாச்சே...?"

"ஆனா அவனைத் தேடற போலீசுக்கு அது எவ்வளவு பெரிய அவமானம் தெரியுமா?"

"போதும் போலீஸ்காரய்யா... இனி நான் இந்த ஊர் விவகாரத்தைப் பத்தி நினைக்கறதா இல்லை. எனக்கு என் மக நல்லா இருக்கணும். அவ நல்லா இருக்கணும்னா, என் மாப்ளையும் நல்லா இருக்கணும். ஆகையால கல்யாணம் ஆச்சா, ஊருக்குக் கிளம்பினாங்களா, அங்க நல்ல வாழ்ந்தாங்களா அதுபோதும் எனக்கு..." என்ற நாயக்கர், ருத்ராவும் ராஜேந்திரனும் பேசிக்கொண்ட பேச்சிற்கு ஒரு முற்றுப்புள்ளி வைத்தார்.

ஜன்னல் வழியே பார்த்துக்கொண்டிருந்த தேன்மொழிக்கு பக்பக் என்று இருந்தது!

31

“ஒருவன் இறந்துவிட்ட நிலையில் அவனது உடம்பை என்ன செய்வது என்கிற கேள்விக்குப் பின்னாலும் நுட்பமான பல விஷயங்கள் ஒளிந்துள்ளன. இம்மட்டில் மதத்திற்கு மதம் ஈமச்சடங்குகள் வேறுபடுகின்றன. இந்துக்களில் மட்டுமே பெரும்பாலோர் உடலைத் தீயிட்டு சாம்பலாக்கி, அந்த சாம்பலை ஓடும் நதிகளில் இல்லாவிட்டால் கடலிலும் கரைப்பதை வழக்கமாகக் கொண்டுள்ளனர். மற்ற மதத்தில் பெரும்பாலும் புதைக்கப்படுவதே வழக்கமாக உள்ளது. இதையும் கடந்து உடம்பைக் காக்கை கழுகுகளுக்கு இரையாகக் கொடுக்கும் வழக்கம்கொண்ட ஒரு பிரிவினரும் இந்த மண்ணில் வாழ்ந்திருக்கின்றனர். எகிப்தில் உடம்பைப் பதப்படுத்தி பாதுகாக்கும் வழக்கம் இருந்து வந்திருக்கிறது. அப்படிப்பட்ட உடம்புகளை ‘மம்மி’ என்று அழைப்பர்.

மொத்தத்தில் உயிர் பிரிந்த உடம்பு, இப்படி நால்வகை நிலைக்குள் தன்னை அடக்கிக்கொண்டு விடுகிறது. இதில் அழிக்கப்படாத மம்மி உடம்புகளைச் சுற்றியும், புதைக்கப்பட்ட இடமான சமாதியிடத்திலும் அந்த உடம்பைவிட்டுப் பிரிந்த ஆத்மாவின் நடமாட்டம் மிகுதியாக இருக்கும் என்கிற நம்பிக்கை நிலவுகிறது.

எரித்த உடம்பானது சாம்பலாக்கப்பட்டு உலகின் மிகப்பெரும் பூதமான நீரோடு கரைக்கப்படுவதால், அதன் பாதை மாறிப்போகிறது. காக்கை குருவிகள் உண்ணும் உடம்பானது அவைகளுக்கான உணவாகி

அதனால் எரிசக்தியாகி அதன் உடம்பில் தங்கி அதன் வாழ்நாளுக்குக் காரணமாகிறது.

மொத்தத்தில் வீடாகிய உடம்பின் முடிவுக்கு ஏற்ப உயிராகிய ஆன்மாவுக்குள் சில பாதிப்புகளும் ஏற்படுகின்றன என்பது பலரது நம்பிக்கை!"

நாயக்கர் வீட்டு வாசலில் கலகலப்பாகப் பேசிக் கொண்டிருந்தான் ராஜேந்திரன். திருமணத்திற்குப் பிறகு சென்னைக்கு உடனடியாகச் செல்வதில் தனக்கு உடன்பாடு இல்லாததுபோல அவன் பேசுவதில் ஏதாவது பிரச்சினை வந்துவிடுமோ என்கிற பயத்தில் அமுங்க ஆரம்பித்து விட்டாள் தேன்மொழி.

நாயக்கரோ, ராஜேந்திரன் போய்த்தான் தீரவேண்டும் என்பது போலவே பேசினார்.

"மாப்ளை தம்பி... நீங்களும், என் மகளும் நல்லா இருக்கணும்னுதான் நான் ரொம்ப சிரமப்பட்டு பட்டணத்துல வீடு வாங்கியிருக்கேன். ஒண்ணு ரெண்டு லட்சம் கூடத்தான்னு புரோக்கர் சொன்னான். இருந்தாலும் பரவாயில்லை... நீங்க நல்லா இருக்கணும்கறது எங்க விருப்பம். இங்க இருக்கற ஒவ்வொரு நொடியும் உங்களுக்கும் சரி, எங்களுக்கும் சரி பக்கு பக்குன்னுதான் இருக்கும்" என்றார்.

அதை ஆமோதிப்பது போலவே பார்த்தார் ருத்ரா. விஷயம் சங்கரியின் காதுக்குப் போய் அவளும் பதைக்கத் தொடங்கிவிட்டாள்.

"நீங்க பேசிக்கறத பார்த்தா என் மகனுக்கு எப்ப வேணா எதுவும் நடக்கும்போல தெரியுதே" என்றாள் நாயக்கரிடம்.

"ஆமாங்கம்மா... மாப்ளை தம்பி இந்த ஊர் விவகாரத்தை விட்டே சுத்தமா ஒதுங்கிடணும். அதான் போலீஸ் வந்திடுச்சில்ல?

இனி அவங்க பாடு... குத்தவாளி பாடு... இடையில இனி நாம யாரு?"

"அதுவும் சரிதான்... ராஜேந்திரா! நீ ஏன்டா இங்கேயே இருக்கணும்னு அடம்பிடிக்கறே?"

"அம்மா நான் அடமெல்லாம் பிடிக்கல. தெரிஞ்சோ தெரியாமலோ இந்த விஷயத்துல எனக்கு ஒரு சம்மந்தம் இருக்கு. விஷயமும் இன்னும் ஒரு முடிவுக்கு வரல. இந்த நிலைல நான் ஒதுங்கிக்கிட்டு எனக்கென்னன்னு போக நினைக்கறது கேவலம்மா..."

"ஒரு கேவலமும் இல்ல. நீ தப்பு தப்பா யோசிக்கறே. அதான் போலீஸ்காரங்க இருக்காங்கல்ல...? இனி அவங்க பார்த்துக்குவாங்கடா. நீயா ஏன்டா வேலியில போற ஓணானை எடுத்து உன்மேல விட்டுக்குறே...?"

"சரிம்மா நீ சொல்றபடியே இருக்கட்டும். நான் சென்னைல வாழ்ந்தா மட்டும் என்னை அந்தக் குற்றவாளி எதுவும் செய்ய மாட்டானா?"

"நீங்க இந்த விஷயத்தையே மறந்து ஒதுங்கிடுங்க... நிச்சயமா எதுவும் நடக்காது. இந்த ஊர்லையே நீங்க இருக்கற பட்சத்துலதான் இப்ப ஒளிஞ்சிக்கிட்டு நம்மை டப்பாம் பார்த்துகிட்டு இருக்கற அந்தக் குற்றவாளிக்கு உறுத்தலா இருக்கும். எதையாவது பண்ணி தன்னைக் கண்டுபிடிச்சிடுவானோன்னு நினைச்சு உங்களை எப்படியாவது அழிக்க முயற்சி செய்துகிட்டே இருப்பான். எதுக்கு வில்லங்கம்?" நாயக்கரும், சங்கரியும் அவனிடம் மாறி மாறி முட்டியதில் அவனிடமும் ஒரு சிறு மாற்றம். அதைக் கவனித்துக்கொண்டே இருந்த ருத்ரா, இறுதியாக அந்த சர்ச்சைக்கு முற்றுப்புள்ளி வைப்பதுபோல பேசத் தொடங்கினார்.

"ராஜேந்திரன்... ஒரு பத்திரிகையாளனா உங்க கடமை முடிஞ்சிடிச்சு. ஒருபடி மேல போய் நீங்க இப்ப ஒரு பெண்ணுக்கு வாழ்க்கை கொடுக்கப்போறீங்க. இந்த வாழ்க்கையை அந்த

பொண்ணு வாழணுமா வேண்டாமா?" அவரது கேள்விக்கு அவனால் சட்டென்று ஒரு பதிலைக் கூற முடியவில்லை.

"சார்... என் தேன்மொழி என்கூட நல்லபடியா வாழத்தான் போறா. அந்த ஒளிஞ்சிருக்கற குற்றவாளி என்னைக் கொலை செய்துடுவான்னே நினைக்கறீங்களே... அதை மீறி என்னால அவனைக் கண்டுபிடிக்க முடியும்ங்கற நம்பிக்கையே உங்களுக்குக் கிடையாதா?"

"இல்ல... எந்தக் கேஸ்லையும் தோக்காத நானே இந்தக் கேஸ்ல தோத்துட்டேன். ஒரு தனிமனிதன் சுய நலத்தோட குற்றவாளியா இருந்தா, அவனைப் பிடிச்சு தண்டிக்க முடியும். அதே மனிதன் பின்னால் ஒரு கூட்டம் இருந்தா, குறிப்பா ஒரு சமுதாயமே இருந்தா கால நேரம் ஒத்துழைச்சாதான் அவனைப் பிடிக்க முடியும்.

புதையலோட ஒளிஞ்சிருக்கற அந்தக் குற்றவாளி கிட்டத்தட்ட ஒரு வீரப்பன் மாதிரி. அவனைக் காட்டிக்கொடுக்க ஊர்ல எல்லார்க்கும் ஒரு தயக்கம் இருக்கும்.

எல்லாத்துக்கும் மேலா புதையல் தங்கத்தை அவன் ஊருக்குப் பங்குபோடப் போறதா வேற ஒரு நம்பிக்கை உருவாகிடுச்சு. ஆகையால் இப்போதைக்குப் பதுங்கிட்ட அந்த பாம்பு தானா வெளிய வந்தாதான் உண்டு..." ருத்ரா அழுத்தமாகச் சொல்லிவிட்டு, "இனி ஒரு வார்த்தை புதையலைப் பற்றியோ, குற்றவாளி பற்றியோ நீங்க பேசக்கூடாது. உங்க புதையல் அதோ..." அவர் தேன்மொழியை நோக்கி தன் ஆள்காட்டி விரலைக் காட்டினார். அவள் படபடப்போடு அவனையே பார்த்தபடி இருந்தாள். ருத்ரா அப்படிச் சொன்னது அவளுக்கும் பிடித்திருந்தது. அப்பாடா என்று பெருமூச்சு விட்டாள்!

மறுநாள் காலை!

நாயக்கர் வீடு இருக்கும் தெருவே லவுட் ஸ்பீக்கர் செட்டால் இரண்டு பட்டுக் கொண்டிருந்தது. தெருவை அடைத்து

போடப்பட்ட பந்தலுக்குள் கம்பத்துக்குக் கம்பம் ஈச்சம்பாளை, தென்னங்குலை, தாழம்பூவின் மடல்கள் தொங்கியபடி இருக்க, தகர நாற்காலிகள் நூற்றுக்கணக்கில் வரிசையாகப் போடப்பட்டிருந்தன.

ஆயக்குடி கிராமமே கல்யாணத்துக்கு வரவேண்டும் என்பது நாயக்கரின் விருப்பம். அவ்வாறே வந்துகொண்டும் இருந்தது. நெல்கட்டும் மைதானத்தில் சாப்பாட்டு பந்திக்கு ஏற்பாடு செய்யப்பட்டிருந்தது. அவ்வளவு பேருக்கும் ஆட்டுக்கறியுடன் கூடிய விருந்து! அதற்காக எண்பது ஆடுகள் பக்கத்தில் அறுவடையான வயலுக்குள் பட்டிகட்டி அடைக்கப்பட்டிருக்க, அங்கேயே ஒரு இருபது பேர் தலைகளை அறுத்துக் கூறுபோட்டுக் கொண்டிருந்தனர்.

ஆட்டு ரத்தம் வயல்வரப்பில் நெடுந்தூரம் ஓடியிருக்க, அங்கெல்லாம் ஏராளமான ஈக்கள். போதாக்குறைக்கு காக்கைகள் வேறு கூட்டமாக வந்துவிட்டன! அவ்வளவு செயல்பாடுகளையும் பார்த்தபடி சிவில் டிரெஸ்ஸில் போலீஸ்காரர்கள் சுற்றிச்சுற்றி வந்து கொண்டிருந்தனர்.

தனியறைக்குள் தேன்மொழியை மேக்கப் செய்து கொண்டிருந்தனர்.

அவளிடம் ஒரே வெட்கம்.

"ஏ புள்ள தேனு... நீ சினிமா பாக்கக்கூட தின்னவேலி டவுனு பக்கம் போனது கிடையாது. இப்போ கல்யாணம் கட்டி பட்டணத்துக்கே போவப்போற. 'பட்டா பாடாபடுவே... படாட்டி மானா திரிவேன்னு' ஒரு சொல்லடை உண்டு. அது உனக்கு அப்படியே பொருந்தும் புள்ள..." என்று ஒரு நடுவயதுக்காரி அவளிடம் சந்தோஷமாகச் சொல்லிக் கொண்டிருந்தாள். தேன்மொழியும் அதை நினைத்து சந்தோஷப்பட்டுக் கொண்டாள்.

கல்யாண மேடைக்கு முன்னாலே முன்வரிசையில் ஊர் பெருசுகளுக்கு நடுவில் ருத்ராவும் அமர்ந்துகொண்டிருந்தார். வேட்டி சட்டையில் அவரைப் பார்க்கவும் வித்யாசமாக இருந்தது.

அவரை நோக்கி ஒரு மூன்று வயது சிறுமி வந்துகொண்டிருந்தாள். அவள் கையில் ஒரு சிறு கடிதம். அதை அவளும் ருத்ராவிடம் தந்தாள். ருத்ராவுக்கும் வியப்பு. மெல்ல பிரித்துப் பார்த்தார்.

"புதையல் தங்கத்தை ஊருக்குக் கொடுக்க இந்த திருமணம் எனக்கு ஒரு சந்தர்ப்பம். அது எப்படி என்பதை இப்போது உங்களால் கண்டுபிடிக்க முடியாது. உங்களுக்கும் புதையல் தங்கத்தில் ஒரு சிறு காணிக்கை வழங்கப்படும்.

வாத்தியார் சொன்னதுபோல புதையல் ஊரின் சொத்து... அது இன்று ஊருக்குப் போய் சேர்ந்துவிடும். பொதுவான புதையலை ஊருக்கே கொடுக்கப்போகும் நான் குற்றவாளி அல்ல. தியாகி, சமூக சேவகன்!

உங்களுக்கும் புதையல் எங்கே என்று தேடவேண்டிய அவசியம் இனி இல்லை. இதை செய்யப்போகும் நான் யார் என்பதுதான் இப்போது உங்கள் கேள்வி.

தயவுசெய்து அமைதியாக இருந்து திருமணத்தை நடத்திக் கொடுங்கள். சோதனை என்று உங்கள் போலீஸ் புத்தியைக் காட்டி குட்டையைக் குழப்பாதீர்கள்.

திருமணம் முடிந்து மணமக்கள் ஊர் போய்ச் சேர்ந்த பிறகு உங்களுக்கு நான் யார் என்பது தானாக தெரியவரும். மீறி என்னைக் கண்டறியவும், புதையல் தங்கம் ஊர்ச்சொத்தாவதைத் தடுக்கவும் நீங்கள் ஏதாவது செய்யப் பார்த்தால் ஒளிந்திருக்கும் தங்கமும் சரி, நானும் சரி நீங்கள் கண்டுபிடிக்கப்பட முடியாத தூரத்துக்குச் சென்றுவிடுவோம். எச்சரிக்கை!"

கடிதத்தைப் படித்து முடித்த ருத்ரா முதல்காரியமாக அதை மடக்கி பாக்கெட்டில் போட்டுக்கொண்டார். மௌனமாக கல்யாணத்தைக் கவனிக்க ஆரம்பித்தார்.

நாயக்கரும், அவர் மனைவி வஞ்சியம்மாளும் ஆனந்தக் கண்ணீரில் மிதந்தபடி இருந்தனர். மணமேடைக்கு மிக அருகிலேயே சங்கரி அமர்ந்திருந்து கண்கொட்டாதபடி அவ்வளவையும் பார்த்துக் கொண்டிருந்தாள்.

முகூர்த்த நேரமும் நெருங்கிற்று.

திருமாங்கல்யம் ஆசிகள் பெறுவதற்காக உறவினர்களிடையேயும், ஊரார் இடையேயும் வலம் வர ஆரம்பித்து இறுதியாக மணமேடைக்கு வந்து சேர்ந்தது.

அதை எடுத்து ராஜேந்திரனும் மங்கல வாத்திய முழக்கத்திற்கு நடுவில் தேன்மொழி கழுத்தில் கட்டி முடித்தான். ஊரே அட்சதை போட்டது. ருத்ராவும் மகிழ்ச்சியோடு அட்சதை போட்டு முடித்தார். சீட்டைவிட்டு எழுந்து வந்து ராஜேந்திரனைக் கட்டிக்கொண்டு வாழ்த்தவும் செய்தார். அப்படியே அவன் காதோரமாக, "ராஜேந்திரன் உங்களுக்கு என்னோட கல்யாணப் பரிசு என்ன தெரியுமா?" என்று கேட்க, அவனும் அவரைப் பார்க்க "குற்றவாளி யார்னு தெரிஞ்சுபோச்சு - இந்தத் தகவல் தான்!" என்றார். ராஜேந்திரன் முகம் ஏற்கெனவே பிரகாசமாக இருந்தது. அதில் இப்போது மேலும் பிரகாசம்.

"யார் சார்?"

"அப்புறமா சொல்றேன். புதையல் தங்கத்தையும் கண்டுபிடிச்சாச்சு...!"

"ஐயோ என்ன சார்... ஒரே சஸ்பென்ஸா வெளுத்து கட்றீங்க."

"அதான் ருத்ரா..." என்ற அவர் கண்களைச் சிமிட்டிவிட்டு அங்கிருந்து விலகி கல்யாணப் பந்தலின் முகப்பில் தாம்பூலப் பைகள் குவிக்கப்பட்டிருந்த இடத்திற்குச் சென்றார்.

அங்கே ஊர்க்காரர்களுக்கு என்று தனியாக ஒரு பை, மற்றவர்களுக்கு வேறு ஒரு பை! உள்ளே தேங்காய் பழம், தாம்பூலம் இருந்தது. அவர் வரவும் தாம்பூலம் தந்து கொண்டிருப்பவர்களில் ஒருவன் அவரைப் பார்த்து சிரித்தபடியே தாம்பூலப்பை ஒன்றை அவரை நோக்கி நீட்டினான்.

எங்கிருந்தோ கவனித்தபடி இருந்த நாயக்கர் அதை பார்த்துவிட்டு ஓடிவந்தார்.

“எலே கோட்டிப்பயலே... சாருக்கு இப்படியாடா சாதாரணமாக தாம்பூலத்தைத் தருவாங்க... அவர் ஸ்பெஷல்டா...” என்று அந்த தாம்பூலப்பையை அவனிடமே தந்துவிட்டு, “சார் நீங்க வாங்க சார், முதல்ல விருந்து” என்று அழைத்துக்கொண்டு போனார். அந்தக் கூட்டத்தில் எவ்வளவோ பேர்... அதில் சுட்டுக்கொண்டு தற்கொலை செய்துகொண்ட வாத்தியாரின் மகளும் மாப்பிள்ளையும்கூட துக்கத்தை மீறி கலந்து கொண்டிருந்ததுதான் ஆச்சரியம்!

32

“பூமியில் பிறக்கின்ற மனிதனின் தொடக்கமே மர்மமாகத்தான் தொடங்குகிறது. விஞ்ஞானபூர்வமாக அதை ஓரளவே விளங்கிக்கொள்ள முடிகிறது. மனிதப் பிறப்பெடுப்பதற்கு முன் அவனது உயிர் அல்லது ஆத்மா எங்கே இருந்தது, அது என்ன செய்து கொண்டிருந்தது? என்கின்ற கேள்விக்கெல்லாம் நம்பிக்கை சார்ந்த பதில்களே விடைகளாக உள்ளன. அம்மட்டில் நிதர்சனமான நிரூபணங்கள் என்பது இன்றுவரை இல்லை... நாளை ஏற்படுமா என்றால் அதுகூட கேள்விக்குறிதான்.

மனிதப்பிறப்பை அரிய பிறப்பென்று ஒரு சாராரும், மனிதப்பிறப்பை ஒரு பாவத்தின் விளைவு என்று ஒரு சாராரும் கூறும் ஒரு நிலைப்பாட்டையும் பார்க்கிறோம். ஆனால் இரு சாராரும் கூறும் ஒரு பொதுவான கருத்து, மனிதன் கடைத்தேற அவன் தர்மம் புரியவேண்டும் என்பதுதான். இம்மட்டில் ரமணர் என்னும் மகானின் கருத்து அரிய கருத்தாய், ஆழ்ந்த பொருள் கொண்டதாக உள்ளது.

‘ஒருவன் தனக்குத் தானே எதையும் கொடுத்துக்கொள்ள முடியாது. எதையும் எடுத்துச் செல்லவும் இயலாது. அவனை ஒன்றே ஒன்றுதான் தொடர முடியும். அது அவன் புரிந்த தர்மம் மட்டுமே. அதற்கே பஞ்சபூதங்கள் முதல் ஒன்பது கோள்கள் வரை அடங்கும். தேவருலகமும், பூதபிரேத பைசாசங்களும்கூட தர்மத்தின் முன் மண்டியிடும். அனைத்திற்கும் ஆதிமூலமான இறைவனும்கூட

> தர்மத்தில் சிறந்தவர் முன் தொழுது நிற்பான். எனவே தர்மம்தான் உயிரை உயர்த்தும் உன்னதம். அதற்கு ஒரே வழி பிறர்க்கு உதவுவதே... பிறர்க்கு கொடுப்பதே நமக்கு நாம் கொடுத்துக்கொள்ள முடிந்த வழியாகும்!' என்கிறார்."

அந்தத் திருமண வீட்டில் வாத்தியாரின் மகள் மலர்விழியும், அவள் கணவனும் பள்ளிக்கூட ஆசிரியருமான பிரகதீசனும் தென்பட்டது சிலரை வெகுவாகவே ஆச்சரியப்பட வைத்தது.

பிரகதீசன் சிவப்புச் சட்டையும், வெள்ளை வேட்டியுமாய் தான் ஒரு பொது உடமையாளன் என்கிற தோரணையோடு தென்பட்டது அடுத்த கட்ட ஆச்சரியம்!

வாத்தியார் சுட்டுக்கொண்டு இறந்து சில நாட்கள்தான் ஆகிறது. போலீசிடம் இருந்து உடம்பை வாங்கி காரியம் செய்வதற்காக வந்தவர்கள் திருமணத்திற்கும் வந்திருந்தனர். அந்தச் சிறுமி சின்னப்பேச்சியும் அவர்களோடு வந்திருந்தாள். அவளிடம் எப்போதும் இல்லாதபடிக்கு ஒரு புத்தாடை. தலையை அழுந்த வாரிப் பின்னி பூவெல்லாம் வைத்திருந்தாள்.

மூவரும் கல்யாண மேடைக்கு எதிரில் நாற்காலிகளின் வரிசை ஒன்றில் அமர்ந்து கொண்டிருந்தனர். ருத்ராவுக்கு பிரகதீசனின் சிவப்புச் சட்டை கண்ணை உறுத்தியது. தனது சகாக்களில் ஒருவரை அருகில் அழைத்து காதைக் கடித்தார். மணமேடையில் இருந்தபடியே ராஜேந்திரனும் அதைப் பார்த்துக் கொண்டிருந்தான்.

"யாருய்யா அந்த சிகப்பு சட்டைக்காரன்?"

"செத்துப்போன வாத்தியாரோட மாப்ளை சார்..."

"அவனையும் நாயக்கர் கூப்பிட்டுருக்காரா என்ன?"

"அப்படித்தான் சார் தெரியுது. கூப்பிடாட்டி எப்படி சார் வரமுடியும்... அதுவும் தோரணையா?"

“உன் யூகத்தை எல்லாம் எனக்குப் பதிலா சொல்லாதே. நாயக்கர் அவங்களைக் கூப்பிட்டாராங்கறது எனக்குத் தெரியணும். எப்படி அதைக் கேட்கணுமோ கேட்டுச் சொல்...”

“சரிங்க சார்...” ருத்ராவின் சகா மெலிதாக தலையசைத்து விட்டு நகர்ந்துகொள்ள நாயக்கர் அதைக் கவனித்தவராக அருகில் வந்து பேசினார்.

“என்ன சார்... ஏதாவது பிரச்சினையா?”

“அட என்ன நாயக்கரே நீங்க... நான் எங்க ஆட்களோட பேசினாலே பிரச்சினைன்னு நினைக்கறீங்களே, அதெல்லாம் ஒண்ணுமில்லை. கல்யாணத்துக்கு பிரசன்ட் பண்ண கிஃப்ட் வாங்கி வெச்சிருந்தேன். அதை எடுத்துக்கிட்டு வரச் சொன்னேன்.”

ருத்ரா நாயக்கரைத் தட்டி அனுப்பிவிட்டு கால் மேல் கால் போட்டுக் கொண்டார். ராஜேந்திரன் பார்த்துக்கொண்டே இருந்தான். அவன் அருகில் தேன்மொழியும் வந்து அமர்ந்திருந்தாள். அவளிடமும் ஒரு மெல்லிய பதட்டம். ஒரு பக்கம் வஞ்சியம்மாளும், மறுபக்கம் சங்கரியும் நின்றிருந்தனர். வஞ்சியம்மாள் ஊரில் உள்ள அவ்வளவு தெய்வத்தையும் மனத்திற்குள் கும்பிட்டுக் கொண்டிருந்தாள். சங்கரியிடம் அவ்வளவு பதட்டமில்லை. ஆனால் ராஜேந்திரன் ருத்ராவை ஒரு வல்லாளகண்டனாகத்தான் பார்த்துக் கொண்டிருந்தான்.

தன் திருமணப் பரிசாக குற்றவாளி யார் என்கிற பதிலைக் கூறப்போவதாக அவர் கூறியிருந்தது, அவன் காதுக்குள் ஓடிக்கொண்டேயிருந்தது.

அது யாராக இருக்கும் என்றும் தன் கண் எதிரே தெரிகின்றவர்களை எல்லாம் அவன் பார்வை அலசி ஆராய்ந்துகொண்டிருந்தது. சாதாரணமாக கல்யாண மாப்பிள்ளைகள் மணமேடையில், ஏராளமான கற்பனைகளோடு தான் அமர்ந்திருப்பார்கள். மணப்பெண்ணின் ஸ்பரிசம், அவளது ஓரப்பார்வை எல்லாமே வாழ்நாளில் ஒருமுறை மட்டுமே

கிடைக்கப்போகிற விஷயங்கள். அவைகளை அவன் மிஸ் செய்து கொண்டிருந்தான். அதை ருத்ராவும் உணர்ந்து மனதுக்குள் சற்று குறுகிக்கொண்டிருந்தார்.

நாதஸ்வரக்காரர் ஊதித் தள்ளிக் கொண்டிருந்தார்.

லவுட் ஸ்பீக்கரில் நாதஸ்வர சப்தம் ஆயக்குடியையே அதிர வைத்துக் கொண்டிருந்தது.

அடுக்கடுக்கான கொலைகளால் அதிர்ந்துபோன ஊராகவே தெரியவில்லை. வீட்டுக்கு வீடு பளிச்சென்று உடுத்திக்கொண்டு கல்யாண வீட்டிற்கு வந்திருந்தனர். நாயக்கர் வீடு உள்ள தெருவின் நாலு பக்கமும் ஜேஜே என்று கூட்டம்.

ஏராளமான டாடா-சுமோக்கள், அம்பாசிடர் கார்கள் ஆங்கங்கே ஓரங்கட்டி நின்றிருந்தன. கட்சி பேதமில்லாமல் பலர் வந்திருந்தனர்.

சிவில் டிரஸ் போலீசார் அவர்களை ஊடுருவிக்கொண்டே இருந்தார்கள்.

தாம்பூலப்பை தரும் இடத்தில் ஒன்றுக்கு இரண்டுபேர் நின்றிருந்தனர். அங்கே கட்ட குட்டையாக ஒருவனும் இருந்தான். அவன் அடிக்கொரு முறை போலீஸ்காரர்களைப் பார்த்து மனதுக்குள் பொறுமிக்கொண்டிருந்தான். அவன் கையில் ஒரு ஒரு குயர் நோட்டுக்கும் இருந்தது. அதில் ஊரில் உள்ள குடும்பங்களின் பெயர்கள் இருந்தன. தாம்பூலப்பை இறுக்கமாகக் கட்டப்பட்டிருந்தது.

தாலிகட்டி முடிந்து, சாப்பாட்டு பந்தியும் முடிந்தவுடன் வெளியேறுகின்றவர்களுக்குப் பார்த்துப் பார்த்து தரவேண்டும் என்பது உத்தரவு.

ஒரு பக்கமாய் ராஜேந்திரன் பெயரும், தேன்மொழி பெயரும் அச்சிடப்பட்ட பையில் தாம்பூலம் போடப்பட்டு அவைகளும் தனியாக இருந்தன.

“இந்தப்பக்கம் இருக்கறதெல்லாம் ஊருக்கு. இதெல்லாம் நம்ம ஊர் அல்லாதவங்களுக்கு...” என்று அந்த கட்ட குட்டையானவன்

தனக்கு அருகில் நின்று கொண்டிருந்தவர்களிடம் சொல்லிக் கொண்டிருந்தான்.

அப்படியே போலீஸ்காரர்களைப் பார்த்து, “சார் இங்க ஒண்ணும் வெடிகுண்டெல்லாம் இல்ல. கொஞ்சம் தள்ளிபோய் நில்லுங்க. உங்கள பார்த்தா யாரும் தாம்பூலமே வாங்க வரமாட்டாங்க” என்றான்.

போலீஸ்காரர்கள் பதிலுக்கு ஒரு சிரிப்பு சிரித்தனர். “எங்களுக்கும் ஒரு பை உண்டுல்ல?” என்று வேடிக்கையாகக் கேட்டனர்.

“உங்களுக்கு இல்லாமலா...? ஊர்க்கடைல டீ குடிச்சாலே காசு தர யோசிப்பீங்க. இங்கதான் விட்ற போறீங்களா?” என்று ஊசி ஏற்றவும் செய்தான்.

அந்தப் போலீஸ்காரர்கள் முகம் ஒரு மாதிரி மாறிப்போனது.

“எல்லா போலீஸையும் தப்பாவே நினைச்சா எப்படி... நாங்கல்லாம் ருத்ராபதி சார்கிட்ட இருக்கறவங்க. அவரும் சுத்தம், அவர் படையும் சுத்தம். புரிஞ்சுக்கய்யா...” என்றார் ஒரு போலீஸ்காரர்.

“தப்பித்தவறி ஏதாவது தப்பு பண்ணி என்கிட்ட மாட்டிக்காதே. நீ இப்ப தெனாவெட்டா பேசினதுக்கும் சேர்த்து பெண்டு எடுத்துடுவேன்...” என்றார் இன்னொரு போலீஸ்காரர். அதைக் கேட்ட அந்த கட்டகுட்டைக்கும் கொஞ்சம் நறுக்கென்றது. இருந்தாலும், “நான்லாம் சிக்கறதா இருந்தா எப்பவோ சிக்கியிருக்கணும். இனிதானா சிக்கப்போறேன்...?” என்றான் நக்கலாக. அந்தப் போலீஸ்காரர் அதைக் கவனமாக மனதில் குறித்துக்கொண்டார்.

திரும்பவும் ருத்ராபதி ராஜேந்திரனிடம் சென்று அப்படியே தன் பேண்ட் பாக்கெட்டில் இருந்து இரு மோதிரங்களை எடுத்து அவன் கையில் ஒன்றும், தேன்மொழி கையில் ஒன்றும் அணிவித்தார்.

“சார்... என்ன சார் இதெல்லாம்?”

“எதுவும் பேசக்கூடாது ராஜேந்திரன். உங்க துணிச்சல், தியாகம், முற்போக்கான எண்ணம் அதுக்கெல்லாம் ஒரு சின்ன பாராட்டுதான் இந்த மோதிரம்” என்றபடியே, கீழ இறங்கப் போனவரை “சார்ர்ர்...” என்று இழுத்துத் தடுத்தான். அவன் கண்களில் அவர் முன்பு சொன்ன விஷயத்துக்கான கேள்வி.

“என்ன ராஜேந்திரன்?”

“யார் சார் அது?”

“இப்ப தெரிய வேண்டாம் ராஜேந்திரன்.”

“ஏன் சார்ர்ர்...?”

“வேண்டாம்னா விட்டுங்க. உங்க கவனம் இனி இதோ இவங்க மேலதான்...”

தேன்மொழியைச் சுட்டிக்காட்டிவிட்டு வேகமாக விலகினார். அடுத்து அவர் வேகமாகச் சென்றது தாம்பூலப் பைகள் உள்ள முகப்பு பகுதிக்குத்தான்.

அவர் வரவும் தங்கியிருப்பவர்களிடமும் ஒரு சலசலப்பு.

“வடிவேலு... அந்த கட்டப்பட்ட தாம்பூலப்பையை இன்னும் யாருக்கும் தரலியே...” என்று அங்கு நின்றுகொண்டிருந்த போலீஸ்காரரிடம் கேட்க, அவர் வேகமாக இல்லை என்று தலையசைத்தார்.

“அதை அப்படியே போலீஸ் ஜீப்புல ஏத்துங்க” என்றார்.

“ரைட் சார்...” என்ற போலீஸ்காரர் திரும்பியபோது அந்த கட்டை குட்டையான நபரை அங்குக் காணவில்லை. விஷயம் அதற்குள் நாயக்கர் காதுக்குப் போய் அவர் பாய்ந்து வந்திருந்தார்.

“என்ன சார் விஷயம்... தாம்பூலம் தர்றதுல ஏதாவது குழப்பமா?”

“அதெல்லாம் இல்லீங்க. ஆமா இந்த கட்டப்பட்ட பையுங்க?”

“உள்ளூர்காரங்களுக்குங்க. நம்ம பசங்க ஏற்பாடுதான் இது. எதுக்குடா இப்படி பிரிக்கிறீங்கன்னேன். நீங்க போங்க தலைவரே,

இதெல்லாம் எங்க பாடுன்னுட்டாங்க. ஏன் சார்... எதுக்கு இதைப்பத்தி இவ்வளவு தூரம் கேக்கறீங்க...?"

"ஒண்ணுமில்ல... இதைக் கொடுக்க வேண்டாம் நாயக்கரே. இதை அப்படியே ஸ்டேஷனுக்கு எடுத்துக்கிட்டு போயிடறேன்."

"ஏன் சார் இதுக்குள்ளே எதாவது குண்டுகிண்டு இருக்கறதா நினைக்கறீங்களா?" நாயக்கர் வெள்ளந்தியாகக் கேட்பதுபோலதான் ருத்ராவுக்குத் தோன்றியது.

மணமேடையில் ராஜேந்திரனைச் சுற்றி உறவுக்காரர்கள் மொய்த்துக் கொண்டிருந்ததால், அவன் சர்ச்சையைக் கவனிக்கவில்லை.

"நாயக்கர் நீங்க போய் கல்யாணம் வேலையைக் கவனியுங்கள். இந்தத் தாம்பூலத்துக்கு மாற்றுத் தாம்பூலமும் ஏற்பாடு செய்யுங்க. மற்ற விஷயங்களைப் பிறகு பேசிக்கலாம்..." என்றவாறே பார்வையைக் கூட்டத்திடையே ஓடவிட்டவருக்குள் அடுத்தகட்ட பதிலாக வாத்தியாரின் மாப்பிள்ளையான அந்த சிவப்பு சட்டைக்காரனைக் காணவில்லை.

ஒரு மர்மச் சிரிப்புடன் அந்தத் தாம்பூல பைகளுடன் போலீஸ் ஜீப்பில் ஏறிக்கொண்டார். ஊர்க்காரர்கள் பெயர்கொண்ட அந்த ஒரு குயர் நோட் ஓர் ஓரமாகக் கிடந்தது.

ஞாபகமாக அதை எடுத்துக்கொண்டார்.

ஜீப்பும் புறப்படத் தொடங்கிய சமயம் வாத்தியார் மாப்பிள்ளை பற்றிய கேள்விக்குப் பதில் கேட்டிருந்த போலீஸ்காரர், படுவேகமாக ருத்ரா அருகில் வந்தார்.

"என்ன?"

"சார்... வாத்தியார் மாப்பிள்ளையை, நாயக்கர் வீட்டுக்கே போய் கூப்பிட்டிருக்கார் சார்..."

"அந்த ஆள் இப்ப இங்க இல்ல, நழுவிட்டான்! அவன்மேல ஒரு பார்வை இருக்குல்ல..."

“ஒருத்தர்க்கு நாலுபேர் பார்த்துக்கிட்டிருக்கோம் சார். அவர் இப்ப வாத்தியார் வீட்டுக்குப் போய்ட்டார் சார்...”

“கவனிச்சுகிட்டே இருங்க. ராஜேந்திரனும், தேன்மொழியும் சென்னை கிளம்பிப்போய் சேர்றவரை சின்ன சலனம்கூட ஊருக்குள்ள ஏற்படக் கூடாது...”

“ரைட் சார்...”

சல்யூட்டுடன் அந்த நபர் விலக, ஜீப் சீற ஆரம்பித்தது. பின்னாலே ஒரு போலீஸ்காரர் அமர்ந்திருக்க அவர் அருகே தாம்பூலப் பை மூட்டை! அதில் ஒன்றை எடுத்து பையைத் திறந்து உள்ளே கைவிட்டவருக்கு அடுத்தகட்ட ஆச்சரியங்கள் காத்திருந்தன. அந்த நாளைய பொன்னாலான ‘பக்கோடா’ எனப்படும் நாணயங்கள். சட்டைப் பித்தான் போலவும், மேலே தெளிவில்லாத முத்திரையுடன்... ஒரு நாணயம் ஒரு பவுனுக்குக் குறையாது. அந்த பையில் மட்டும் ஐந்து நாணயங்கள்!

அதைச் சற்று உற்று பார்த்தபடியே செல்போனில் டி.எஸ்.பி. சிதம்பரராஜனைத் தொடர்புகொண்டார்.

“யெஸ் ருத்ரா!”

“புதையல் தங்கத்துல தொண்ணூறு சதவீதத்தை மீட்டாச்சு சார்.”

“ரியலி?”

“ஆமாம் சார்... அதேசமயம் குற்றவாளியும் யார்னு தெரிஞ்சுபோச்சு...”

“யாரு... யாரு... யார் ருத்ரா?”

“ஒரு நபர்தான் சார் அவர். ஆனா மூணு பேர் அவரை மறைச்சுகிட்டு நிக்கறாங்க.”

“குழப்பறீங்களே...”

“என்னை நீங்க சஸ்பெண்ட் பண்ண முடியாது சார். எனக்குக் கொஞ்சம் அதிர்ஷ்டம் இருக்கு. குற்றவாளியைப் பாதிதான்

நெருங்கியிருந்தேன். ஆனா அவனே ஒரு கடிதம் எழுதி எங்கப்பன் குதிருக்குள்ள இல்லைன்னு தன்னைக் காட்டிகிட்டான். இன்ஃபாக்ட் அவனுக்கும் என்னை ஓவர் டேக் பண்ணணும்கற வெறி."

"இப்படி கூடவா வலிய வந்து சிக்குவான்?"

"அவன் இப்பகூட தன்னைப் பிடிக்க முடியாதுன்னுதான் சார் நம்பிக்கிட்டு இருக்கான். என்னை நல்லாவே மிஸ் கைடும் பண்ணிக்கிட்டு இருக்கான்..."

"பார்த்து ருத்ரா... தாமதப்படுத்தி கோட்டை விட்டுடப் போறீங்க..."

"இல்ல சார்... அது சாத்தியமில்ல! அதேசமயம் ராஜேந்திரன், தேன்மொழி கல்யாணத்துக்கும் குந்தகம் எந்த வடிவத்துலையும் வந்துடக் கூடாதேன்னு நான் நினைச்சேன்."

"மேரேஜ் முடிஞ்சிடிச்சா...?"

"முடிஞ்சிடுச்சு. ஒரு நல்ல காரியம் நடந்தாச்சு. அடுத்த நல்ல காரியம் குற்றவாளி கைல விலங்கு மாட்றது தான்."

"சரி... யார் அந்த ஒருத்தர்... மறைச்சுகிட்டு நிக்கற அந்த மூணுபேர் யார்?"

ருத்ராவும் அவர்களை மிக மென்மையான குரலில், ஓடிக்கொண்டிருந்த அந்த ஜீப்புக்குள் சொல்லி முடிக்க, டி.எஸ். பி.யிடமும் பயங்கர ஷாக்!

திருநெல்வேலி ஜங்ஷன்! நெல்லை எக்ஸ்ப்ரஸின் ஏ.சி. கோச் முன்னால் ராஜேந்திரன் தேன்மொழியின் திருமண கும்பல். ராஜேந்திரன் பட்டு வேட்டி சட்டையில் மிடுக்காக இருந்தான். தேன்மொழியும் பட்டுப்புடவையில் நிறைய நகைகளுடன் தேவதை போல... அவளை சென்னைக்கு வழியனுப்ப எல்லோருமே வந்திருந்தனர். ராஜேந்திரனோ ருத்ரா வருவார் என்கிற நம்பிக்கையில் அவரையே எதிர்பார்த்துக் கொண்டிருந்தான்.

அவரும் அவனை ஏமாற்றாதபடி அந்தக் கூட்டத்தில் வந்து கொண்டிருந்தார்.

அவர் முகத்தில் ஒரு பூரிப்பு. அவர் வரவும் தனியே ஒதுங்கினான்.

"சார்ர்...!"

"என்ன ராஜேந்திரன் கிளம்பியாச்சா?"

"அதான் பாக்கறீங்களே... அப்புறம் சார், சார் அது?"

"ஓ... உங்களால இன்னமுமா கண்டுபிடிக்க முடியல?"

"என்ன சார் நீங்க... நான் சொந்தங்களுக்கு நடுவில் சாஸ்திரம் சம்பிரதாயம்னு அதை விட்டே வெளிய வரலை."

"அப்படியா?" ருத்ரா தாடையைச் சொரிந்தார்.

"என்ன சார், நான் கிளம்பின பிறகு வேட்டைக்குப் போக உத்தேசமா?"

"ஒரு வகைல அப்படிதான். அதேசமயம் எந்த சலசலப்பும் ஏற்படாம இருக்கறதும் என் வரைல ஓர் ஆச்சரியம் தான்."

"சலசலப்பா... எந்த வகைல?"

"புதையல் தங்கத்துல 90 சதவிகிதம் கிடைச்சாச்சு. அப்ப அதை இழந்த கொலைகாரன் ரீ ஆக்ட் பண்ணியிருக்கணும் தானே?"

"அப்படியா... எப்படி சார் கிடைச்சது?"

"எல்லாம் உங்க கல்யாணத்துக்குக் கொடுக்க வெச்சிருந்த தாம்பூலப் பைக்குள்ளதான் இருந்தது."

"ஐய்யோ சார்... அப்படின்னா அந்தக் குற்றவாளி தேன்மொழி வீட்டைச் சேர்ந்தவனா சார்?"

"அவசரப்படறீங்களே... உங்க மாமனாருக்குதான் ஊரே உறவாச்சே? குற்றவாளி உங்க திருமணத்தைப் பயன்படுத்தி தங்கத்தை ஊருக்கு டிஸ்ட்ரிபியூட் பண்ண விரும்பியிருக்கான்.

ஆனா அதை நான் மோப்பம்பிடிச்சு தடுத்துட்டேன்... அது மட்டுமல்ல, தூக்கிட்டுப் போய்ட்டேன்."

"எப்படி சார் நீங்க எடுத்துகிட்டுப் போக விட்டான்...?"

"வேற வழி... எதிர்த்தாதான் அவன் யார்னு தெரிஞ்சு போயிடுமே...?"

"அது சரி... வேற வகைல உங்களுக்கு அவன் குறி வைக்கலாம் இல்லையா?"

"சான்ஸே இல்லை. அவன் ஒரு அவசரக்காரனும் கூட. புதையல் விஷயத்தை மட்டும் முடிவுக்குக் கொண்டுவர விரும்பித்தான் அவன் எனக்குக் கடிதம் போட்டான். அதன் பிறகு அவன் தப்பிச்சு ஊருக்குள்ள மக்களோட மக்களா கலந்துடணும்கறது அவன் எண்ணம்?

இல்லாத புதையலை போலீசும் தேடாது தானே?

அதேசமயம் அவனை தேடறதா ஒரு வேட்டை மட்டும் தொடர்ந்துகிட்டே இருக்கும். எங்க போலீஸ் ரிக்கார்ட்ஸ்ல முப்பது வருஷமால்லாம் சில குற்றவாளிகள் சிக்காம சமுதாயத்துல ஒழிஞ்சு வாழ்ந்துக்கிட்டிருக்காங்க... ஒரு காலகட்டத்துக்குப் பிறகு அந்த ஃபைலை மூட்டை கட்றதுதான் ஒரே வழி.

அப்படி ஒரு ஃபைலா தானும் ஆயிடமுடியும்கறது அவன் நம்பிக்கை..."

"அடேங்கப்பா... என்ன ஒரு நம்பிக்கை...? என்ன ஒரு தைரியம்...?"

"இதெல்லாம் மக்கள் போராளிகளுக்கு மட்டும்தான் சாத்தியம். சுயநலம் உள்ள கிரிமினல்கள் எப்படி இருந்தாலும் மாட்டிப்பாங்க. ஆனா லட்சியம் உள்ளவனை அவன் லட்சிய வெறியே பாதுகாத்துக்கிட்டு வரும்..."

"இவனை பாதுகாக்குமா... இல்ல மாட்டுவானா?"

"நாளைக்கு அனேகமா உங்களுக்குத் தெரிய வரலாம். முதல்ல தேன்மொழியோட ஹனிமூனுக்கு பிளான் பண்ணப் பாருங்க..."

"அவன் யார்னு தெரியறவரை ஹனிமூனாவது, பனிமூனாவது..."

"நோ... நோ... அதான் கிட்ட நெருங்கிட்டேனே. உங்களுக்கும் இனி எந்த ஆபத்தும் இல்லை. நீங்க உங்க மாமனார் ஊருக்கு வரலாம் - போகலாம். அப்படியே அந்த காத்தான் கரட்டுக்கும் போய் பழைய நினைவுகளை அசைபோடலாம்..." ருத்ரா சிரித்தபடியே கூற, ரயில்வே கார்டின் விசில் சப்தம் கேட்கத் தொடங்கியது.

கோச்சினுள் ராஜேந்திரனின் தாய் சங்கரியும், தேன்மொழியின் தாய் வஞ்சியம்மாளும், மற்றும் சில உறவுக்காரர்களும் இருந்தனர்.

நாயக்கர் பிறகு சென்னை வந்து பார்ப்பதாகக் கூறி ஆயக்குடியிலேயே தங்கிவிட்டிருந்தார். கல்யாண வீட்டு காரியங்களின் மிச்சம் மீதி காரியங்கள் வேறு அவர் வரையில் பாக்கி இருந்தது.

ரயிலும் புறப்பட்டு விட்டது.

ராஜேந்திரன் எல்லோருக்கும் பொதுவாகவே, ருத்ராவிற்கு பிரத்யேகமாகவும் டாடா காட்டியபடியே கதவருகில் நின்றிருந்தான்.

அதுவும் சிறிது நேரத்திற்கு தான்! எல்லோருடைய உருவமும் மறையவும் சற்று மனச்சோர்வோடு உள்திரும்பினான். தேன்மொழி கொட்டக்கொட்ட அவனையே பார்த்துக் கொண்டிருந்தாள். அவன் வரவும் கண்களாலேயே கேட்டாள்.

"இனியாவது என்னைக் கவனிப்பீர்களா?"

"இனி உன்னைக் கவனிக்கறதுதான் என் வேலையே..." என்றான் அவனும். அவள் முகம் வெட்கத்தில் சிவக்க ஆரம்பித்தது. ரயில் பெட்டிகளுக்கு வெளியே வானத்திலும் அந்திச் சிவப்பு!

நெல்லை ரயில் நிலையத்தை விட்டு வெளியே வந்த ருத்ரா, காத்திருந்த ஜீப்பில் ஏறிக்கொண்டார். ஜீப்பும் சீற ஆரம்பித்தது.

"நேரா ஆயக்குடிக்கு வண்டியை விடு..." என்றார். அப்போது பார்த்து அவர் செல்போனில் அழைப்பு. அதற்குக் காதுகொடுத்தவர் முகம் ஏராளமான அதிர்ச்சிக்கு மாறத் தொடங்கியது.

“சார் நீங்க சஸ்பெக்ட் பண்ண நபர் தூக்கு மாட்டிக்கிட்டார் சார்... பாடி இப்ப தூக்கு கயித்துல தொங்கிக்கிட்டு இருக்கு இறக்கிடவா சார்?” மறுபக்கம் இருந்து கேள்வி.

“வேண்டாம்... நான் வந்துடறேன்... ஆமா அங்க ஏதாவது கடிதம் இருக்கா?”

“ஆமாம் சார்...”

“படியுங்க...” ருத்ரா படபடத்தார்.

“ருத்ராபதிக்கு வணக்கங்கள். மனப்பூர்வமான பாராட்டுக்களும் கூட. தாம்பூலப் பைக்குள் தங்கம் இருப்பதை யூகித்த உங்களுக்கு என்னைக் கண்டுபிடிப்பது ஒன்றும் சிரமமாக இருக்காது. யானைக்கும் அடிசறுக்கும். நானும் கடிதம் கொடுத்தே அகப்பட்டுவிட்டேன். இதைத்தான் விதி என்கிறார்கள் என்பது இப்போது புரிகிறது. நான் இனி தப்பிக்க முடியாது என்பதும் தெரிந்துவிட்டது. என்மேல்தான் எத்தனை போலீஸ் கண்கள்! எனவே நான் உங்கள் வசம் அகப்பட்டு தூக்கு மேடை ஏறுவதற்கு, கௌரவமாக நானே தூக்கில் தொங்க முடிவுசெய்து விட்டேன். என் சாவு, ஒரு வகையில் லட்சிய சாவு. இதை நீங்கள் பார்க்கும்போது நான் தொங்கிக்கொண்டிருப்பேன்! ஒரு வகையில் லட்சிய சாவு. இப்பொழுதும் சொல்கிறேன் அந்தப் புதையல், தங்கக் காசுகள் என் ஊருக்குத்தான் சொந்தம். அரசாங்கத்துக்கு அதை எடுத்துக்கொள்ள தகுதி கிடையாது.”

மறுபக்கம் போலீஸ்காரர் படித்து முடித்தார். இந்தப் பக்கமாய் ருத்ரா கையைக் குத்திப் பிசைந்துகொண்டார்!

ஜீப்பிடமும் ஒரு உச்சபட்ச வேகம்!

இறுதியாக அவரது ஜீப் பிணமாய்த் தொங்கும் குற்றவாளியின் வீட்டு முன் நின்றது!

அதுவரை அந்த ஊரில் நிலவியிருந்த கல்யாணச் சந்தோஷம் முற்றுமாய் விலகி, ஓர் ஆழ்ந்த அமைதி எல்லாரிடமும். வீட்டுக்கு வீடு, வாசலுக்கு வாசல் உறைந்துபோன ஊமைவிழிகளின் பார்வைகள்!

ருத்ராபதி அந்தச் சூழலைப் பார்த்தபடி வீட்டிற்குள் நுழைந்தார். குற்றவாளியின் சடலத்தையும் நெருங்கி நிமிர்ந்து பார்த்தார்.

நாக்கு வெளித்தள்ள கண்கள் வெறித்திருக்க தூக்குக்கயிற்றில் தொங்கி கொண்டிருந்தது, கோவிந்த நாயக்கரின் உடல்!

முற்றும்

www.ingramcontent.com/pod-product-compliance
Lightning Source LLC
LaVergne TN
LVHW090305051026
849518LV00005B/1648
* 9 7 8 9 3 5 6 9 5 6 3 5 3 *